ஆகவே,

செக்ஷன் 302படி...

முதற்பதிப்பு: 2023

First Edition: 2023

Aagave, Section 302padi...

ஆகவே, செக்ஷன் 302படி...

Pattukottai Prabakar

பட்டுக்கோட்டை பிரபாகர்

ISBN: 978-93-95166-00-3

Pustaka

EBooks | Audiobooks | Paperback

Pustaka Digital Media Pvt. Ltd.
#7-002, Mantri Residency,
Bannerghatta Main Road, Bengaluru - 560 076
Karnataka, India
+91 7418555884

ஆகவே,

செக்ஷன் 302படி...

பட்டுக்கோட்டை பிரபாகர்

Pustaka
EBooks | Audiobooks | Paperback

ஆகவே, செக்ஷன் 302படி...

அன்புள்ள உங்களுக்கு...

வணக்கம்.

'ஆகவே, செக்ஷன் 302படி...' கல்கியில் தொடராக வந்த கதை. க்ளைமாக்சை நெருங்குவதற்கு சற்று முன்னதாக இந்தக் கதையில் ஒரு கொலை உண்டு - செய்வது யார், செய்யப்படுவது யார்? என்று வாசகர்களுக்குக் கேள்வி கேட்டிருந்தேன். கல்கி ரூ. 1000 பரிசளித்தது.

நீங்களும் படிக்கும்போது கடைசிக்கு முதல் அத்தியாயம் வரை படித்துவிட்டு புத்தகத்தை மூடிவைத்து யோசித்துப் பாருங்கள். பிறகு தொடருங்கள். உங்கள் யூகம் சரியாய் இருந்தால், என் பெயரைச் சொல்லி ஒரு சாக்லேட் வாங்கிச் சாப்பிடுங்கள்.

பிரியங்களுடன்
பட்டுக்கோட்டை பிரபாகர்

அத்தியாயம் 1

மார்கழி நகர்ந்த பின்பும் அதன் நிழல் இன்னும் நகராமல், நகரம் முழுவதும் பனியின் முற்றுகை. மரங்கள் தங்கள் இலைகளில் புள்ளி புள்ளியாய்ச் சேமித்து சொட்டுச் சொட்டாய்ச் செலவழித்துக் கொண்டிருந்தன. காற்றுப் பல்லக்கில் குளிர் பவனி வர, உள்ளே வரலாமா என்று வானத்தில் கதவை லேசாகத் தட்டிக்கொண்டிருந்தது சூரியன்.

அலாரம் அடித்ததும், கைநீட்டி அதன் கொண்டையைத் தட்டிவிட்டு அடுத்த கட்டிலில் படுத்திருந்த வித்யாசாகரின் தோளைத் தொட்டு அசைத்தான் துரை.

“டேய்... வித்யா... எந்திரி. அலாரம் அடிச்சிடுச்சி.”

“யாரைக் கேட்டு அடிச்சிச்சி?” என்று முனகிவிட்டுப் போர்வையை இழுத்துச் சுத்தமாக முகத்தை மூடிக்கொண்டு புரண்டான்.

“ஏண்டா இடியட், உங்கக்காவை ரிசீவ் பண்ணணும்னு நீதானே அலாரம் வச்சே? எந்திரிச்சா எந்திரி, இல்லைன்னா போ. பாவி, என் தூக்கத்தையும் கெடுத்து...”

வித்யாசாகர் சட்டென்று எழுந்தான். டைம் பீசில் மணி பார்த்தான்.

"மை காட், பல் விளக்கக்கூட நேரமில்லை. நான் போறதுக்குள்ளே ரயில் வந்துடும்." அவசர அவசரமாகக் கொடியில் தொங்கின பேண்ட்டை அணிந்தான். "துரை, உன் பர்சிலேர்ந்து அஞ்சு ரூபா எடுத்துக்கறேன்" - சட்டையைப் பரபரப்பாய் அணிந்ததில் பட்டன்களை மாற்றிப் போட்டுவிட... பிறகு கழற்றி, மறுபடி சரியாய்ப் போட்டுக்கொண்டான். "இன்னிக்குப் பத்து நிமிஷம் ரயில் லேட்டா வரணும் கடவுளே" சுவரில் மாட்டியிருந்த சின்ன கண்ணாடியில் குனிந்து நின்று தலை சீவிக்கொண்டான். "டேய், போய்ட்டு வர்றேன். கதவைச் சாத்திக்க, உன் செருப்பு போட்டுட்டுப் போறேன்."

துரை தூக்கக் கலக்கத்தில், "ம், ம்" என்றபோது, வித்யாசாகர் மாம்பலம் ஸ்டேஷனில் இருந்தான். இவனைப் போலக் காத்திருந்தவர்களில் ஒருவரைத் தேர்ந்தெடுத்து, "ராக்ஃபோர்ட் இன்னும் வரலையே?" என்றான்.

"இன்னும் வரலை, பதினஞ்சு நிமிஷம் லேட்டாம்."

அப்பாடா என்று சிகரெட் வாங்கி, அங்கேயே பற்ற வைத்துக்கொண்டு பாக்குப் பொட்டலம் வாங்கிக்கொண்டு ஒரு சிமெண்ட் பெஞ்சில் போய் உட்கார்ந்து கொண்டான்.

வானம் கொஞ்சம் கொஞ்சமாகத் தைரியம் பெற்று, இருட்டை எதிர்க்க ஆரம்பித்திருந்தது. பாப்கார்ன் பொறிப்பதுபோல் பக்கத்து மரத்திலிருந்து பறவைகள் சப்தம், விடிந்தது தெரியாத ஒரே ஒரு பொட்டைச் சுவர்க் கோழி விட்டுவிட்டுக் குரல் கொடுத்துக் கொண்டிருந்தது. பச்சை, சிவப்பு வெளிச்சங்களுடன் மீனம்பாக்கம் நோக்கித் தாழப் பறந்தது ஓர் அலுமினியக் கழுகு.

சிகரெட்டை ஆழமாக இழுத்து, புகை வெளியேற்றினான். ரயில் வரும் பாதையைப் பார்த்தான். அடுத்த டிராக்கில் ஒரு மின்சார ரயில் பீச் நோக்கி வந்து நிற்க... அடுத்த பிளாட்பாரத்தின் கும்பல் முழுக்க ஏறிக்கொண்டது. ரயில் கடக்கையில் லேடீஸ் கம்ப்பார்ட்மெண்ட்டில் ஜன்னல் ஓரம் அமர்ந்திருந்த பெண்கள் இருவர் இவனைப் பார்த்துச் சிரித்த மாதிரி இருந்தது. சரியாய்ப் பார்ப்பதற்குள் அடுத்த பெட்டி, அடுத்த பெட்டி என்று ரயில் போய்விட்டது.

தூரத்தில் மலைக்கோட்டை எக்ஸ்பிரசின் முகம் தெரிய... வித்யாசாகர் சிகரெட்டைச் செருப்பில் நசுக்கிவிட்டு, அவசரமாய்ப் பாக்கு பிரித்துப் போட்டுக்கொண்டு எழுந்தான். ஸ்டேஷனின் ஷெட் கடந்து ரிசர்வ்ட் பெட்டி நிற்கும் இடத்திற்கு நடந்து வந்து நின்றுகொண்டான்.

ரயில் வந்து நின்றதும், பரபரப்பாய் ஒவ்வொரு வாசலிலும் இறங்குபவர்களைப் பார்க்க... அடுத்த கம்ப்பார்ட்மெண்ட்டில் ஜன்னல் வழியாகக் கை நீட்டி, "வித்யா" என்று அக்காவின் குரல் வர...

ஏற்கெனவே இறங்கி நடந்த ஓர் இரட்டைப் பின்னல் திரும்பிப் பார்க்க... "உங்களை இல்லைங்க. நீங்க போங்க" என்று இவன் நடந்தான்.

இரண்டு பெரிய சூட்கேஸ்கள், ஒரு தோல் பையுடன் இறங்கினாள் நிவிதா.

"வாக்கா" என்று ஒரு சூட்கேசையும், பேக்கையும் வாங்கிக்கொண்டான். "கொஞ்சம் கறுத்த மாதிரி தெரியுது."

"முகம் கழுவினா சிவந்துடுவேன், எப்படி இருக்கேடா? வெய்ட்டா இருக்கும், போர்ட்டரைப் பிடியேன்."

"இது ஒரு வெய்ட்டா? நீ வா. அம்மா எப்படி இருக்காங்க?"

"நல்லா இருக்காங்க."

"முருகேசு?"

"மீசை ஒதுக்கிட்டான் வித்யா. எனக்குத் துணைக்கு வரறேன்னான். வேணாம்னுட்டேன்."

"ஏன், வந்தா என்ன? பார்த்து நாளாச்சு."

"ஆனுவல் லீவுல வரச் சொல்லியிருக்கேன். ஏன், சார் ஒரு தடவை திருச்சி வந்து எல்லாரையும் பார்த்துட்டு வந்தால் குறைஞ்சி போய்டுவிங்களோ?"

“நான் ஒண்ணும் குறைய மாட்டேனக்கா. நிதி நிலைமை அப்படி.”

“என்னடா ஆச்சி? பிரைவேட் கம்பெனீசுக்கும் அப்ளை பண்ணிக்கிட்டிருக்கியா, இல்லையா? நான் ஒரு கட்டிங் எடுத்து அனுப்பினேனே, எழுதிப் போட்டியா?”

“நம்ம கதை அப்புறம் பேசிக்கலாம், சாவகாசமா சொல்லு. பஸ்சில போயிடலாமா, ஆட்டோவா?”

“மூணு லக்கேஜை வச்சிக்கிட்டு... எப்படி பஸ் சரியா வரும்? ஆட்டோவில் போய்டலாம்.”

டிக்கெட்டுகளைக் கொடுத்துவிட்டு வெளியே வந்து ஆட்டோவில் அமர்ந்தார்கள்.

“சைதாப்பேட்டையில் எங்கே சார்?” என்றான் டிரைவர்.

“பாலம் தாண்டி வேளச்சேரிக்குப் பிரியற ரோட்டுக்கிட்டேப்பா, பாரதி வொர்க்கிங் விமன்ஸ் ஹாஸ்டல்.”

“தெரியும் சார்.”

ஆட்டோ புறப்பட்டது.

“ரூம் வசதியா இருக்குமா வித்யா?”

“அப்படித்தான் சொல்லக் கேள்வி. ஹாஸ்டல்ல இடம் கிடைக்கிறதே பெரிய பிரச்னை. நான் ரூமைப் பார்க்கணும்னு எப்படி கேக்கறது? அதுலயும் லேடீஸ் ரூம். உனக்கு மூணுபேர் தங்கற ரூம்லதான் அலாட் பண்ணியிருக்காங்க. மாசம் நூறு ரூபா. முந்நூறு ரூபா டெபாசிட் கட்டணும். மூணு ஃப்ளோர்ஸ். ஒவ்வொரு ஃப்ளோர்லயும் எக்ஸ்டென்ஷன் போன். வார்டனுக்குக் கொஞ்சம் காது மந்தம், தண்ணி வசதி எப்படின்னு கேட்டேன் எங்க ஹாஸ்டல்ல தண்ணியடிக்கிற பொண்ணுங்க யாரும் இல்லைன்னு சண்டைக்கு வந்துட்டாங்க. அப்புறம் ஆஃபீஸ் ரூம்ல முழங்கால் வரைக்கும் கவுன் போட்டுக்கிட்டு ஒரு பொண்ணு கிளார்க்கா இருக்கு. இப்ப போறப்ப பேர் விசாரிக்கணும்.”

"ஏண்டா மெட்ராஸ்ல இதான் பொழைப்பா உனக்கு?"

"சும்மா பார்ட் டைமா..." என்று சொல்லிச் செல்லமாய் மண்டையில் குட்டு வாங்கிக்கொண்டான் வித்யாசாகர்.

"ரெண்டு மூணு புத்தக பதிப்பகங்களிலே போய் புரூஃப் திருத்தறதா எழுதியிருந்தியே. இப்ப போய்க்கிட்டிருக்கியா?"

"பின்னே? அதானே ஜீவனம். அதுக்கும் போட்டி இருக்குக்கா. ஒரு நாள் வேலை இருக்கும். ஒரு நாள் இருக்காது. ஒரு நாள் ஃபுல் மீல்ஸ். ஒரு நாள் டீயும், பன்னும். தினம், தினம் நம்பிக்கை தேய்ஞ்சிக்கிட்டே இருக்குக்கா."

"போடா முட்டாள், உன்னோட திறமைக்கும், அறிவுக்கும் நீ எப்படி எல்லாம் வரப்போறே தெரியுமா? இந்தக் கஷ்டம் எல்லாம் உன் மனசுக்கு உரம்னு நினைச்சுக்கோ. இந்தப் புலம்பல் எல்லாம் வேணாம். எப்பவும் போல சின்சியரா முயற்சி பண்ணிக்கிட்டே இருக்கணும் தெரிஞ்சிதா?"

நிவிதா தோல் பையின் ஜிப்பை இழுத்து, உள்ளிருந்து பிளாஸ்டிக் பெட்டி எடுத்தாள். அதைத் திறந்து கைக்கெடிகாரம் எடுத்து, "இந்தா. உனக்காகத்தான் வாங்கிட்டு வந்தேன்" என்றாள்.

"எனக்கெதுக்குக்கா?"

"நேரம் பார்க்கத்தான். பிகு பண்ணிக்க வேணாம், கையைக் காமி."

அவன் இடக்கையை எடுத்து, கட்டிவிட்டாள். "நல்லா இருக்கா?"

"ம்" என்றான் சந்தோஷமாய்.

ஆட்டோ நிற்க, இறங்கிக் கொண்டார்கள். நிவிதா பணம் கொடுத்துவிட்டு அந்தப் பெண்கள் விடுதியை நிமிர்ந்து பார்த்தாள்.

"இங்கேர்ந்து மவுண்ட் ரோடு பக்கம்தானே வித்யா?"

"பக்கமா? நீ நின்னுக்கிட்டிருக்கிறதே மவுண்ட் ரோடு தான். உன் ஆஃபீசுக்கு இந்த பஸ் ஸ்டாப்பிலதான் ஏறணும். மூணு

நிமிஷத்துக்கு ஒரு பஸ். சாந்தி தியேட்டர் ஸ்டாப்ல இறங்கிக்க வேண்டியதுதான். பில்டிங்லதானே உன் ஆஃபீஸ்?"

"ஆமாம்."

உள்ளே வந்து அலுவலகம் என்கிற சிறிய அறையில் இருந்த பெண்ணிடம் அறிமுகப்படுத்திக் கொண்டதும், அவள் லெட்ஜர் புரட்டிப் பார்த்து, பணம் வாங்கி, ரசீது கொடுத்துவிட்டு, "ஒரு நிமிஷம் உக்காருங்க. வார்டன்கிட்டே சொல்லிட்டு வர்றேன். அவங்களைப் பார்த்துட்டு ரூமுக்குப் போகலாம்" என்று எழுந்து சென்றாள்.

"அக்கா அவ பேரு மேரியா, மரியாவா? மோதிரத்தில் எம் போட்டிருக்கு."

"உதை வாங்கிட்டுத்தான் போகப் போறே நீ."

வார்டனைச் சந்தித்தார்கள். "சத்தமா பேசுங்க" என்றார். சத்தமாப் பேச, "ஏன் இப்படி கத்தறீங்க?" என்றார். ரூல்ஸ் அண்ட் ரெகுலேஷன்ஸ் என்று ஒரு முழ நீளத்தில் ஓர் அட்டை கொடுத்தார். கண்ணியமாய் இருக்க வேண்டும் என்றார்.

வெளியே வந்தார்கள்.

"இதான் எல்லை. இதுக்குமேல் நான் உள்ளே வர முடியாது. அப்போ நீ உன் ரூமுக்குப் போய், குளிச்சிட்டு ஆஃபீஸ் போறே. நான் சாயங்காலம் உன் ஆபீசுக்கு வர்றேன். என் ரூமுக்கு அழைச்சிக்கிட்டுப் போய்க் காமிக்கிறேன். சரியா?"

"சரி."

"கேக்கணும்னு இருந்தேன். இந்த டிரான்ஸ்ஃபர்னால உனக்குச் சம்பளம் கூடுமா?"

"அதெல்லாம் இல்லை. சிடி அலவன்ஸ் கிடைக்கும். திருச்சில வெறும் சேல்ஸ் ஆபீஸ்தான். மொத்தம் பத்தே பேர்தான். இங்கே ரீஜனல் ஆபீஸ்ல இருநூத்தி சொச்சம் பேர் வேலை பார்க்கறாங்க. இங்கே ப்ரமோஷனுக்குச் சான்ஸ் உண்டு. அதனால்தான் ரெண்டு வருஷமா போராடி டிரான்ஸ்பர் வாங்கினேன்."

"அந்த இருநூத்தி சொச்சத்தோட நானும் ஓர் ஓரத்தில் உக்காந்துக்கிறேனே... உன் மேனேஜரைப் பார்த்துக் கொஞ்சம் சிபாரிசு செய்யேன்."

"மேனேஜர் என் மாமாப் பையன் பாரு, நான் சொன்னதும் செய்யறதுக்கு. சரி, அப்போ சாயங்காலம் ஆபீஸ் வாசல்ல வெய்ட் பண்றே. அஞ்சு மணிக்கு ஆஃபீஸ் முடியுது. என்னைக் காக்க வச்சிடாதே."

"சரி, நீ கேட்டுக்கிட்டு வர்றியா?"

"என்ன?"

"மரியாவா, மேரியான்னு."

"ராஸ்கல்" என்று கையை ஓங்க...

சிரித்துக்கொண்டே வெளியேறினான் வித்யாசாகர்.

சாக்லேட் கலர் அம்பாஸிடர் தன் பில்டிங்கின் போர்டிகோவில் நுழையும் முன்பு மியூசிகல் ஹார்ன் அடித்தது. நின்றதும் பிரீஃப்கேசுடன் ஷியாம் இறங்கிக்கொண்டு, "பார்க் பண்ணிடு" என்றான் டிரைவரிடம்.

லிஃப்டுக்காக மூன்று வினாடிகள் காத்திருந்து, வந்து... திறந்ததும், ஆபரேட்டர் ஸ்டூலில் இருந்து எழுந்து, "குட் மார்னிங் சார்" என்றான்.

நான்காவது ஃப்ளோரில் வெளிப்பட்டதும், எதிரே பிரும்மாண்ட அலுமினிய பார்டர் போட்ட கண்ணாடிக் கதவுகளின் மத்தியில் 'மீரஜ் எலெக்ட்ரிகல்ஸ் லிமிடெட் - ரீஜனல் ஆஃபீஸ்' என்று ஆங்கில தங்க எழுத்துக்கள் பளபளத்தன.

ஷியாம் வருவதைப் பார்த்து உள்பக்கம் நின்றிருந்த பியூன் கதவைத் திறந்து, அவன் உள்ளே வந்ததும் பிரீஃப்கேஸை வாங்கிக்கொண்டு பின்னாலேயே நடந்தான்.

குட்மார்னிங் சார் - ஷியாம் - குட்மார்னிங் சார் - இரண்டு - குட்மார்னிங் சார் - பக்கங்களிலும் - குட் மார்னிங் சார் - ஏராள - குட் மார்னிங் சார் - மேஜைகளுக்கு - குட் மார்னிங் சார் -

மத்தியில் - குட் மார்னிங் சார் - கார்ப்பெட்டில் - குட் மார்னிங் சார் - நடந்து - குட் மார்னிங் சார் – 'ரீஜனல் மேனேஜர் - எஸ். ஷியாம்குமார்' என்று எழுதப்பட்டிருந்த அறைக்குள் நுழைந்தான்.

பியூன் பிரீஃப்கேஸை மேஜைமேல் வைத்து விட்டு, ஏர்கண்டிஷனரை ஆன் செய்துவிட்டு, ஓசை இல்லாமல் கதவைச் சாத்திக்கொண்டு வெளியேறினான்.

ஷியாம் டையின் முடிச்சைக் கொஞ்சமாகத் தளர்த்திக்கொண்டு, தன் ஆள் விழுங்கிக் கறுப்புக் குஷன் நாற்காலியில் அமர்ந்ததும் இண்ட்டெர்காம் அழைத்தது.

"யெஸ்."

"திருச்சி சேல்ஸ் ஆஃபீஸ்லேர்ந்து டிரான்ஸ்ஃபராகி மிஸ் நிவிதா இங்கே வந்திருக்காங்க. ஒரு மரியாதைக்காக ஷி வாண்ட்ஸ் டு மீட் யு சார்!"

"வரச் சொல்லுங்க!"

வைத்ததும், ஒலித்த டெலிபோனை எடுத்து, "நான்தான் சொல்லு, பெங்களூர்லருந்து நேத்து நைட்டே வந்துட்டனே... இல்லை. தங்கலை. சேச்சே? உன்கிட்ட சொல்றதுக்கென்னப்பா? இங்கயா? என் ஆஃபீஸ்லயா? போடா! நீ வேற, பதினெட்டு பேர் லேடீஸ் இருக்காங்கப்பா. எதுவும் ரெண்டாவது தரம் பார்க்க முடியாது. போன மாசம் டெல்லில ரீட்டான்னு... சரி... காலைலேயே இந்தப் பேச்சா? ஈவினிங் மீட் பண்ணிப் பேசலாமே, வச்சிடவா?"

வைத்துவிட்டு எங்கேஜ்மெண்ட் டைரியைப் புரட்டினபோது, "மே ஐ கமின் சார்!" என்று குரல் கேட்டது.

"யெஸ்" என்று நிதானமாக நிமிர்ந்த ஷியாம், புன்னகையுடன் உள்ளே நுழைந்த நிவிதாவைப் பார்த்து... அந்த முதல் வினாடியே தடுமாறினான்.

அந்தத் தடுமாற்றமே இந்தக் கதையின் ஆணிவேர்.

——

அத்தியாயம் 2

நிவிதா க்ரீம் நிறத்தில் சின்னச் சின்னக் கறுப்புப் பூக்கள் சிதறின ரூபிக்யூன் சேலை கட்டியிருந்தாள். ஸ்டைலான சிக்கனக் கொண்டை. சிவப்பு நிறத்தை ஃபோகஸ் செய்து காட்டும் கறுப்பு ஸ்ட்ராப் கொண்ட ஹெச். எம். டி. கட்டியிருந்தாள். கறுப்பு ஸ்டிக்கர் பொட்டு. உறுத்தாத இதமான, அளவான லிப்ஸ்டிக். மேலுதட்டிற்கு மேல் மிகப் பொடிசாய்ப் பூனை ரோமம். காதுகளில் மேட்ச்சாய் சிம்பிள் ட்ராப்ஸ். கழுத்தில் மெல்லிய தங்கச் செயின்.

நிவிதாவைச் சுருக்கி வர்ணிக்கச் சொன்னால்... நிவிதா ஸ்டார் ஹோட்டல் ரிஸப்ஷனிஸ்ட் போல இருந்தாள். திருப்தியில்லையெனில்... நிவிதா புதிதாய் வேலைக்குச் சேர்ந்த ஏர் ஹோஸ்டஸ் போல இருந்தாள். பார்த்ததில்லையெனில்... நிவிதா உங்கள் அபிமான நட்சத்திரத்தைப் போல இருந்தாள்.

தற்சமயம் ஷியாமின் அறையில் புன்னகையுடன் உள்ளே வந்து, “குட்மார்னிங் சார்” என்றாள்.

“மார்னிங். நீங்கள்தான் திருச்சி சேல்ஸ் ஆஃபீஸ்லேர்ந்து வந்திருக்கிறதா?”

“யெஸ் சார்.”

“சிட் டவுன் ப்ளீஸ்” என்றான் ஷியாம்.

“தாங்க யு சார்.”

நாற்காலியில் மரியாதையாக அமர்ந்தாள்.

“மிஸ். நித்யா?”

“இல்லை சார், நிவிதா.”

“யெஸ், யெஸ் நிவிதா கேள்விப்படாத பேரு. எங்கே தங்கியிருக்கீங்க?”

“சைதாப்பேட்டையில் பாரதி வொர்க்கிங் விமன்ஸ் ஹாஸ்டல்ல ரூம் எடுத்திருக்கேன்.”

“ஹாஸ்டல் வசதியா இருக்கா?”

“பரவாயில்லை. ரொம்ப ஓகோன்னும் இல்லை; மோசமும் இல்லை.”

“அக்கவுண்ட்ஸ்ல உங்களைப் போட்டிருக்காங்க. உங்க செக்ஷன் ஹெட், மிஸ்டர் அந்தோணி அவரைப் பார்த்துட்டீங்களா?”

“இன்னும் இல்லை சார்.”

ஷியாம் இன்ட்டெர்காம் எடுத்து, எண் அழுத்தி, “அந்தோணி சார், உங்க செக்ஷன்ல மிஸ். நிவிதான்னு... ஆமாம் திருச்சிலேர்ந்துதான். இன்னிக்கு ஜாய்ன் பண்ணிட்டாங்க. டேபிள் கொடுங்க. ஸ்டாஃப் எல்லாரையும் இண்ட்ரட்யூஸ் பண்ணி விடுங்க.”

வைத்துவிட்டு, காலடியில் இருந்த காலிங்பெல்லின் சுவிட்சை அழுத்த... கதவைத் திறந்துகொண்டு பியூன் உள்ளே வந்தான்.

“இவங்களை அக்கவுண்ட்ஸ் செக்ஷனுக்கு அழைச்சுக்கிட்டுப் போ. போங்க மிஸ் நித்யா... ஸாரி... நிவிதா...”

எழுந்து நின்று கைகூப்பினாள்.

“உங்களுக்கு இந்த ஆபீஸ்ல எந்த பிராப்ளம்னாலும் என்கிட்டே நேரா வந்து சொல்லலாம்.”

"தேங்க் யு சார்."

"ஒன் மினிட்" என்று மேஜை டிராயரைத் திறந்து, ஒரு சின்னப் புத்தகம் எடுத்துத் தந்தான். "மீரஜ் எலக்ட்ரிகல்ஸ் லிமிடெட்டோட முழு சரித்திரமும் இதில இருக்கு. படிக்கிறதுக்கு வேறே எந்தப் புத்தகமுமே கிடைக்காத சமயத்திலே படிச்சிப் பாருங்க."

பியூனைத் தொடர்ந்து நிவிதா நடக்க... அறையை விட்டு, அவள் வெளியேறும் வரை பார்த்துக்கொண்டே இருந்தான் ஷியாம். நாக்கால் கீழுதட்டைத் துடைத்துக் கொண்டான் ஈரமாக.

இன்டெர்காமில் பர்சனல் மானேஜரைத் தொடர்புகொண்டு, "இன்னிக்கு வேலைல சேர்ந்திருக்கிற மிஸ். நிவிதாவோட பர்சனல் ஃபைல் திருச்சிலேர்ந்து வந்துடுச்சா?"

"யெஸ் சார்."

"என் ரூமுக்கு அனுப்பி வைங்க, பார்க்கணும்."

"சரி சார்."

"ஸ்க்ரிப்ளிங் பேடில் அவன் வலது கை அனிச்சையாக 'நிவிதா' என்று எழுதியது. அதன் அடுத்த வரியில் 'நிதம் தா' என்று எழுதியது. ரிசீவரை வைத்துவிட்டு எழுதினதைப் பார்த்துப் புன்னகை செய்துகொண்ட ஷியாம் அந்தக் காகிதத்தைக் கிழித்துக் குப்பைக் கூடையில் எறிந்தான்."

குப்பைக் கூடையின் வயிற்றில் 'Use Me' என்றிருந்தது.

அந்தோணி சற்று உயரம் குறைவாக இருந்தார். மேஜைமேல் ஆஷ்ட்ரே நிறையச் சாம்பலும், சிகரெட் மிச்சங்களும் வைத்திருந்தார். காரணமாகக் கறுத்த, தடித்த உதடு, சிரித்தபோது பல்லெல்லாம் இடுக்குகள். பச்சையாக ஷேவ் செய்திருந்தார். நிவிதாவை, "வெல்கம் பேபி" என்றார். அவர் வயதிற்கு அது தப்பாய்ப் படவில்லை.

ஒவ்வொரு மேஜையாய் அழைத்துப்போய் அறிமுகப்படுத்தி வைத்தார்.

“சீதாராமன், பேர்தான் அப்படி. அம்பது வயசு கிழவியைக்கூட கண்ணாடியைத் துடைச்சுப் போட்டுக்கிட்டுப் பார்ப்பாரு. ஜாக்கிரதையா இருக்கணும், பயந்துடாதே. பேபி சும்மா கிண்டல், பசு மாதிரி சாது. பென்சில் சீவக்கூட பயம்.”

“பெஞ்சமின் ரீஜனல் மானேஜருக்கே கம்பெனி லா சம்பந்தப்பட்ட சந்தேகம் எல்லாத்தையும் இவர்கிட்டத்தான் கேட்டுத் தெரிஞ்சுக்குவார். பார்க்கத்தான் கோமாளி மாதிரி இருக்காரேயொழிய சச் எ ஜீனியஸ்.”

“நாராயணன் முகத்தைப் பார்த்ததுமே தெரிஞ்சிருக்குமே, கமிங் ஃப்ரம் கேரளா. ஆனா தமிழ்ல கவிதை எல்லாம் வெளுத்துக் கட்டுவாரு. கிரிக்கெட் சீசன்ல பாக்கெட் ரேடியோவைக் கோந்து போட்டுக் காதில ஒட்டிக்குவாரு. தப்பே இல்லாம வேலை பாட்டுக்கு நடந்துக்கிட்டிருக்கும்.”

“மேகலா முகத்தைப் பார்த்து சந்தோஷமா, கோபமான்னு தெரிஞ்சிக்கிறது கஷ்டம். போன வருஷம்தான் கல்யாணமாச்சி. இன்னும் எங்களுக்கு ட்ரீட் கொடுக்காம ஏமாத்திக்கிட்டே வருது பேபி.”

“விமல், பேபி ஸாரி. அப்படியே கூப்பிட்டுப் பழக்கமாய்டுச்சி விமலா, மிஸ் விமலா. ஒரு நாள் லீவு போட்டாச்சுன்னா ஆபீசே ஞாயித்துக்கிழமை கடைத்தெரு மாதிரி ஆயிடும். நூத்துக்கணக்கில் ஜோக் ஸ்டாக் இருக்கு பேபிகிட்டே. எல்லாம் ஏ சர்ட்டிஃபிகேட் ஜோக்ஸ்.”

சின்னச் சின்ன கமெண்ட்டுகளுடன் செக்ஷன் ஸ்டாஃப்கள் அனைவரையும் அறிமுகப்படுத்திய பிறகு, நிவிதாவுக்கு ஒதுக்கப்பட்டிருந்த மேஜைக்கு அழைத்து வந்தார்.

“உக்காரும்மா. உன்னால கம்பெனிக்கும், கம்பெனியால் உனக்கும் பெருமைகள் சேரணும்னு நான் ஜீசஸை வேண்டிக்கிறேன். மனசுல எதையும் வச்சுக்காம கொட்டிடறது என் பழக்கம் பேபி. எக்ஸ்க்யூஸ் மீ, உன்னை அப்படிக் கூப்பிடறது பிடிக்கலைன்னா தாராளமாச் சொல்லிடலாம்.”

"நோ ஹார்ம். அப்படியே கூப்பிடுங்க. நீங்க என் அப்பா மாதிரி."

"அப்படியா? சந்தோஷம். அப்பா மாதிரி ஒரு அட்வைஸ் சொல்லட்டுமா?"

"சொல்லுங்க சார்."

"மெட்ராஸ் உனக்குப் புதுசுதானே?"

"ஆமாம்."

"ஆனா எனக்கு ரொம்பப் பழசு. அதனால் சொல்றேன். இவ்வளவு மேக்கப் வேணாம். கொஞ்சம் குறைச்சிக்கோ, உன் நன்மைக்காகத்தான் சொல்றேன்."

"புரியுது சார்."

"தேங்க்ஸ். மைண்ட் யுவர் பிஸினஸ்னு சொல்லிவிடுவியோன்னு பயந்தேன். முதல் வேலையை ஆரம்பிக்கலாமா? கடலூர் மோகன்தாஸ் ஏஜன்சீஸ் ஃபைலை எடுத்துக்கோ. இந்த ஃபைனான்சியல் வருஷ ஆரம்பத்திலேர்ந்து இன்னைய தேதி வரைக்கும் இன்வாய்ஸ் ஆகியிருக்கிற எலக்ட்ரிகல் சாமான்கள் ஐட்டம் வாரியா எண்ணிக்கை தேவைப்படுது. எடு, பார்க்கலாம்."

நிவிதா தன் அப்பாவை வணங்கிவிட்டுப் பேனாவைத் திறந்தாள்.

மதியம் உணவு இடைவேளையின் போது, விமலா தன் சீட்டிலிருந்து வந்து, "வாங்க, எனக்கு கேரியர் வந்துடுச்சு. ரெண்டுபேரும் ஷேர் பண்ணிக்கலாம். என்.வி. சாப்பிடுவீங்கதானே" என்றாள்.

"சாப்பிடுவேன் ஆனா... நீங்க சாப்பிடுங்களேன். காண்டீன் எதுவும் இருக்கா இங்கே?"

"இல்லை. பக்கத்திலே ஒரு மெஸ் இருக்கு. ஏற்பாடு செஞ்சிக்கிட்டா கேரியர்லேயே கொண்டாந்து தருவாங்க. நான் ஏற்பாடு செய்யறேன். இன்னிக்கு என்னோட சாப்பிடுங்க. பரவாயில்லை; கேரியர் சாப்பாட்டில் ரெண்டுபேர் தாராளமாகச் சாப்பிடலாம்."

அதற்குமேல் நிவிதாவால் மறுக்க முடியவில்லை.

விமலா தன் மேஜையின் பொருள்களை நகர்த்தி வைத்துவிட்டு, இன்னொரு நாற்காலி எடுத்துப் போட்டு கேரியரைப் பிரித்தாள்.

"உங்களுக்கு வீடு எங்கே?"

"குரோம்பேட்டை மொஃபெட் வெச்சிருக்கேன், ஹெல்மெட்தான் பெரிய பிரச்னை. முந்தியெல்லாம் டிசைன் டிசைனா ஹேர் ஸ்டைல் செஞ்சிக்குவேன். ஹெல்மெட் வந்ததிலேர்ந்து எல்லாம் போச்சி. நிவிதாங்கிற பேர் ரொம்ப ஸ்வீட்டா இருக்குங்க."

"நான் பொறந்தப்போ அப்பா நித்யான்னு வைக்கணும்னாங்களாம். அம்மா கவிதான்னு வைக்கணும்னாங்களாம். கடைசில ரெண்டையும் சேர்த்து நிவிதான்னு வெச்சிட்டாங்க. ஜோக் சொல்லுங்க கேக்கலாம்."

"அய்யய்யோ, வேணாங்க. அப்புறம் என் கூட பேசமாட்டீங்க. மூஞ்சைத் திருப்பிக்கிட்டுப் போய்டுவீங்க. ரெண்டு நாள் போகட்டும். உங்க குடும்பத்தைப் பத்திச் சொல்லுங்க."

"திருச்சிதான் சொந்த ஊர். அப்பா போஸ்டல் டிபார்ட்மெண்டலே வேலை பார்த்து, ரிடையராகி இறந்துட்டார். அம்மா இருக்காங்க. ரெண்டு தம்பிங்க. ஒருத்தன் பி.காம். படிச்சிட்டு மெட்ராஸ்ல ஃபிரெண்டோட தங்கிக்கிட்டு வேலை தேடறான். தற்காலிகமா பதிப்பகங்கள்ல புரூஃப் திருத்தறான். இன்னொரு தம்பி திருச்சில நைன்த் படிக்கிறான். நீங்க?"

"சொல்லிக்கிற மாதிரி இல்லைங்க. அப்பா வீடு புரோக்கர். தினம் தண்ணி. ஒரு ஃபுல் பாட்டில் வாங்கித் தந்தால், என்னையே வித்துடத் தயார். அம்மா தமிழ் சினிமா அம்மா மாதிரி தினம் ரெண்டு தடவையாவது அழுவாங்க. ஒரு அக்கா இருக்கா, தன் மாப்பிள்ளையைத் தேடிக்கிட்டு. ஒரு தம்பி அசோக் லைலண்ட்ல வேலை பார்க்கிறான்..."

பிறகு பெண்கள் இருவரும் தங்களுக்குப் பிடித்த நிறம், புடைவை, நடிகர், எழுத்தாளர், பொன்மொழி என்று பேச நிறைய விஷயமிருந்தது.

மாலையில் கட்டட வாசலில் தயாராய்க் காத்திருந்தான் வித்யாசாகர்.

"இப்ப உன் ரூமுக்குப் போறமா?"

"ஆமாம்" என்றான்.

"பஸ்ஸா, ஆட்டோவா?"

"என் ரூம்மேட்டோட ஸ்கூட்டர் எடுத்துட்டு வந்திருக்கேன்."

"சரி, ஏன் தூரமாக நின்னு பேசறே?"

"ஒண்ணுமில்லையே... வா போலாம்" ஸ்கூட்டர் ஓடிக் கொண்டிருக்கும் போது கேட்டாள்.

"எத்தனை நாளாடா சிகரெட் பழக்கம்?"

"சிகரெட்டா?"

"நான் லிஃப்டைவிட்டு இறங்கினதுமே, நீ அவசரமா எறிஞ்சதைப் பார்த்துட்டேன். ஏண்டா வித்யா இதெல்லாம் உனக்கு?"

"பத்து நாள் டயம் கொடுக்கா, சுத்தமா விட்டுடறேன்."

மாம்பலத்தில் இருந்த, மாத வாடகை லாட்ஜிற்கு வந்து, தன் அறைக்கு அழைத்து வந்து கதவைத் திறந்தான் வித்யாசாகர்.

"என் ரூம் மேட் பேரு துரை. வயலினிஸ்ட். இளையராஜா ட்ரூப்ல இருக்கான். தங்கமான ஆளு. இப்ப வெளில போயிருக்கான்."

அறை, இவள் வரவை முன்னிட்டுச் சுத்தம் செய்யப்பட்டிருப்பது தெரிந்தது. சுவர்களில் மேற்கத்தியப் பாடகர்கள் கத்திரிக்கப்பட்டு ஒட்டப்பட்டிருந்தார்கள். உறை மாட்டிய வயலின் ஆணியில் தொங்கியது, வெங்கடாசலபதி படமும் இருந்தது.

"இது நான் ஒட்டினது" என்றான் வித்யா. ஸ்டவ்வும், கொஞ்சம் எவர்சில்வர் டப்பாக்களும் இருந்தன. கொடியில் ஹேங்கர்களில் நிறைய சட்டை, பேண்ட்டுகள் தொங்கின.

"எல்லாம் அவனோடதுதான் என் சட்டையை எல்லாம் மடிச்சி வெச்சிடுவேன். இதோட சேர்ந்து தொங்கினா, அவன் சட்டைக்கு மரியாதையா இருக்காது பாரு..."

நிவிதா கைப்பையைத் திறந்து, இருநூறு ரூபாய் எடுத்துத் தந்தாள். "இந்தா, சட்டை வாங்கிக்க வித்யா."

"மூணு இருக்குக்கா, நான் ஒரு பேச்சுக்குச் சொன்னேன்."

"பரவாயில்லை, வாங்கிக்க."

வித்யாசாகர் டீ போட்டுக் கொடுத்தான். அரை மணி நேரம் குடும்ப விஷயங்கள் பேசினார்கள். பிறகு நிவிதா புறப்பட்டாள்.

அறையைப் பூட்டிவிட்டு, ஸ்கூட்டரில் அவளை ஹாஸ்டல் வாசலில் இறக்கி விட்டுவிட்டு, அவளின் அலுவலக போன் நம்பரைக் குறித்து வாங்கிக்கொண்டு சென்றான் வித்யாசாகர்.

நிவிதா உள்ளே வந்ததும் எதிர்ப்பட்ட வார்டன், "உனக்கு ஒரு லோக்கல் போன் வந்திச்சும்மா, நம்பர் கொடுத்திருக்காங்க. நீ வந்ததும் அந்த நம்பரைக் கூப்புடச் சொன்னாங்க" என்றார்.

"பேரென்ன சொன்னாங்க மேடம்?" என்றாள் புரியாமல்.

"வினோத்குமார்ன்னு சொன்னார்." நிவிதா முகம் மாறினாள். வேகமாக போன் இருக்கும் அலுவலக அறை நோக்கி நடந்தாள், கொஞ்சம் கோபமாக.

——

அத்தியாயம் 3

அலுவலகத்தில் அந்த கிறிஸ்துவப் பெண் டைப் அடித்துக் கொண்டிருந்தாள்.

"எனக்கு ஒரு போன் வந்திச்சாமே?" என்றாள் நிவிதா.

"ஆமாம். வினோத்குமார்னு சொன்னார். இந்தாங்க, இந்த நம்பருக்கு உங்களை போன் செய்யச் சொன்னார்" என்று அவள் துண்டுக் காகிதம் நீட்டினபோது அவள் விரலில் 'எம்' என்று எழுதின மோதிரம் தெரிந்தது.

மேரியா, மரியாவா என்று வித்யாசாகர் கேட்டது நினைவு வந்தது.

"உங்க பேரென்ன?" என்றாள்.

"மார்ட்டினா."

"நான் போன் பண்ணிக்கலாமா?"

அவள் பக்கமாக நகர்த்தி வைத்து, உக்காந்து பேசுங்க" என்று நாற்காலியைக் காட்டினாள். நிவிதா அமர்ந்து, அந்த எண்களைச் சுழற்றினாள்.

"மிஸ்டர் வினோத்குமார் இருக்காரா?"

"ஒரு நிமிஷம்."

ஒரு நிமிஷத்திற்குள்ளேயே, "வினோத் ஹியர்"

"நிவிதா பேசறேன்."

"ஹல்லோ! மெட்ராஸ் வந்து பன்னிரண்டு மணி நேரமாச்சு, உன்கிட்டேர்ந்து தகவல் இல்லை. எப்ப வந்தே?"

"நான் கோபமா இருக்கேன்."

"குரல்ல தெரியலை, முகத்தில் இருக்கலாம். ஆனா எனக்கெப்படித் தெரியும் அது? கோபம் ஏன்னு எனக்குத் தெரியும். மெட்ராஸ் வந்து நானே போன் காண்டாக்ட் பண்றேன்னு சொல்லியிருந்தே. நான் முந்திக்கிட்டதிலே கோபம், ரைட்?"

"என்ன அவசரம் உங்களுக்கு?"

"இன்னிக்கு குரல் தரிசனத்தோட சரியா? போன்லயே தானா? நேர்ல மீட் பண்ணப் போறதில்லையா?"

"இல்லை."

"உதைப்பேன் படவா. பார்த்து இருபத்தி மூணு நாளாச்சி. இல்லையாம். நிஜமாவே மனசைத் தொட்டுச் சொல்லு பார்க்கலாம்."

"எங்கேர்ந்து பேசறீங்க?"

"கம்பெனிலேர்ந்து பேசறேன். வரட்டுமா?"

"வேணாம். வேணாம்."

"வர்றியா?"

"நாளைக்குப் பார்க்கலாமே."

"ம்கூம். இன்னிக்கே இப்பவே."

"எங்கே வர்றது?"

"போனை வச்சிட்டு வெளில வா. ஒரு ஆட்டோல ஏறி உக்காரு. ஆனந்த் தியேட்டர்ன்னு சொல்லு. நாலே நிமிஷத்தில் இறக்கிவிடுவான். நீ இறங்கினதும் ஹலோ சொல்ல நான் ரெடியா இருப்பேன். ரைட்"

"இப்பதான் ஆபீஸ்லேர்ந்து வந்தேன். முகம் கழுவிக்கிட்டு, டிரெஸ் மாத்திக்கிட்டு வர்றேனே... வெய்ட் பண்றீங்களா?"

"எனக்குத் தாடி வளர்றதுக்குள்ளே வந்துடு."

வைத்துவிட்டு மார்ட்டினாவின் ஊடுறுவும் குறும்புப் பார்வையைத் தவிர்த்து, தன் 72 ஆம் நம்பர் அறைக்கு வந்தாள்.

காலையில் அறிமுகமான அறைத் தோழிகள் இருவரில் டெலிபோன் எக்ஸ்சேஞ்சில் வேலை பார்க்கும் பத்மா கட்டிலில் படுத்துக்கொண்டு ஆங்கில சினிமா பத்திரிகை புரட்டிக் கொண்டிருந்தாள். சதர்ன் ரயில்வே அலுவலகத்தில் வேலை பார்க்கும் மற்றொருத்தி தாமரைச் செல்வி. கண்ணாடி முன் அமர்ந்து புருவம் தீட்டிக் கொண்டிருந்தாள்.

"வாங்க நிவிதா, உங்களுக்காகத்தான் காத்திருக்கோம்."

"எனக்காகவா? எதுக்கு?"

"எங்க ரூம்ல சேர்ந்திருக்கிங்க, சின்னதா பார்ட்டி இல்லையா? பத்மா, தாஜ் போலாமா, சோழா போலாமா?"

"பயமுறுத்தாதே அவங்களை. முதல் மாதச் சம்பளம் வாங்கினதும் சோழால வச்சிக்கலாம். இப்போ சிம்ப்பிளா கேக், சம்சா, ஐஸ்கிரீம் என்னங்க நிவிதா?"

"நிச்சயம் தர்றேன். ஆனா நாளைக்குத் தர்றேன்."

"இன்னிக்கு என்ன அஷ்டமியா?"

"இல்லை. நான் அவசரமா வெளில போக வேண்டியிருக்கு."

"நான் சொல்லட்டுமா எங்கேன்னு?"

"நான் போற இடம் உங்களுக்கு எப்படித் தெரியும்?"

"தட் ஈஸ் பத்மா. சொல்லிட்டா என்ன தர்றீங்க? பணமெல்லாம் வேணாம். சிம்ப்பிளா ஒரு கிஸ். ஓக்கே? நீங்க போறது வினோத்குமாரை மீட் செய்ய, அறிவுப்போட்டி பதில் மாதிரி சொல்லுங்க. சரியா தவறா?"

நிவிதா திகைத்துப் போனாள்.

"எ... எப்படி உங்களுக்குத் தெரியும்?"

"துப்பறிஞ்சேன். மார்ட்டினா வினோத்குமார்ன்னு எழுதி ஒரு போன் நம்பர் எழுதி வச்சிருந்தா. புதுப் பேரா இருக்கேன்னு கேட்டேன். கால் உங்களுக்கு வந்ததுன்னு சொன்னா. ஆகவே இரண்டும், இரண்டும் நான்கு. கமான், கிஸ்" என்று தன் கன்னத்தைக் காட்ட...

புன்னகையை விழுங்கிக்கொண்டு நிவிதா பத்மாவை முத்தமிட்டுவிட்டு துண்டுடன் பாத்ரூம் சென்றாள்.

முகம் கழுவித் திரும்பி வந்து கண்ணாடி முன்பு ஸ்டூலில் அமர...

"எப்படி இது? ஃப்ரெண்ட்ஷிப்பா, இல்லை..." என்றாள் தாமரைச் செல்வி.

"சேச்சே, சின்சியரா நேசிக்கிறோம்."

"உங்க காதலோட வயசு?"

"ரெண்டு வருஷம், ரெண்டு மாசம்."

"இப்ப கேட்டா விவரமா சொல்லமாட்டிங்க. போய்ட்டு வந்து, ராத்திரி எப்படி ஆரம்பிச்சதுன்னு எனக்குச் சொல்லணும் நீங்க. சொல்விங்களா?" என்றாள் பத்மா.

"சொல்றேன்" என்று பவுடர் ஒற்றிக்கொண்டாள்.

"ஒரு புது மாதிரி ஹேர் ஸ்டைல் நான் செஞ்சி விடட்டுமா. இஃப் யு டோண்ட் மைண்ட" என்று உரிமையாகத் தாமரைச் செல்வி சீப்பெடுத்துக்கொண்டு நிவிதாவின் தலையலங்காரத்தில் இறங்கினாள்.

பதினைந்து நிமிடத்தில் சிவப்புச் சேலையில் புறப்பட்டாள் நிவிதா.

ஆட்டோ பிடித்து, தியேட்டர் வாசலில் இறங்கினபோது வினோத்குமாரைக் காணவில்லை. சற்று ஒதுங்கி நின்று சுற்றிலும் அலைமோதும் கூட்டத்தில் அவனைத் தேடினாள்.

"மேடம், சினிமா பார்க்கலாம் வர்றிங்களா மேடம்?" என்று கட்டையாய் ஒரு குரல் அவள் காதருகில் விசாரிக்க, "ச்சீ" என்று திரும்பினாள்.

வினோத் பாண்ட் பாக்கெட்டுகளில் கைகளை விட்டுக்கொண்டு பல் தெரியாமல் சிரிக்க...

"ச்சே... நீங்கதானா? பயந்தே போய்ட்டேன்."

"என்னை மட்டும் இவ்வளவு நேரம் தவிக்க விடலாமா நீ? நான் கொஞ்சம் ட்ரிம்மா டீக்கா இருக்கேனா, ஒரு பொண்ணு வந்து இதே மாதிரி சார், சினிமா பார்க்க வர்றிங்களான்னு விசாரிச்சா. நிவிதாவை வரச் சொல்லிட்டேன், இல்லைன்னா வருவேன்னு சொல்லிட்டேன்."

"வழியாதிங்க. உங்களைத் திட்டிட்டுப் போகத்தான் வந்தேன்."

"இப்படி நடு ரோட்ல நின்னுதான் திட்டணும்னு அவசியம் இல்லை. பைக் இருக்கு. பின்னாடி உட்கார்ந்தா நேரா சாந்தோம் பீச்சுக்குப் போகலாம். அங்கே போய் எவ்வளவு வேண்டும்னாலும் திட்டோ திட்டுன்னு திட்டு. கடல் சத்தத்தில் காதுல விழாது. வா."

சாலையோரமாக நிறுத்தி வைத்திருந்த மோட்டார் பைக்கை நோக்கி நடந்த வினோத்குமார் மீடியமான உயரத்தில் இருந்தான். கறுப்பு ஜேகர் பேண்ட் அணிந்து, லூசாய் முழங்கை வரைக்கும் பேகி ஷர்ட் அணிந்திருந்தான். போட்டோசென் கிளாஸ், தூக்கி வாரப்பட்ட முடி காற்றில் அதிர்ந்தது.

பீச் வந்து, மணலில் மௌனமாக நடந்து... அலைகளுக்கு அருகாமையில் அமர்ந்த பின், "இப்ப திட்டு கேட்டுக்கறேன்" என்றான்.

"உங்களை யார் ஹாஸ்டலுக்கு போன் பண்ணச் சொன்னது?"

"உனக்கு போன் பண்றதுக்கு இன்னொருத்தர் எனக்குச் சொல்லணுமா?"

"வார்டன் ஒரு மாதிரி பார்க்கறாங்க. கிளார்க் ஒரு மாதிரி சிரிக்கிறா."

"ஸோ வாட்?"

"உங்களுக்கென்ன, சுலபமா சொல்லிட்டிங்க. என் ரூம்மேட்சுக்குக் கூடத் தெரிஞ்சிபோச்சு, வந்த முதல் நாளே."

"என்னைக்கு இருந்தாலும் தெரியாமல் போய்டுமா? இன்னிக்கு தெரிஞ்சா என்ன?"

"என்ன நினைப்பாங்க என்னைப்பத்தி?"

"விவரமான ஆளுன்னு நினைப்பாங்க. கட் இட் நிவிதா எப்படி இருக்கு ஆபீஸ்?"

"ரொம்ப விசாலம்."

"என் மனசு மாதிரியா?"

"ஆகா, உங்க மனசு தெரியாது எனக்கு?"

"என்ன நீ, மூணு வாரம் கழிச்சி மீட் பண்றோம். ஒரு ரொமாண்டிக் பார்வை வேணாம்? பேச்சில ஏன் மொளகா பஜ்ஜி காரம்? ஈஸி நிவிதா ஈஸி..."

கூந்தல் பறக்க மௌனமாக முழங்கால்களைக் கட்டிக்கொண்டு அவனையே பார்த்தாள். பைக் சாவியால் மணலில் படம் வரைந்து கொண்டிருந்தவன் நிமிர்ந்து, "என்ன பார்வையிலேயே இப்படி சாப்புடறே? கொஞ்சம் மிச்சம் வை, நான் வீட்டுக்குப் போகணும்" என்றான்.

"வினோத்"

"ம்?"

"எப்படி இருக்கீங்க?"

"அப்பா, இப்பத்தான் சாந்தலட்சுமி கடாட்சம் அருளியிருக்கு. கொஞ்சம் இளைச்சிப் போய்ட்டேன், இல்லே? போன வாரம் பசலை நோய் வந்து வாட்ச் கழண்டு கீழே விழுந்துடுச்சு."

"அதெல்லாம் இல்லை. கொஞ்சம் பருத்துத்தான் இருக்கீங்க. லேசா தொப்பை ஃபார்ம் ஆகுது போலிருக்கு."

"ரெண்டு வாரமா எக்ஸர்சைஸ் செய்யலை நிவிதா, டைட்டா வேலை."

"உண்மை அது இல்லை."

"பின்னே?"

"நிறைய பீர் குடிச்சா தொந்தி வரும்."

"நிறையக் குடிச்சாதானே? நான் வாரத்துக்கு ரெண்டு தடவைக்கு மேல தொடறதில்லையே, அதுவும் பஸ்லையும், ரயில்லயும் டூர் போக வேண்டிய வேலையாப் போச்சா? உடம்பு சூடாய்ட்டுது. அதனால்..."

"சூடானா... எண்ணெய் தேய்ச்சுக் குளிக்கிறது."

"உடனே பாட்டி வைத்தியம் ஆரம்பிச்சிடுவியே... அதுக்கெல்லாம் பொறுமை இல்லை நிவிதா. கல்யாணத்துக்கப்புறம் நீ தேய்ச்சுக் குளிப்பாட்டி விடறதானா, நான் தினம் ஆயில்பாத் எடுத்துக்கத் தயார். அது வரைக்கும்..."

"பீர் மட்டும்தானா, இல்லை இன்னும் ஏதாச்சும் உண்டா?"

"சேச்சே. வேற என்ன என்ன அயிட்டம் இருக்குன்னுகூட எனக்குத் தெரியாது. கையைக் கொண்டாயேன்..." என்று அவள் கையை எடுத்து, அதை இரண்டு கைகளாலும் பொத்திக்கொண்டு, "சத்தியமா" என்றான்.

"நம்புறேன்" என்று கையை எடுத்துக்கொள்ள முயல...

"கொஞ்ச நேரம் இருக்கட்டுமே. பத்திரமா வச்சிருக்கிறேன் நான்" என்று அவள் முகத்தைப் பார்த்து, "வர்ற சண்டே என்ன ப்ரோக்ராம் நிவி?"

"ஒண்ணுமில்லை."

"ஏன்?"

"இத பாருங்க விேனோத்."

"பார்த்துக்கிட்டே இருக்கேன்."

"நான் திருச்சில வேலை பார்த்தப்போ நாம மாசத்துக்கு எத்தனை தடவை சந்திப்போம்?"

"ரெண்டு தடவை, அதாவது நான் டூர்ல வர்ற ரெண்டு தடவையும்."

"அதே மாதிரி அங்கேயும் மாசத்துக்கு ரெண்டு தடவைதான் நாம சந்திக்கப் போறோம்."

“இது அநியாயம். இப்படி வச்சிக்கலாம். நான் மெட்ராஸ்ல இருக்கிற நாட்கள் மட்டும் நாம சந்திக்கிறோம். ஓக்கே?”

“டூர் தினங்கள் போக நீங்கள் மாசத்தில் எத்தனை நாள் மெட்ராஸ்ல இருப்பீங்க?”

“ஜஸ்ட் பத்தே பத்து நாள்தான்.”

“ம்கூம். மாசம் ரெண்டு தடவைதான் பார்க்கணும். இதில் நான் ரொம்ப ஸ்ட்ரிட்டா இருக்கப் போறேன். தினம் பார்க்கணும்னு நினைச்சா... ஒரே வழி கல்யாணம்தான்!”

“நானா மாட்டேங்கறேன். இங்கேயே இருக்கியா? பொடி நடையா போய் ஒரு மஞ்சக் கயிறு வாங்கிட்டு வரட்டுமா?”

“என் தம்பிக்கு ஒரு நல்ல வேலை கிடைச்சு, அவன் என் குடும்பத்தைக் காப்பாத்தற பொறுப்பை எடுத்துக்கற வரைக்கும் நான் காத்திருந்துதான் ஆகணும் வினோத்.”

“வேற வழியில்லாம நானும் காத்திருந்துதான் ஆக வேண்டியிருக்கு. கல்யாணத்துக்கு அப்புறமும் நீ வேலைக்குப் போகலாம். சம்பளம் முழுக்க உன் குடும்பத்துக்குத் தரலாம்னு நான் நூறு தடவை சொல்லிட்டேன்; நீ கன்சிடர் பண்ணவே மாட்டேன்ற.”

“வேணாங்க வினோத். அதனால் பின்னாடி பிரச்னைகள் வரும்.”

கொஞ்ச நேரம் இருவரும் அமைதியாக ஒருவரை ஒருவர் பார்த்துக் கொண்டிருக்க...

சற்றுத் தள்ளி தன் நண்பனுடன், சங்கிலி முனையில் நாயுடன் வந்து கொண்டிருந்த ஷியாம் அவர்களைப் பார்த்தான்.

“வாட் எ சர்ப்ரைஸ்! இப்ப நான் சொல்லிக்கிட்டிருந்தனே... அதோ பாரு... அவதான் நிவிதா” என்றான். நாக்கால் கீழுதட்டைத் துடைத்துக்கொண்டான் ஈரமாக.

——

அத்தியாயம் 4

வெற்றி, அல்லது வீர மரணம் என்கிற தாரக மந்திரத்தை மனத்தில் வைத்து, நகருக்குள் நுழைய அனுமதி கேட்டு இடைவிடாத போராட்டம் நடத்திக்கொண்டே இருந்தன அலைகள். அதனால், நனைந்த விழிகளுடன் கரையோர மணல், உயிர் பிழைத்த நண்டுகள் தங்கள் வீடுகளைத் தொலைத்துவிட்டு அல்லாடிக்கொண்டிருக்க மேற்பார்வையிட மேக ஸ்வெட்டர் அணிந்து நிலா புறப்பட்டிருந்தது.

“ஆ! வலிக்குது” என்றாள் நிவிதா.

“விரல்ல சொடக்கு எடுக்கிறதைக் கூடத் தாங்க முடியலையா? வார்த்தையால் மட்டும் பக்கம் பக்கமா வீர வசனம் பேசறே?” என்ற வினோத்குமார் அவள் வலது கையின் மற்றொரு விரலை உள்புறமாக மடக்கி மறுபடியும் சொடக்கு எடுத்தான்.

“போதும். உங்ககிட்டே இதான் தொல்லை. யார் விரல் அகப்பட்டாலும் டொப்பு, டொப்புன்னு சொடக்கு எடுத்து விட்டுக்கிட்டு... இதென்ன பழக்கம்?”

“தொட்டில் பழக்கம். சுடுகாட்லதான் நிறுத்த முடியும் நிவி.”

“நல்லா இருக்கு பேச்சு. உங்க கம்பெனில் ரெய்டு நடந்ததா போன வாரம் பேப்பர்ல படிச்சேனே.”

“ஆமாம். எக்கச்சக்க சொத்தில் ஓர் ஓரமா கொஞ்சூண்டு கிள்ளிக்கிட்டுப் போனாங்க. ஒண்ணும் பிரச்னையில்லை. ஒரே மாசத்தில் அதைச் சம்பாரிச்சுடுவாங்க.”

“ஊர் ஊரா சுத்தற வேலையை விட்டுட்டு உங்க கம்பெனிலயே உக்காந்து பார்க்கிற மாதிரி வேறு வேலைக்கு மாத்திக்கக் கூடாதா வினோத்” என்ற நிவிதா காற்றில் முகத்துக்குக் குறுக்கே விழுந்த முடிக்கற்றையை ஒதுக்கி விட்டுக்கொண்டு, “இந்தாப்பா, சுண்டல்! இங்கே வா,” என்றாள்.

“இதிலே என்ன பிரச்சினைன்னா எங்க கம்பெனில் உள்ள இருபத்திநாலு சேல்ஸ் ரெப்ரசன்டேட்டிவ்கள்லயும் சம்பளத்துக்காக மட்டும் உழைக்காம, உண்மையான ஈடுபாட்டோட நான் உழைச்சுத் தொலைக்கிறேன். இந்த மாசம் எனக்குப் பதினஞ்சு லட்சம் விற்பனை லட்சியம் நிர்ணயிச்சாங்கன்னா, நான் இருபது லட்சத்துக்குச் சாதிச்சுக் காட்டிடறேன். அதனால டீலர்கள்கிட்டே பேசறதிலையும், விற்பனையை அதிகரிக்கிறதிலையும் வினோத்குமாரை மாதிரி யாரும் செய்ய முடியாது, அதிலயே இருக்கட்டும்னு சொல்லிடறாங்க.”

சுண்டல் வாங்கிச் சாப்பிட்டுக்கொண்டு மேலே பேச ஆரம்பித்த வினோத், அவர்களுக்கு மிகவும் அருகில் நடந்து நிவிதாவையே இமைக்காமல் பார்த்துக்கொண்டு கடந்தவனைப் பார்த்து, “உனக்குத் தெரிஞ்சவனா?” என்றான்.

“இல்லையே”

“வேற கிரகத்திலேர்ந்து வந்தவன் மாதிரி அப்படி பார்க்கறான். இடியட் போய் ஏண்டா நீ பொம்பளையையே பார்த்ததில்லையான்னு கேட்டுட்டு வரட்டுமா?”

“விடுங்க வினோத், இதெல்லாம் சகஜம்.”

“என்ன சகஜம் ஒரு நாகரிகம் வேணாம். பக்கத்திலே ஓர் ஆம்பளை உக்காந்திருக்கிறப்பவே இப்படி இங்கிதமில்லாமல் பார்த்தா, தனியா இருந்தா? ராஸ்கல்ஸ்!”

“இப்ப என்ன ஆய்டுச்சி வினோத்? ஏன் இவ்வளவு தூரம் டென்ஷனாறீங்க?”

“என் நிவிதாவை இன்னொரு ஆம்பிளை தேவைக்கதிகமா ஒரு வினாடி பார்க்கிறதுகூட எனக்குப் பிடிக்கலை.”

“அது சரி, அப்படின்னா நாளையிலேர்ந்து ஒரு பர்தா வாங்கிப் போட்டுக்கிட்டுத்தான் நான் ஆபிஸ் போகணும்” என்று நிவிதா சிரிக்க...

கொஞ்சம் கோபம் வடிந்து, வினோத்தும் அந்தச் சிரிப்பில் இணைந்து கொண்டபோது இந்தப் பக்கத்திலிருந்து இந்தப் பக்கம் போன அதே நபர் இப்போது கையில் முறுக்குடன் மறுபடி அவர்களுக்குப் பக்கமாக அவளைப் பார்த்துக்கொண்டே, அந்தப் பக்கத்திலிருந்து இந்தப் பக்கம் நடந்தான்.

அவனைக் கவனித்துவிட்ட வினோத்குமார், “படவா! இரு. இந்தச் சுண்டலைப் பிடி. நான் போய் அவனை...” என்று எழ முயல... அவன் கையை அழுத்தமாகப் பிடித்து அமர்த்தினாள் நிவிதா.

“சும்மா உக்காருங்க வினோத். இன்னொரு தடவை இதே மாதிரி அவன் வந்தா அப்ப பேசிக்கலாம். அநாவசியத்துக்கு எதுக்காக நம்ம மூடைக் கெடுத்துக்கணும்? அப்புறம்? சொல்லுங்க. அடுத்த டூர் எப்ப ஆரம்பிக்கிறீங்க?”

அவர்களைக் கடந்தவன், மணலில் அழுந்தி நடந்து தூரத்தில் தன் காரின் பானெட்மேல் நாயை உட்கார வைத்து, அதன் தொங்கின காது மடலைத் தடவிக்கொண்டே புகைபிடித்துக் கொண்டிருந்த ஷியாமிடம் வந்தான்.

“என்ன தீபக், பார்த்தியா?”

“ஓ, ரொம்ப பக்கமாப் போயே பார்த்துட்டேன். ரெண்டு தடவை.”

“என்ன சொல்றே?”

“நீ சொன்னது தப்பு ஷியாம்.”

"என்னடா இப்படி சொல்றே?"

"நீ என்ன சொன்னே? நிவிதான்னு புதுசா ஒரு பொண்ணு மாற்றலாகி வந்திருக்கா. சினிமா ஸ்டார் மாதிரி இருப்பான்னு சொன்னே."

"ஆமாம். அது மாதிரி இல்லையா?"

"இல்லை. நிச்சயமா இல்லை. சினிமா நட்சத்திரம் எல்லாம் வரிசையா வந்து இவ காலைத் தொட்டுக் கும்புடணும் ஷியாம். அதெல்லாம் மேக்கப் மின்னல். இது அப்படியா? தேவதைன்னுகூட என்னால் சொல்ல முடியாது. ஏன்னா நான் தேவதையைப் பார்த்ததில்லையே எப்படிச் சொல்றது? 'ராவிஷிங் பியூட்டி'ன்னு சொல்லலாமா? அது கூடக் கம்மிதான்." என்ற தீபக் ஷியாமின் சட்டைப் பையிலிருந்து லைட்டர் எடுத்து, தன் சிகரெட்டைக் கொளுத்திக்கொண்டு தனது ஃபியட் காரின் முன்பகுதியில் குதித்து அமர்ந்து கொண்டான்.

"காலைலதான் ஊர்லேர்ந்து வந்திருக்கா, லேடீஸ் ஹாஸ்டல்ல தங்கியிருக்கா. சாயங்காலம் பீச்சுக்கு வந்துட்டா கொஞ்சம் தைரியமான பொண்ணுதான் யார் அவன்? அவங்க பேசிக்கிட்டது எதுவும் கேட்டியா தீபக்?"

"இல்லை எதுவும் காதுல விழலை. நிச்சயம் அண்ணன், தங்கச்சி இல்லை. ரெண்டே சான்ஸ்தான்; நண்பன் இல்லைன்னா, காதலன்."

"காலைல பார்த்ததிலேர்ந்து உள்ளுக்குள்ளே ஒரு புறா இறக்கை அடிச்சிக்கிற மாதிரி ஒரே படபடப்பா இருக்கு தீபக். வேலையே ஓடலை. பர்சனல் ஃபைலை வரவழைச்சு, அவ அப்ளிகேஷன்ல ஒட்டியிருந்த ஃபோட்டோவையே போன்கூட எடுக்காமல் பார்த்துக்கிட்டிருந்தேன்."

"ஹேய், இங்க பாருப்பா. காதலிக்கலாமான்னு எதுவும் யோசனையா?"

"சேச்சே. அதெல்லாம் இல்லை. காத்திருக்கலாமான்னுதான் யோசனை."

"எதுக்கு?"

"கட்டில் மேல அவள். அவள் பக்கத்தில் நான். அந்தச் சந்தர்ப்பத்துக்கு."

"பார்த்தா நல்ல குடும்பத்துப் பொண்ணு மாதிரி தெரியுது ஷியாம்."

"சரி. இருக்கட்டுமே, அதனால்...?"

"வம்பு வேணாம்ப்பா. மாசம் ஒரு தடவை, ரெண்டு தடவை பெங்களூர், பம்பாய்ன்னு போறோம். ஜாலியா இருக்கோம். வந்துடறோம் எந்தப் பிரச்னையும் இல்லை. நம்ம இமேஜும் பாதிக்கப்படறதில்லை" என்று முறுக்கைக் கடித்தான்.

"அதுவும், இதுவும் ஒண்ணா? உனக்கு அது அலுத்துப் போகலை? ஒரு தொழிலா, கடமையா, பணத்துக்காக, எந்திரத்தனமா நடந்துக்கறாங்களேயொழிய... ஒரு ஈடுபாடு இருக்கா? சொல்லு. இவ்வளவு ஏன்? உனக்கு ஜெயாவைப் பத்தி எத்தனை தடவை சொல்லியிருக்கேன்? நான் நிச்சயமா அவளைக் கல்யாணம் பண்ணிக்கப் போறேன்ங்கிற நம்பிக்கையில் எனக்கு எவ்வளவு சுதந்திரங்கள் கொடுத்தா? அஞ்சு தடவை என்னோட பெங்களூர் வந்தா. பயந்துக்கிட்டே, தயங்கிக்கிட்டே, மறுத்துக்கிட்டே எல்லாத்துக்கும் சம்மதிச்சா. அது ஈடுபாடு! அதான் த்ரில்!"

"இப்ப எங்கே இருக்கா ஷியாம்?"

"விஜயவாடால, ஒரு பாங்க் மானேஜரைக் கட்டிக்கிட்டுச் சௌக்யமா இருக்கா. ரெண்டு பசங்க வேற. ஒரு தடவை சென்ட்ரல்ல பார்த்தேன். புருஷனை அறிமுகப்படுத்தி வச்சா தர்மசங்கடத்தோட. அவர் என்னடான்னா விவஸ்தை இல்லாம அட்ரஸ் கொடுக்கிறேன், அவசியம் வீட்டுக்கு வரணும்னு சொல்லி அவகிட்டே கார்டு எடுத்துக் கொடுன்றார். ரயில் புறப்படப் போகுது வாங்கன்னு அழைச்சிக்கிட்டுப் போய்ட்டா."

"நாலு வருஷம் இருக்குமா?"

"இருக்கும். ஜெயாவுக்கு அப்புறம்... என் மனசு சலனப்பட்டிருக்கிறது நிவிதாவைப் பார்த்துதான். தீபக் அவ கண்ணை ரெண்டு செகண்ட் தொடர்ந்து பார்த்ததே ஐஸ்கிரீம் சாப்பிட்ட மாதிரி ஜில்லுன்னு ஆய்டுச்சிப்பா."

"ஸோ? தீர்மானிச்சிட்டே."

"தீர்மானிக்க வைக்குதுப்பா அவ அழகு" என்ற ஷியாம் சட்டென்று நாயைக் கீழே இறக்கி, அவசரமாகக் காருக்குள் அமர்ந்துகொண்டான். "அதோ பாரு, அவங்க இந்தப் பக்கம்தான் வர்றாங்க."

சாலையை நோக்கி நடந்த வினோத்குமாரையும், நிவிதாவையும் இவர்கள் இருந்த இடத்தைக் கடந்து போகும் வரை சுவாரசியமாகப் பார்த்தான் தீபக்.

இருவரும் கைகளைக் கோத்துக்கொண்டு நடப்பதைச் சுட்டிக்காட்டினன. அவன், "ஷியாம் நிச்சயமா அவன் அவளோட லவ்வர்தான். அதாவது கதாநாயகன்" என்றான்.

"இல்லை, எனக்கு வில்லன். புறப்படட்டுமா தீபக்?"

"அப்புறம்? நிவிதா ப்ராஜக்ட்ன்னு ஃபைலே போட்டுடப் போறியா?"

"யெஸ். டபுள் யெஸ்."

"இருப்பா. அவசரப்படாதே. ஒரு காரியம் செய்யி அந்தப் பையன் யாரு, அவளுக்கும் அவனுக்கும் என்ன உறவு, உண்மையா நேசிக்கிறாங்களா, இதெல்லாம் தெரிஞ்சுக்க."

"எதுக்கு?"

"ஏற்கெனவே ஒருத்தனை மனசார நேசிச்சிக்கிட்டிருக்கிற பொண்ணோட வாழ்க்கையில் எதுக்காகப் பிரச்னை பண்ணிக்கிட்டு? பாவம்! ஜெயா கேஸ் வேற, அவ இதயத்தைக் காலியா துடைச்சி வச்சிருந்தா. நீ போய் உக்கார்ந்தே பேசி மயக்கினே. பரிசு பரிசா வாங்கிக் கொடுத்தே மயக்கினே. ஆடம்பரமான வாழ்க்கையோட

வசதிகளைக் கனவு மட்டும் கண்டுகிட்டிருந்தவளுக்குக் கொஞ்சம் கொஞ்சமா ருசி காட்டி, உன் பின்னாடி அலைய வச்சே. திகட்டத் திகட்ட அனுபவிச்சுகிட்டு டாட்டா காமிச்சுட்டே. வீட்ல ஆண்கள் இல்லை, வந்து உன்னை நியாயம் கேட்க. மானம் போய்டுமேன்னு அவளும் அழுகை ஆயுதத்தைத் தவிர வேற எதையுமே உனக்கெதிராப் பயன்படுத்தத் தெரியாம ஒதுங்கிட்டா. எல்லாரையும் ஒரே தராசுல நிறுத்திப் பார்க்கிறது தப்பு ஷியாம்."

ஷியாம் பதில் சொல்லாமல் புன்னகை செய்தான். சிகரெட்டை வெளியே எறிந்தான். "கமின் ப்ரியா" என்று கதவைத் திறக்க... பாய்ந்த நாயை அருகே உட்கார வைத்துவிட்டு, "நான் உன்கிட்டே சொன்னதுதான் தப்பு" என்றான்.

"ஏன்?"

"பின்னே என்ன? ஏதாச்சும் உருப்படியா ஐடியா தருவேன்னு பார்த்தா. திடீர்னு தலைக்குப் பின்னாடி ஒளி வட்டம் முளைச்ச மாதிரி அறிவுரையிலே ஆரம்பிச்சிட்டே."

"இல்லை ஷியாம், நான் உன்னோட நன்மைக்காகத்தான் சொன்னேன். ஒரு பெரிய கம்பெனியோட ரீஜனல் மேனேஜர் நீ. சிட்டில உனக்குன்னு தனி ஸ்டேட்டஸ் இருக்கு. இமேஜ் இருக்கு."

"இதெல்லாம் பாதிக்கப்படாமலேயே நாசூக்கா காரியம் முடிக்கிறத்துக்கான திறமையும் இருக்கு. மாஸ்டர் ஆஃப் பிஸ்னெஸ் மேனேஜ்மெண்ட் கண்ணா. சும்மா இல்லை. ஒரு பெரிய வியாபார நிறுவனத்தை நிர்வகிக்க எவ்வளவு தகிடுதத்தம் செய்யணும் தெரியுமா? எவ்வளவு பெரிய பிஸ்னெஸ் கிங்குகளை எல்லாம் என் வழிக்குக் கொண்டு வந்திருக்கேன் தெரியுமா? ஒரு பொண்ணு, அதுவும் எனக்குக் கீழே வேலை பார்க்கிற ஒரு பொண்ணு, அதுவும் ஹாஸ்டல்ல தங்கியிருக்கிற பொண்ணு இவளை வளைக்க முடியலைன்னா ஐயாம் ஃபிட் ஃபார் நத்திங். தீபக்கு இதுன்னு இல்லை, எந்தக் காரியமா இருந்தாலும் அவசரம் காட்டாம, நிதானமா திறமையா, திட்டம் போட்டு நடத்தினா,

சாதிச்சுடலாம். எனக்கு அவசரமே இல்லைடா. பார்த்ததிலேர்ந்து மனசு தவிக்குது. அந்தத் தவிப்பை அடக்கியாகணும். நிவிதா எனக்கு வேணும். கொஞ்ச நேரத்துக்கு வேணும். அது நாளைக்கே நடந்தாகணும்னு அவசியமே இல்லை. பொறுமையா நடத்திக் காட்றேன் பாரு. முதல் கேள்வி, நிவிதா எப்படிப்பட்ட பொண்ணு? இதுக்கு விடை நாளைக்குச் சாயங்காலம் உனக்குச் சொல்றேன். வரட்டுமா?"

ஷியாம் தன் காரை ஸ்டார்ட் செய்து, டேப்பைப் போட்டுக்கொண்டு புறப்பட்டுச் சென்றதும், ஒரு பெருமூச்சை வெளியேற்றி, தோள்களைக் குலுக்கிக்கொண்டு தன் காரில் அமர்ந்தான் தீபக்.

பைக் சீராக ஓடிக் கொண்டிருந்தது.

"எனக்கு பிரமோஷன் தந்தா வேணாம்னு சொல்றதா இருக்கேன்" என்றான் வினோத். ஓட்டிக்கொண்டே பின்னால் திரும்பிப் பார்த்து,

"அய்யோ! அங்க பார்த்து ஓட்டுங்க. ஏன் அப்படி?" என்றாள் நிவிதா.

"பிரமோஷன்னா என் பைக்கைப் புடுங்கிக்கிட்டு, கார் கொடுத்துடுவாங்க கம்பெனில."

"அதனால் என்ன? வசதி தானே?"

"எப்படி வசதி? கார்ல இது மாதிரி இடுப்புல கைபோட்டு அணைச்சிக்கிட்டு நீ வருவியா?"

"ச்சீ" என்று கையை எடுத்துக்கொண்டாள்.

"சொன்னது தப்பாப் போச்சா? சரி. இப்ப ஹாஸ்டலுக்குப் போறதுக்கு முன்னாடி ஹோட்டல் போய் லைட்டா டிஃபன் சாப்பிட்டுட்டு..."

"இல்லை. இப்பவே நேரமாச்சு. நான் ஹாஸ்டல்ல சாப்பிட்டுக்கறேன்."

கொஞ்ச நேரத்தில் நிவிதாவின் வற்புறுத்தலின்படி, ஹாஸ்டல் வாசலில் நிறுத்தாமல் தாண்டிச்சென்று சற்றுத் தூரத்தில் நிறுத்தினான். இறங்கிக்கொண்டாள்.

“சொன்னதெல்லாம் நினைவிருக்கா? ரொம்ப அவசியப்பட்டாலேயொழிய நீங்களா எனக்கு ஹாஸ்டலுக்கோ, ஆபீசுக்கோ போன் செய்யக் கூடாது. நீங்க ஊர்ல இருக்கிற நாட்கள்ல ஒரு நாள் விட்டு ஒரு நாள் நானே போன் செஞ்சுப் பேசுவேன். அப்புறம்... அடிக்கடி சந்திக்கிற வேலையெல்லாம் கிடையாது. அந்த புரோக்ராமுக்கு டிக்கெட் வாங்கிட்டேன், இந்த புரோக்ராமுக்கு டிக்கெட் வாங்கிட்டேன்னு என்னைக் கேக்காம நீங்களா முடிவு செஞ்சிட்டுக் கூப்பிடக் கூடாது. என்னைக்குச் சந்திக்கிறோம்ங்கிறதை நான்தான் முடிவு செய்வேன். வரட்டுமா?”

“இவ்வளவு கண்டிஷன்களோட எனக்கு இப்படி ஒரு காதல் தேவைதானா? என்கிட்டே இருக்கிற உன் ஃபோட்டோவுக்கு முத்தம் கொடுக்கிறதா இருந்தாலும் பர்மிஷன் கேட்டுக்கணுமா?”

“வேணாம்” என்று சிரித்து, “குட் நைட்” சொல்லி நடந்து தன் ஹாஸ்டலுக்குள் வந்து அறைக்குள் நுழைந்த நிவிதாவின் முகத்துக்கு நேரே செலஃபன் காகிதத்தில் சுற்றின ஒரு பூங்கொத்தை நீட்டினாள் தாமரைச் செல்வி. “உனக்கு யாரோ அனுப்பியிருக்காங்க நிவிதா!”

வாங்கி அதிலிருந்த சீட்டில் எழுதியிருந்ததைப் படித்தாள்.

‘நிவிதா, உன் வருகையால் சென்னையே அழகானது வருக வருக.’ என்று இருந்தது, அனுப்பியவர் பெயர் இல்லை.

——

அத்தியாயம் 5

பல வர்ண மலர்கள் நீளமான காம்புடன், இலைகளுடன் ஒரு கவர்ச்சியான நேர்த்தியில் அமைக்கப்பட்டு அரை இஞ்ச் தங்க நிற ரிப்பனால் கட்டப்பட்டிருந்தது. மொத்த மலர்களையும் கண்ணாடிக் காகிதம் போர்த்தியிருக்க... விரல் பட்டதும் சடசடத்தது.

அந்த 'பின்' செய்யப்பட்ட சீட்டை மறுபடி மறுபடி படித்தாள் நிவிதா.

'நிவிதா, உன் வருகையால் சென்னையே அழகானது. வருக, வருக!'

இளம் பச்சை நிற ஸ்கெட்ச் பேனாவில் எழுதப்பட்டிருந்தது. யார்? இது வினோத்தின் கையெழுத்தில்லை, இத்தனை நிதானமாக எழுதுகிற பொறுமை அவருக்கு இல்லை. ஒரு வரி எழுதினாலும் அது டாக்டரின் பிரிஸ்கிரிப்ஷன்தான். வேறு யார்?

"என்னங்க யோசிக்கிறீங்க?" என்றாள் தாமரைச் செல்வி.

"இதை யார் அனுப்பியிருப்பாங்கன்னு?"

"இதுகூடத் தெரியலையா? மெட்ராஸ் கார்ப்பரேஷன் அனுப்பியிருக்குங்க! சென்னையோட அழகைப்பத்தி அதுக்குத்தானே கவலை" என்று சிரித்தாள். "இதிலே குழம்பறதுக்கு என்ன இருக்கு? உங்க வினோத்குமார்தான் அனுப்பி இருப்பார்."

"இது அவர் கையெழுத்தில்லைங்க!"

"அதனால என்ன? பொக்கே கடையிலே பணம், அட்ரஸ், விஷயம் மூணையும் கொடுத்துட்டுப் போயிருப்பார். அவங்க எழுதி அனுப்பியிருப்பாங்க."

"இப்பதானே பார்த்து ரெண்டு மணி நேரத்துக்குமேல் பேசிட்டிருந்துட்டு வர்றேன், சொல்லியிருக்கணுமே."

"ஒரு சஸ்பென்சுக்காகச் சொல்லாம இருந்திருக்கலாம், இவ்வளவு உரிமையோட வேறே யாருங்க அனுப்ப முடியும்? சாப்பிட்டாச்சா?"

"இன்னும் இல்லை."

"வாங்க மெஸ்சுக்குப் போய்ட்டு வந்துடலாம்."

வினோத்குமாராகத்தான் இருக்க வேண்டும் என்ற தீர்மானத்திற்கு வந்து அந்தப் பூங்கொத்தைச் சுவரில் இருந்த ஆணி ஒன்றில் மாட்டிவிட்டுச் சாப்பிடப் புறப்பட்டாள் நிவிதா.

சாப்பிட்டுவிட்டு அறைக்கு இருவரும் திரும்பியபோது, வெளியில் போயிருந்த பத்மா வந்திருந்தாள். போட்டிருந்த கொண்டையை அவிழ்த்து லூசாகக் கூந்தலை முதுகு முழுக்கப் படரவிட்டுக் கொண்டிருந்தாள்.

"சாப்பிட்டாச்சா பத்மா?" என்றாள் தா. செல்வி.

"ம். ஹோட்டல்லயே சாப்ட்டுட்டு எக்மோர் போய் அவரை வழியனுப்பிட்டு வந்துட்டேன். யாரைன்னு கேக்க மாட்டீங்களா நிவிதா?"

"யாரை?" என்றாள் நிவிதா.

புடவையிலிருந்து நைட்டிக்கு மாறிக்கொண்டே சொன்னாள் பத்மா. "என் புருஷனை. மாயவரத்திலே டெலிபோன் எக்ஸ்சேஞ்ச்ல வேலை பார்க்கிறார். குரல் கேட்டுக் கேட்டு ஒருத்தரை ஒருத்தர் பார்க்காமலேயே காதலிச்சு வீட்டை எதிர்த்துக்கிட்டுக் கல்யாணம் பண்ணிக்கிட்டோம்."

“அதெப்படி முகத்தைப் பார்க்காமலேயே காதலிக்க முடியும்?”

“முடிஞ்சதே, நாங்க நேசிச்சமே. நிறைய டெலிபோன் ஆபரேட்டர்ஸ் கல்யாணம் காதல் கல்யாணமாத்தான் இருக்கும். விசாரிச்சீங்கன்னா, குரல் கேட்டே காதலிச்சோம்னு சொல்வாங்க. பேனா நட்பு மாதிரி இது ஒரு சுவாரசியமான விஷயம் தெரியுமா? பழகிப் பழகி இப்பல்லாம் குரலை வச்சே ஒருத்தர் குணாதிசயத்தை அனுமானிக்கக்கூட என்னால முடியும்.”

நிவிதா கட்டிலில் அமர்ந்து தலையணை ஒன்றை எடுத்து மடியில் வைத்துக்கொண்டு “வெரி இண்ட்ரெஸ்டிங், அப்புறம்? எத்தனை நாள் கழிச்சு நேர்ல பார்த்துக்கிட்டீங்க?” என்றாள்.

“நாளா? ரெண்டரை வருஷம் கழிச்சுத்தான் சந்திச்சோம். நேர்ல சந்திக்கிற வரைக்கும் யாரும் போட்டோ அனுப்பறதில்லைன்னு தீர்மானம். சந்திச்ச நாள் மறக்கவே முடியாதுங்க. மெட்ராஸ்ல தாஜ் ஹோட்டல் ரிஸப்ஷன் ஹால்ல மஞ்சள் சட்டை, கறுப்பு பேண்ட்ல அவர் வர்றதுன்னும், சிவப்புச் சேலையிலே நான் வர்றதுன்னும் பேச்சு. நான் வேணும்னே நீல ஸாரி கட்டிக்கிட்டு முன்கூட்டியே போய், கைல ஒரு புத்தகம் வச்சிக்கிட்டுப் படபடப்பா எதிர்பார்த்துக்கிட்டிருந்தேன். ரெண்டு மணி நேரமாச்சு அவர் வரவே இல்லை. வெறுத்துப் போய்த் திரும்பிட்டேன். மறுநாள் கோபமா நான் போன்ல பேச... உன்னை ஏமாத்தறதுக்காக வேணுமின்னு வேற கலர் சட்டை போட்டுட்டு வந்து காத்திருந்தேன். நீதான் வரலைன்னு அவர் சத்தம் போட... ஆக ரெண்டு மணி நேரம், ரெண்டு பேரும் அதே ஹால்ல உட்கார்ந்து அடையாளம் புரியாம நொந்திருக்கோம். அப்புறம் அடுத்த சந்திப்பு. இதுவும் தமாஷ்தான். போன்ல அரைமணி நேரத்துக்குக் குறையாம அரட்டை அடிச்சுட்டு, நேர்ல ரெண்டுபேருமே குறுகுறுன்னு பார்த்துக்கிட்டு எதுவுமே பேசாம 'மழை வருமா, காப்பி ரொம்ப சூடு இல்லே'ன்னு இப்படியே பேசிட்டுப் பிரிஞ்சிட்டோம். அப்புறம் வீட்ல எதிர்த்தாங்க. நண்பர்களைச் சாட்சியா வச்சுப் பதிவுத் திருமணம் செஞ்சுக்கிட்டோம். ரெண்டுபேர்ல யாராச்சும் ஒருத்தருக்கு டிரான்ஸ்ஃபர் எதிர்பார்க்கறோம். அதுவரைக்கும் ஹாஸ்டல்தான்.”

"சரி தூங்கலாமா?" என்றாள் நிவிதா.

"விட்டுடுவமா? அடுத்தவங்க கதைன்னா மட்டும் நாக்கைச் சப்புக் கொட்டிக்கிட்டுக் கேக்கறீங்க. உங்க லவ்வைப்பத்தி சொல்லிட்டுத்தான் தூக்கம்" என்றாள் தாமரைச்செல்வி.

"அதுக்கு முன்னாடி ஒரு தீர்மானம்" என்றாள் பத்மா. "முதல் நாளே வாங்க, போங்கங்கற மரியாதையைக் கழட்டிடலாம். இல்லைன்னா நட்பு கொஞ்சம் தள்ளியே நிக்கும். என்ன சொல்றீங்க நிவிதா"

"சரி"

"அப்படின்னா உன் 'மேட்டரை'ச் சொல்லு."

சில வினாடிகள் யோசித்தாள் நிவிதா. எப்படிச் சொல்வது? ஒரே நாளில் கண்ணோடு கண் நோக்கி ஏற்பட்ட இலக்கியக் காதல் இல்லையே எத்தனை சம்பவங்கள்! எத்தனை சந்திப்புகள்! அவ்வளவுக்கும் பிறகும்கூட என் மனம் அவரை நேசிக்கிறது உண்மைதானா என்று என்னையே எத்தனை நூறுமுறை கேள்வி கேட்டுக்கொண்டேன். ஆம் என்ற பதில் ஒரே நாளில் எனக்குக் கிடைக்கவில்லையே...

மனதின் மெல்லிய உணர்வுகளின் தவிப்புகளை குழப்பங்களை, சங்கடங்களை எல்லாம் எப்படி வார்த்தை வடிவத்தில் வெளிப்படுத்துவது?

இவர்களுக்குத் தேவை சுவாரசியமான அந்த ஆரம்பம்.

எப்படி ஆரம்பித்தது?

திருச்சியில் ஒரு சமுதாய அமைப்பு ஏற்பாடு செய்திருந்த புத்தகக் கண்காட்சி. அன்று கடைசி நாள் என்பதால் விசேஷமாக ஒரு பத்து சதவிகிதம் தள்ளுபடி அறிவித்திருந்ததால் எக்கச்சக்கமான கூட்டம். கண்காட்சி நிறைவு பெற இன்னும் பதினைந்து நிமிடங்கள் இருந்தபோது...

தமிழ் நாவல்கள் வெளியிடும் ஒரு பதிப்பகத்தின் ஸ்டாலில் நிவிதா ரொம்ப நாட்களாகத் தேடிக் கிடைக்காமலிருந்த ஒரு

குறிப்பிட்ட நாவலைப் பார்த்து உற்சாகமாகி, அதைக் கையில் எடுத்து பில் போடச் சொல்லிப் பணம் கொடுத்தபோது...

"எக்ஸ்க்யூஸ்மி மேடம், இந்த நாவலை நீங்க வாங்கப் போறீங்களா?" என்றான் டை கட்டின ஷாம்பு போட்ட கிராப்பைத் தூக்கி வாரின ஓர் இளைஞன்.

"வாங்கிட்டேன்."

"ஸாரி. நான் வாங்கிக்கறதா இப்பதான் அவர்கிட்டே சொன்னேன். இதில இதான் கடைசி 'காப்பி'ன்னுகூட அவர் சொன்னார், சொன்னீங்களா? இல்லையா சார்?"

"நீங்க எடுத்துப் பார்த்தீங்க, கேட்டீங்க, பில் போடச் சொல்லலை. யோசனையிலயே இருந்துட்டீங்க. அதனால்தான் அவங்களுக்குத் தந்தேன்" என்றார் கடைக்காரர்.

"மேடம், ப்ளீஸ்... நான் இந்த நாவலுக்காக மூணு வருஷமா அலையறேன், கிடைக்கலை. நான் வாங்கிக்கறேனே..."

அவன் உயரத்துக்கும், அவன் பர்சனாலிட்டிக்கும் இப்படி தவிப்பது சிரிப்பாய் இருந்தது. இரக்கத்தை வரவழைத்தது.

"நானும் ரொம்ப நாளா இந்த நாவலைத் தேடிக்கிட்டிருந்தேன், பரவாயில்லை. நீங்க வச்சுக்குங்க" என்று புத்தகத்தையும், பில்லையும் அவனிடம் கொடுத்தாள்.

கண்காட்சி நிறைவு பெறுவதற்கான மணியொலிக்க... அனைவரும் வெளியே நடக்க ஆரம்பிக்க, "வாங்க, வெளில போய்ப் பணம் எடுத்துத் தர்றேன்" என்றான்.

இருவரும் வெளியில் வந்ததும் அவன் பில்லைப் பார்த்து, "நாப்பத்தி ஏழு ரூபாய் என்ன, நூறு ரூபாயே தரலாங்க இந்த நாவலுக்கு" என்று சட்டைப் பைக்குள் கைவிட்டுப் பணத்தை எடுத்தவன் விழித்தான். சட்டென்று புத்தகத்தை அவளிடமே கொடுத்து, "நீங்களே வச்சுக்குங்க மேடம்" என்றான்.

"ஏன்? என்ன ஆச்சு?"

"ஸாரி. பாக்கெட்ல நூத்தி நாப்பது ரூபா வச்சிருந்தேன். வழில ஒரு ஃப்ரெண்டு அவசரம்னு நூறு ரூபாய்க் கடன் கேட்டான். கொடுத்தேன். அவனுக்கு நூறு ரூபா கொடுத்ததைச் சுத்தமா மறந்துட்டு நான் இங்கே வந்துட்டேன். நல்லவேளை நூறு ரூபாய்க்கு புக்ஸ் வாங்கி பில் போடச் சொல்லாம இருந்தேனே... மானம் போயிருக்கும். ஸாரி. தொந்தரவு கொடுத்துட்டேன்."

"பரவாயில்லை" என்று நிவிதா நடந்தாள்.

"ஒரு நிமிஷம் மேடம்" என்று பின்னால் வந்தவன், தன் விசிட்டிங் கார்டை எடுத்தான். "நான் இந்த மருந்துக் கம்பெனில ரெப்ரசென்டேடிவா இருக்கேன். உங்களுக்கு நம்பிக்கை இருந்தா, புக் கொடுங்கள். நாப்பது ரூபா தர்றேன். மிச்சம் ஏழு ரூபாயை உங்க அட்ரஸ் சொன்னீங்கன்னா இன்னும் ஒரு மணி நேரத்துல கொண்டார்ந்து தர்றேன். தப்பா நினைக்காதீங்க, புக்கை விட மனசு வரவில்லை. இஷ்டமிருந்தா கொடுங்க."

நிவிதா புத்தகத்தைக் கொடுத்து, தன் அலுவலக விலாசத்தையும் கொடுத்து நாற்பது ரூபாய் பெற்றுக்கொண்டு நகர்ந்தாள். அவனின் பத்து தேங்க்யூக்களுடன்.

"அதான் எங்க முதல் சந்திப்பு" என்றாள் நிவிதா.

"அப்புறம்?" என்றாள் பத்மா ஆர்வமாக,

"அப்புறம் ஒரு வாரமாச்சு. பத்து நாளாச்சு, ஒரு மாசமும் ஆச்சு. பணம் வரலை. அவரோட விசிட்டிங் கார்ட் என்கிட்டே இருந்திச்சா, அதை வச்சி காரசாரமா திட்டி ஏழு ரூபா பெரிசில்லை, ஆனா நாணயத்தைக் காப்பாத்தற பொறுப்பு இல்லையா உங்களுக்குன்னெல்லாம் எழுதிப் போட்டேன். உடனே மணியார்டரும், லெட்டரும் வந்துச்சி. என்கிட்டே வாங்கின அட்ரசைத் தொலைச்சுட்டாராம். பணம் அனுப்பாதது குத்திக்கிட்டே இருந்துச்சாம். என் திட்டல் லெட்டர்ல இருந்த அட்ரசை வச்சுத்தான் மணியார்டர் அனுப்பினாராம், என்னை மன்னிச்சேன்னு நீங்க எழுதியே ஆகணும்னு எழுதியிருந்தார்.

நான் பதில் எழுதலை. அப்புறம் நேர்ல ஒரு தடவை ஆபீசுக்கே வந்து மன்னிப்பு கேட்டார். அவர் படிச்சுட்டதாச் சொல்லி அந்த புக்கைத் திருப்பி எனக்கே வற்புறுத்திக் கொடுத்தார். அந்த நாவலை விமர்சித்தார். நான் படிச்சுட்டு அவர் விமர்சனம் தப்புன்னு என் கருத்தை எழுதினேன். மறுபடி சந்திச்சு நாவலைப் பத்திப் பேசினோம். அப்புறம் எங்களைப் பத்தி பேசினோம்."

"அதுக்கப்புறம் எப்படி டெவலெப் ஆகியிருக்கும்னு எங்களால புரிஞ்சுக்க முடியும். ஆமாம், எப்ப கல்யாணம்?"

"அவங்க வீட்ல பிரச்னை எதுவும் இல்லை. இவர் வச்சதுதான் சட்டம், செல்லப்பிள்ளை. பர்மிஷனும் வாங்கிட்டார். அடுத்த வாரம் அவங்கப்பாவுக்கு அறிமுகப்படுத்தி வைக்கிறேன்னு சொல்லியிருக்கார். என் சைடிலேயும் அம்மா எதுவும் சொல்ல மாட்டாங்க. அப்பா இல்லை. ரெண்டு தம்பிங்கதான். பெரிய தம்பிக்கு ஒரு நிரந்தர வேலை கிடைக்கிற வரைக்கும் காதலிச்சிக்கிட்டே இருக்கலாம்னு திட்டம். அப்புறம்? செல்வி உனக்கு எதுவும் விவகாரம் இல்லையா, இது மாதிரி?"

"கேக்கறதுக்கு ஆசையாத்தான் இருக்கு. ஒண்ணும் அமைய மாட்டேங்குதே. பெருமூச்சு விட்டுக்கறதோட சரி. கனவு கண்டுக்கிறதோட சரி" என்று சிரித்தாள் தாமரைச் செல்வி, எழுந்து கொசுவலை கட்ட ஆரம்பித்தாள்.

"இவ கனவை யாரும் திருடக் கூடாதாம். அதுக்குத்தான் வலை கட்டிக்கிறா" என்றாள் பத்மா.

மூன்று பெண்களும் இணைந்து சிரித்தனர்.

காலையில் அலுவலகம் புறப்படுவதற்கு முன்பு, ஹாஸ்டலில் இருந்து வினோத்குமாரின் அலுவலகத்திற்கு போன் செய்தாள்.

"ஹலோ குட்மார்னிங். ஒரு ராத்திரிகூடத் தாண்டலை. அதுக்குள்ளே போன் பண்ணிட்டே. நீ எப்படி கண்டிஷன்களைக் கடைப்பிடிக்கப் போறே நிவி."

"இருக்கட்டும். நீங்க அனுப்பின 'பொக்கே'க்குப் பதில் சொல்லத்தான் கூப்ட்டேன். எப்படி? சென்னையே அழகானதா?

நான் வர்றதுக்கு முன்னாடி அசிங்கமா இருந்துச்சா? நமக்குள்ளே சஸ்பென்ஸ் எதுக்கு? உங்க கையெழுத்தைப் போட்டிருக்கக் கூடாதா?"

"ஒரு நிமிஷம் எதுவும் கிராஸ் டாக்கா? நான் நிவிதாகிட்டேதானே பேசிக்கிட்டு இருக்கேன்? என்ன உளர்றே? எதுவும் புரியலை."

"எனக்கு நேத்து ஒரு பூங்கொத்து அனுப்பலை நீங்க?"

"பூங்கொத்தா? உனக்கா? நீயே ஒரு பூங்கொத்து, நிலாவைக் காட்டி நிலாவுக்கே எப்படி சாதம் ஊட்ட முடியும்?"

"கவிதை எல்லாம் அப்புறம் சாவகாசமா வச்சிக்கலாம். 'நிவிதா, உன் வருகையால் சென்னையே அழகானது. வருக, வருக'ன்னு எழுதின சீட்டைப் 'பின்' செஞ்சி யாரோ ஒரு பொக்கே அனுப்பியிருக்காங்க கையெழுத்தில்லாம."

"நோ, நான் இல்லைம்மா. ஹாஸ்டல்ல ஃபிரெண்ட்ஸ் யாராச்சும் குறும்பா செஞ்சிருப்பாங்க. விசாரிச்சிப் பாரு. ஸோ, ஒப்பந்தப்படி நாளைக்குத்தான் சந்திக்கிறோமா?"

"இன்னும் முடிவு செய்யலை; செஞ்சதும் போன் செய்யறேன்."

வைத்து விட்டுக் குழம்பினாள். அப்படியென்றால் யார்? ஹாஸ்டலில் என் அறைத் தோழிகள் தவிர வேறு யாரையும் தெரியாதே. அவர்கள் செய்திருந்தால் நேற்றே சொல்லியிருப்பார்களே...

ஒரு வேளை... வித்யாசாகர் அனுப்பியிருப்பானா?

சேச்சே. இப்படி அந்நியத்தனமாய் அதுவும் பெயர் சொல்லி அழைத்து எழுதப்பட்டிருக்கும் சீட்டோடு... வாய்ப்பே இல்லை.

வேறு யார்? வேறு யாருக்கு என் விடுதி முகவரி கொடுத்தேன்?

இது யாரோ ஓர் ஆணின் குறும்புதான், 'உன்' என்று எடுத்த எடுப்பிலேயே ஒருமையில், உரிமையாய் விளிக்கும் திமிர்பிடித்த ஓர் ஆண் எவன்?

யோசனையாய் நிவிதா தன் ஹாஸ்டலைவிட்டு வெளியேறி, அருகே இருந்த பஸ் ஸ்டாப்பை நோக்கி நடந் - கிளிக் - தாள். வந்து நின்று யோசனைகளின் மத்தியில் பஸ் வரும் திசையைப் பார்த் - கிளிக் - தாள். காலை வெயிலுக்கு லேசாகக் கண்ணைச் சுருக் - கிளிக் - கினாள்.

சாலையில் எதிர்த்திசையில் டிரைவர் சீட்டில் அமர்ந்து, பாதி ஏற்றிவிடப்பட்டிருந்த கதவின் இடைவெளி வழியாக டெலிலென்ஸ் பொருத்தப்பட்ட பவர்ஃபுல் கேமிராவில் நிவிதாவை மூன்று கோணங்களில் சிறைப்படுத்தின திருப்தியோடு, காரை ஸ்டார்ட் செய்தான் ஷியாம்.

———

அத்தியாயம் 6

நிவிதா அலுவலகம் வந்தாள்.

அந்தோணி, "குட் மார்னிங் பேபி!" என்றார். பதிலுக்கு வாழ்த்திவிட்டுத் தன் நாற்காலிக்கு வந்து அமர்ந்தாள். பக்கத்து மேஜைக்கு நாராயணன் கொளுத்தி வைத்திருந்த ஊதுபத்தி மென்மையான வாசனையைப் பரப்பிக் கொண்டிருந்தது. தன் டைப்ரைட்டரின் உறையைக் கழற்றிவிட்டு பிரஷ் கொண்டு தூசி துடைத்துக்கொண்டிருந்த விமலா திரும்பிப் பார்த்து, "ஹலோ!" என்றாள்.

"ஹலோ!" என்றாள் நிவிதா.

மேஜையை ஒழுங்குபடுத்திவிட்டு, நேற்று செய்துகொண்டிருந்த வேலையின் தொடர்ச்சியை ஆரம்பித்தாள். மனம் முழுதாக ஈடுபட ஒத்துழைப்புத் தராமல் சண்டித்தனம் செய்தது.

பூங்கொத்து அனுப்பினது யார்?

மறுபடி மறுபடி அதே கேள்வி மனத்தைப் பிறாண்டியது. இது சின்ன விஷயமல்ல. ஓர் இளம் பெண்ணுக்கு அறிமுகமே இல்லாத எவனோ பூங்கொத்து அனுப்புவது விளையாட்டான விஷயமல்ல. சீட்டில் இருந்த வாக்கியத்திலும் உள் அர்த்தங்கள் இருக்கின்றன.

இது ஒரு நாகரிகமான தூண்டில். தூண்டில் முனையில் பொருத்தப்படும் புழுவுக்குப் பதிலாகப் பூங்கொத்து! ஒரு வகையில் என் சுதந்திரத்தில் அத்துமீறித் தலையிடுதல் - ட்ரெஸ் பாஸ்! அனுமதி இல்லாமல் வீட்டுக்குள் நுழைவது மட்டும்தான் சட்ட மீறலா? இதுவும் ஒரு மீறல், உரிமை மீறல்.

நிவிதா சுபாவத்திலேயே கொஞ்சம் படபடப்பானவள். சின்ன விஷயத்திலும் ஒழுங்கு பார்ப்பவள். வீட்டில் புத்தகம் படித்துவிட்டு யாராவது கண்ட இடத்தில் போட்டாலோ, அடையாளத்திற்கு மூலை மடக்கினாலோ கூடக் கத்துவாள். அறை சுத்தமாக இருக்க வேண்டும். உடைகள் சுத்தமாக இருக்க வேண்டும். நகங்கள் சுத்தமாக இருக்க வேண்டும். மனமும் சுத்தமாக இருக்க வேண்டும்.

"மத்தியானம் எங்கே போய்ட்டு வந்தே முருகேசு?"

"ஏன்க்கா, ஸ்கூலுக்குத்தான்."

"எப்பயிலேர்ந்து உன் ஸ்கூலைக் கலையரங்கம் தியேட்டருக்கு மாத்தினாங்க?"

"இல்லையே... வந்து..."

"டேய் பொய் சொன்னே... பல்லுலயே போடுவேன். உன்னை சினிமாப் பார்க்கக் கூடாதுன்னு சொல்லியிருக்கேனா? கிளாஸைக் கட் பண்ணிட்டுப் போற அளவுக்குத் தைரியம் வந்துடிச்சா உனக்கு?"

"சத்தியமா இனிமேல் போக மாட்டேன்க்கா"

கற்பூரம் உடனே பற்றிக்கொள்ளக் கூடியது. ஊதினால் உடனே அணையவும் கூடியது. அதுபோல...

"முருகேசு சாப்ட்டானாம்மா?"

"இல்லை."

"ஏன்?"

"ரூம்ல படுத்து அழுதுக்கிட்டிருக்கான். வர மாட்டேங்கறான். சொல்லிப் பார்த்துட்டேன்."

“இரு. நான் போயிக் கூட்டிக்கிட்டு வர்றேன்.”

நிவிதா அறையில் குப்புறப்படுத்து, லேசாக முதுகு குலுங்க விம்மிக் கொண்டிருந்த முருகேசின் தோளைத் தொட்டு...

“எந்திரி. சாப்புட வாப்பா”

“இல்லை, நான் வரலை.”

“அப்படி என்ன சொல்லிட்டேன் உன்னை? உன் நல்லதுக்குத்தானே சொன்னேன் சரி சரி வாடா.”

“நீ திட்டினதுக்காக அழலை.”

“பின்னே?”

“திட்ற மாதிரி நடந்துக்கிட்டேனேன்னுதான் அழறேன்.”

“உணர்ந்ததே போதும். எந்திரிச்சி வா.”

“நான் இன்னைக்குச் சாப்பிடப் போறதில்லை.”

“மனசு செஞ்ச தப்புக்கு வயித்தை ஏன் தண்டிக்கிறே? நீ வரலைன்னா நானும் சாப்பிடறதா இல்லை. அம்மா சாதத்தில் தண்ணி ஊத்திட்டுப் போய்ப் படு.”

தன் படுக்கையில் கவிழ்ந்தாள். அழுகிற அளவுக்குத் தம்பியைக் காயப்படுத்தி விட்டோமோ? சின்னச் சின்ன மீறல்களில் ருசி தேடும் வயதுதானே இது! நண்பர்களின் வற்புறுத்தலால் கிளாஸ் கட் செய்திருக்கலாம். இது ஒரு மகா குற்றமா? அமிலமாய் வார்த்தைகளைச் சிந்த வேண்டிய அளவுக்கான தப்பா? ஓர் இதமான சந்தர்ப்பத்தில், பக்குவமாய் மனத்தில் படும்படி இனிய வார்த்தைகளில் இதச் சொல்லிக் காட்டியிருக்க முடியாதா?

இதுதான் நிவிதா கண்டிப்பான முறையில் நடந்துகொள்ள வேண்டியது. ஆனால், அப்படி நடந்து கொண்டிருக்கக் கூடாதோ என்று நாள் கணக்கில் தன்னையே நொந்துகொள்வது. வெளியில் உணர்ச்சிவசப்படுவது - பலம். உள்ளுக்குள் ரகசியமாய் உணர்ச்சிவசப்படுவது - பலவீனம். ஒரு போதும் தன் பலவீனத்தை வெளிக்காட்டிக் கொள்ளாமல் நடந்துகொள்வது மற்றொரு பலம்.

இப்படித்தான் ஒருமுறை...

திருச்சியில் தன் அலுவலகத்திற்கு அருகே வீடு திரும்ப பஸ்ஸுக்காகக் காத்திருந்தபோது... தயங்கித் தயங்கி அவன் அருகில் வந்தான். இவள் திரும்பிப் பார்க்க, சடக்கென்று நின்று பஸ் வரும் திசையைப் பார்த்தான்.

ஒரு வாரமாக அவனை அதே பஸ் ஸ்டாப்பில் தினமும் அதே நேரத்தில் பார்க்கிறாள் நிவிதா. நேரெதிர் பெட்டிக் கடையருகில் சிகரெட் புகைத்துக் கொண்டிருப்பான். தன் சைக்கிளின் மணியை அனாவசியத்திற்கு அடிப்பான். கவனத்தைக் கவர்கிறானாம்.

அன்று தைரியம் பெற்றுகிட்டே வந்தவன், "எக்ஸ்க்யூஸ்மி" என்பதை ஊகித்துக் கொள்கிற மாதிரிதான் உச்சரித்தான். தூரத்திலிருந்து வைத்த கண் வாங்காமல் பார்க்கிற தைரியம் அருகாமையில் காணோம்.

"என்ன?" என்ற நிவிதாவின் முகத்தை நேருக்கு நேர் சந்திக்கத் தயங்கினான்.

"வந்து... வந்து" என்று ஓராயிரம் தடவைகள் உதடுகளை ஈரம் செய்து கொண்டு, லேசாக நடுங்கும் விரல்களால் பாண்ட் பாக்கெட்டில் இருந்து நான்காக மடக்கின காகிதம் எடுத்து, "நான்... உங்களை... இதில் விவரமா எழுதியிருக்கேன்" என்று நீட்டினான்.

பஸ் ஸ்டாப்பில் சொற்ப மனிதர்கள் வெற்றிலை போடுவதிலும், உட்கார்ந்து குழந்தைக்குப் பால் கொடுப்பதிலும், கிராதியில் உட்கார்ந்து மாத நாவல் படிப்பதிலும் ஈடுபட்டிருக்க... இவர்களை யாரும் கவனிக்கவில்லை.

கடிதத்தை நிவிதாவின் ஹேண்ட் பேகின் வெளிப்பகுதியின் திறப்பில் செருகி விட்டு வேகமாக நடந்த அவனை, "மிஸ்டர், இங்கே வாங்க" என்றாள்.

அவரவர் செய்கைகளிலிருந்து கலைந்து இவள் அழைத்ததையும், அவன் ரொம்ப ரொம்ப தயக்கமாய் அவளருகில் வந்ததையும் பார்க்க ஆரம்பிக்க...

"என்ன இது, லவ் லெட்டரா?"

அமைதியாய் இருந்தான் எச்சில் விழுங்கினான்.

கடிதத்தை அப்படியே இரண்டாய், நாலாய், எட்டாய் என்று பொடித் துண்டுகளாய்க் கிழித்து, "காதலைப் பிச்சை எடுக்க முடியாது மிஸ்டர். உருப்படியா ஏதாச்சும் பொழைப்பு இருந்தா பாருங்க மறுபடி வம்பு வச்சிக்கிட்டா போலீஸ்கிட்டே புகார் பண்ணுவேன்" என்று அவனை நோக்கி வீசி எறிய...

அந்த இடம் முழுக்கத் துண்டுக் காகிதங்களாய் நிரம்ப கடந்த பஸ்ஸின் காற்றில் அதன் பின்னால் பறந்தன. அவன் விருட்டென்று சென்று சைக்கிளை எடுத்துக்கொண்டு மறைந்தான்.

"நீ செஞ்சதுதாம்மா கரெட்டு. இப்படித்தானமா செய்யணும். பொழுது விடிஞ்சி பொழுது போனா இதே பொழைப்பு சில பசங்களுக்கு" என்றார் வெற்றிலைப் பெரியவர்.

வீடு வந்து, முகம் கழுவி, மொட்டை மாடியில் அமர்ந்து ஊறுகாய் தொட்டுக்கொண்டு முறுக்கு சாப்பிட்டபோது மனதின் படபடப்பு அடங்கி இன்னொரு நிவிதா கறுப்பு அங்கி மாட்டிக்கொண்டு வந்து அவளை நோக்கிச் சுட்டு விரலை உயர்த்த ஆரம்பித்தாள்.

"நீ செஞ்சது தப்பு!"

"ஏன்?"

"எல்லோருக்கும் முன்னாடி நீ கண்ணகியாக்கும். உன்கிட்டே யாரும் வாலாட்ட முடியாதாக்கும்னு, உன் செயலால பீத்திக்கிட்டிருக்கே. அவன் என்ன உன்னைக் கையைப்பிடிச்சி இழுத்தானா?"

"அது சரி. அநாகரிகமா பொது இடத்தில் லவ் லெட்டர் கொடுத்தது தப்பு இல்லையா?"

"பஸ்ஸில் இமைக்கிற நேரத்திலே உன்னைச் சில வக்ரமான கைகள் தகாத இடங்கள்ல தீண்டிப் பார்த்ததில்லை? அதைவிட இவன் என்ன கீழ்த்தரமா செஞ்சுட்டான்? அவன் உன்னை லவ்

பண்றான். தப்பா? அதை வெளிப்படுத்தின முறை வேணும்னா தப்பா இருக்கலாம். அவன் தயங்கித் தயங்கி உன் பக்கத்திலே வர்றப்பவே அவன் எதுக்காக ஆரம்பிக்கிறான்னு உனக்குப் புரிஞ்சுதா, இல்லையா?"

"புரிஞ்சுது."

"டப்புன்னு மூஞ்சில அடிச்ச மாதிரி பதில் எதுவும் பேசாம நடந்து, விலகிப் போயிருக்கலாம். அந்தச் செயல்ல உனக்கு இதிலே எல்லாம் ஆர்வம். இல்லைன்னும் உணர்த்த முடியும். அவனை அவமானப்படுத்த வேண்டியும் அவசியப்பட்டிருக்காது."

"இப்ப என்ன சொல்றே?"

"அவன் நடந்துக்கிட்டது தப்புதான். ஆனா உன் ரியாக்ஷன் அதிகம். தேவைக்கு அதிகம். உன் கோபத்தில கொஞ்சம் பாசாங்கு இருந்திச்சி. அவனை அவமானப்படுத்தினதில உன் மனசுல ஒரு மமதை லேசா வந்திச்சி."

தன்னைத் தானே கடுமையாக விமர்சித்துக்கொண்ட நிவிதா, அன்றைக்கு இரவு உறக்கம் துறந்தாள். வேறு வகையில் நடந்து கொண்டிருக்கலாமோ என்று மனதைப் போட்டுக் கசக்கிக்கொண்டாள். எந்த நிகழ்ச்சிக்கும் காட்டமாய் உணர்ச்சிவசப்பட்டு நடந்துகொண்டு, பிறகு தனிமையில் வருந்திக்கொண்டு, தன்னை வருத்திக்கொள்ளும் நிவிதா...

"அம்மா! அட உங்களைத்தான்மா" என்ற ப்யூனின் குரலில் கலைந்தாள்.

"ம்? என்னங்க?" என்றாள்.

"சரியாப் போச்சி. ஏதோ பார்சல் உங்க பேருக்கு வந்திருக்கு."

"வாங்கிக்கங்கன்னு மூணாவது தடவை சொல்றேன் நான்."

அப்போதுதான் மேஜைமேல் பியூன் வைத்திருந்த பிரௌன் நிறத்துப் பெரிய பார்சலைக் கவனித்தாள் நிவிதா பார்சலா? எனக்கா? யாரிடமிருந்தது?

அவனை அனுப்பிவிட்டு, பார்சலைத் திருப்பித் திருப்பிப் பார்த்தாள்

அனுப்பியவர் பெயரோ, விலாசமோ இல்லை.

இவளின் முகவரி, 'மிஸ் நிவிதா' என்று துவங்கிக் கம்பெனியின் விலாசம் தெளிவாக ஆங்கிலத்தில் டைப் செய்யப்பட்டிருந்தது.

வாட்டர் கூலரில் தண்ணீர் குடித்துவிட்டுத் திரும்பிய விமலா அவள் மேஜையைக் கடக்கும்போது நின்று, "என்னங்க, இது பார்சல்?" என்றாள்.

"தெரியலை. யார் அனுப்பியிருக்காங்கன்னு தெரியலை. ஆனா என் விலாசம் சரியா இருக்குது!"

"பிரிச்சிப் பார்த்தாத் தெரியுது. இதான் மெட்ராஸ்ன்னு போட்டிருக்கே, இங்கே லோக்கல்லேர்ந்து தான் அனுப்பியிருக்காங்க!"

கத்திரிக்கோல் எடுத்து நிவிதா பார்சல்மேல் கட்டப்பட்டிருந்த கயிற்றை வெட்டினாள். காகிதத்தைப் பிரித்தாள். உள்ளே பாலிதீன் கவருக்குள்ளிருந்து நழுவி, அவள் மடியில் விழுந்தது அந்த வெளிநாட்டுச் சேலை.

"அட! சேலைங்க. கலர் அட்டகாசமா இருக்கு. உங்க நிறத்துக்கு இது ரொம்ப தூக்கலா இருக்குங்க நிவிதா" என்று விமலா சேலையை எடுத்து நிவிதாவின் மேல் குறுக்காகப் போட்டு அழகு பார்க்க... சேலைக்குள்ளிருந்து சறுக்கிக் கீழே விழுந்த அட்டையைக் குனிந்து எடுத்தாள் நிவிதா.

நேற்று பூங்கொத்துடன் வந்த சீட்டில் இருந்த அதே கையெழுத்து. அதே இளம் பச்சைநிற ஸ்கெட்ச் பேனாவால் எழுதப்பட்ட எழுத்துக்கள்.

'நிவிதா, இழந்த என் நித்திரையைத் தா. உன் சந்தன மேனிக்கு இந்தச் சேலை, என் எளிய சமர்ப்பணம். தான் யார் என்று உன் புருவம் வினாக்குறி வரைகிறதா? இந்த வினாடிகூட உன்னைப் பார்த்துக்கொண்டே இருக்கிறேன், புரிகிறதா?'

நிவிதா சட்டென்று தலையுயர்த்தி அந்தப் பெரிய ஹால் முழுக்கப் பார்த்தாள். வரிசை, வரிசையாய் மேஜைகள், நாற்காலிகள், டைப்ரைட்டர்கள், போன்கள் எழுதிக்கொண்டு, டைப் அடித்துக்கொண்டு, போனில் பேசிக்கொண்டு, நடந்துகொண்டு எத்தனை ஆண்கள்!

இவர்களில் ஒருவன்தான் இவன்!

நிவிதாவுக்கு ஜிவ்வென்று முகம் சிவந்தது. புடைவையால் என்னை வாங்கிவிடலாம் என்று எத்தனை கீழ்த்தரமாய் எடை போட்டிருக்கிறான்! எனக்கு உடை அனுப்ப இவனுக்கு என்ன உரிமை இருக்கிறது?

இதற்குள் அந்தச் சீட்டைப் படித்துவிட்ட விமலா, "நானும் இந்தக் கம்பெனியில் எட்டு வருஷமா வேலை பார்க்கிறேன், ஒரு ஹேர்பின் கூட யாரும் வாங்கித் தந்ததில்லை" என்று சிரிக்க...

"சிரிக்காதீங்க. சிரிக்கிற விஷயமா இது?" என்று கோபமாய்க் கேட்ட நிவிதா எழுந்தாள்.

"விலாசம் இருந்தாலாவது போய்ச் சட்டையைப் பிடிக்கலாம். கோபப்பட்டு என்ன செய்ய முடியும்?"

"என்ன செய்ய முடியும்னு காமிக்கிறேன்."

நிவிதா அந்தப் புடைவையைக் கவரில் போட்டு எடுத்துக்கொண்டு நேராய் ரீஜனல் மானேஜர் அறைக்கு நடந்தாள். வாசல் பியூனிடம் சொல்லியனுப்பி அனுமதி வாங்கி, உள்ளே வந்ததும் படபடவென்று பொரிந்தாள்.

"இதே ஆபீஸ்ல வேலை பார்க்கிற ஒரு ஸ்கவுண்டரல் எனக்குப் புடைவை அனுப்பி இருக்கான் சார், இந்த லெட்டரைப் படிங்க. நேத்து இதே ஆளு என் ஹாஸ்டலுக்கு ஒரு பொக்கே அனுப்பியிருந்தான். இதுக்கு என்ன சார் செய்யப் போறீங்க?"

மார்புகள் விம்ம ஆவேசமாகப் பேசிய நிவிதாவை அமைதியாகப் பார்த்த ஷியாம், "கொஞ்சம் பொறுமையா இருங்க.

இன்னார்ன்னு சொன்னா ஒழுங்கு நடவடிக்கை எடுக்கலாம். அது தெரியாம..." என்று இழுத்தான்.

"அது யாருன்னு என்னால கண்டுபிடிக்க முடியும்" என்றாள் உறுதியாய் நிவிதா.

ஷியாம்குமார் மனத்தில் மிக லேசாக ஓர் அதிர்ச்சிக் கீறல் விழுந்தது. கர்சீப் எடுத்து உதடுகளை ஒற்றிக்கொண்டு "எப்படி?" என்றான். 'அத்தனை கில்லாடியா நீ. அதையும் பார்க்கலாமே' என்றான் மனத்தில்.

——

அத்தியாயம் 7

“எப்படி அவனைக் கண்டுபிடிப்பீங்க நிவிதா” என்றான் ஷியாம் குமார். நாற்காலியின் முதுகில் நன்றாகச் சாய்ந்துகொண்டு, லேசாக வியர்த்திருந்த அவள் முகத்தைப் பார்த்தான்.

“இந்தச் சேலையை நான் நாளைக்கு ஆபீசுக்குக் கட்டிக்கிட்டு வந்தேன்னு வைங்க. அவன் அன்பளிப்பை நான் ஏத்துக்கிட்டதா அர்த்தம். அதுக்கப்புறம் அவனுக்குத் தைரியம் வந்து தன்னை அடையாளம் காட்டிக்கிட்டு வந்து பேசுவானா, மாட்டானா?” என்றாள் நிவிதா.

“பேசலாம்.”

“நிச்சயம் பேசுவான். அப்போ கொண்டாந்து உங்க முன்னாடி நிறுத்த முடியும். ஆனா, அவனைக் கண்டுபிடிக்கிறதுக்காகக்கூட இந்தச் சேலையைக் கட்டிக்கிறதை நான் விரும்பலை.”

“அப்புறம் என்னதான் செய்யணும்னு சொல்றீங்க?”

“நிச்சயம் இந்த ஆபீஸ்லதான் வேலை செய்யறான். அதில் சந்தேகமில்லை சார்.”

“ரொம்ப உணர்ச்சிவசப்படறீங்க நிவிதா. அறிமுகமே இல்லாமல் உங்களுக்கு ஓர் அன்பளிப்பு அனுப்புறது அநாகரிகம்தான். தன்னை அடையாளம் காட்டிக்கிற தைரியம் அவனுக்கு

இல்லைங்கிறதிலேர்ந்தே அவனால் உங்களுக்கு வேறே எந்தத் தொல்லையும் நிச்சயம் இருக்காதுன்னு சொல்லலாம். பேசாமல் விட்டுடுங்களேன் பெரிசு படுத்தாம!"

"அதெப்படி சார்? இது ஓர் அவமானம் சார். பார்சல் வந்தது. அதிலே சேலையும், லெட்டரும் இருந்தன. இப்ப என் செக்ஷன் முழுக்கத் தெரியும். இன்னைக்குள்ளே நம்ம ஆபீஸ் முழுக்கத் தெரிஞ்சிடும்."

"ஓ.கே, நீங்க இதுக்கு நான் என்ன செய்யணும்னு சொல்லுங்க. சரியானதா இருந்தா நிச்சயம் செய்யறேன்..."

"எனக்கு உங்க அனுமதி வேணும் சார்."

"எதுக்கு?"

"நம்ம ஆபீஸ் நோட்டீஸ் போர்டில் நான் ஒரு லெட்டரை பின் செய்து வைக்கிறதுக்கு."

"எழுதிக் கொண்டாங்க, பார்த்துட்டுச் சொல்றேன்."

"தேங்க் யு சார்."

நிவிதா விருட்டென்று வெளியேறினாள்; ஷியாம் டையின் முடிச்சைச் சரிசெய்து கொண்டான், உதட்டுக்குள் புன்னகை செய்து கொண்டான். இவ்வளவு தீவிரமான பெண்ணா நீ? பாத்ரூம் கதவைத் தாழிட்டுக்கொண்டு அழுகிற ரகமில்லையா நீ? பின்தொடரும் இளைஞர்களின் கமெண்ட்சிற்குக் குறுகி, ஒதுங்கி விரைவு கூட்டி நடக்காமல், நின்று செருப்பைக் கழற்றிக் காட்டும் டைப்பா?

நெட்டி மரம் என்று நினைத்தேன், தேக்குதான். அதனால் என்ன? கோடாலிக்கு முன்னால் எம்மாத்திரம்? படிகள் கட்டி, அதில் ஏறி எவரெஸ்ட்டின் உச்சியை அடைவதில் என்ன சாதனை இருக்கிறது? போராடித்தான் கொடி நாட்ட வேண்டும். போராடலாம். போராட்டம் எனக்குப் பிடித்தமான விஷயம்.

கொஞ்ச நேரத்தில் மறுபடியும் உள்ளே வந்தாள் நிவிதா.

"உக்காருங்க" என்று அவள் நீட்டிய கடிதத்தை வாங்கிக்கொண்டான்.

"பரவாயில்லை சார்!" என்று நின்றாள்.

ஷியாம் கடிதத்தைப் படித்தான்.

'அன்புள்ள ஆண் மகனே,

இதோ நீ அனுப்பிய சேலை. இரண்டு நாட்களுக்கு இந்த நோட்டீஸ் போர்டு திறந்தே இருக்கும். நீ எடுத்துக்கொள்ளத் தவறினால், நம் அலுவலகத்தில் அனைவரின் முன்னிலையிலும் ஏலம் விடப்படும். பெண் என்பவள் விலை பொருள் அல்ல; உன் அநாகரிக எண்ணங்களை அரங்கேற்ற அவளை மேடையாகப் பயன்படுத்தாதே. பெண்ணிடமிருந்துதான் பிறந்தாய், பெண்ணைத்தான் மணக்கப் போகிறாய், பெண்ணுக்குத் தந்தையும் ஆகலாம். பெண்ணை மதி, அவள் உணர்வுகளை மதி. அவள் தன்மானத்தில் தடங்கல் செய்யாதே; எதிரி அல்ல நான் உன்னை எச்சரிக்க. அன்புள்ள என்றுதான் ஆரம்பித்திருக்கிறேன், இது அறிவுரையே.'

நிமிர்ந்தான் பார்த்தான். இன்னும் படபடப்புக் குறையாமல் நின்று கொண்டிருந்தாள் நிவிதா.

"ரொம்ப ஸ்ட்ராங் டோஸாத் தெரியுதே."

"ஆனாலும் பணிவாத்தான் சொல்லி இருக்கேன்னு நினைக்கிறேன் சார், முகம் தெரியாத அந்த ஆளுக்கு என் பாதிப்பை, என் வேதனையை வேறே எப்படி சார் காமிக்கிறது?"

"புரியுது. யூ ஆர் ஸோ சென்சிடிவ். ஓக்கே" என்ற ஷியாம் பெல்லடித்து பியூனை வரவழைத்தான்.

“இந்தா இந்த லெட்டரையும், இந்தச் சேலையையும் நோட்டீஸ் போர்டுல பின்குத்தி வச்சிடு. ரெண்டு நாளைக்கு நோட்டீஸ் போர்டைப் பூட்ட வேணாம். தெரிஞ்சுதா?”

“சரி சார்!”

பியூன் வாங்கிக்கொண்டு நடக்க...

“இரு. நிவிதா, அந்த லெட்டர்ல உங்க கையெழுத்தில்லையே... வேணாமா?”

“வேணாம். அனுப்பினவனுக்குத் தெரியுமே, இது யாரோட பதில்ன்னு.”

“சரி. நீ போப்பா”

“ரொம்ப நன்றி சார்!” என்றாள் நிவிதா.

“அடுத்தவங்களோட உணர்ச்சிகளுக்கு, குறிப்பா பெண்களோட உணர்ச்சிகளுக்கு ரொம்ப மரியாதை தர்றவங்க நான். இங்கே சேர்ந்து ரெண்டாவது நாளே இப்படி ஒரு கசப்பான அனுபவம் உங்களுக்கு ஏற்பட்டதுக்கு ஸாரி.”

“நீங்க என்ன சார் செய்வீங்க?”

“என் தலைமையில் இருக்கிற ஆபீஸ்லதானே இது நடந்திருக்கு? இதுக்கும் நான்தான் பொறுப்பு ஏத்தாகணும். மறுபடியும் உங்களுக்கு எந்த வகையில் தொந்தரவு ஏற்பட்டாலும் என்கிட்டே வாங்க.”

மறுபடியும் நன்றி சொல்லி வெளியேறினாள் நிவிதா. ஷ்யாம் ரிசீவர் எடுத்து, டயல் செய்து “தீபக், என்ன செய்றே?” என்று கேட்டான்.

“ஒரு டி.வி. கம்பெனிக்கு விளம்பரப் படம் ஷூட் பண்ணியிருக்கேன். மத்தியானத்துக்கு மேல் வொண்டர்லேண்ட் போறோம்.”

“போய்ட்டு”

“ஈவினிங் வந்துடுவேன்.”

"ரைட். நாம் சந்திக்கிறோம் இன்னைக்கு."

"ஓ, யெஸ். வீட்டுக்கு வரட்டுமா?"

"வா."

"நிவிதா சௌக்யமா? என்ன மாதிரி டைப்புன்னு கண்டுபிடிச்சிட்டியா?"

"ஓ, நேர்ல சொல்றேன்."

ஷியாம் ரீசீவரை வைத்தான். கீழுதட்டை நாக்கால் தடவிக்கொண்டான் ஈரமாக.

உணவு இடைவேளையின் போது ஆபீஸ் மொத்தமும் நோட்டீஸ் போர்டை எலக்ஷன் ரிசல்ட் போலப் போய்ப் பார்த்தது. முடிச்சு முடிச்சாய் நின்று முனகிக்கொண்டது. நிவிதா கடந்து செல்கையில் பாதியில் பேச்சை நிறுத்திக் கொண்டது.

கேரியரைப் பிரித்து வைத்துக்கொண்டு, "கங்கிராஜுலேஷன்ஸ்" என்றாள் விமலா.

"எதுக்கு?"

"மெஷின் கன்னால படபடன்னு சுட்ட மாதிரி வார்த்தைகள். நிவிதா, உங்களைச் சாதாரணமாத்தான் நினைச்சிருந்தேன். ஜாக்கிரதையா இருக்கணுங்க. இன்னைக்கு டாக் ஆஃப் தி ஆபீஸ் நீங்கதான்."

"நான் செஞ்சது சரியா, தப்பா?"

"ஒரு வகையில் சரி, ஒரு வகையில் தப்பு."

"எப்படி?"

"ஆம்பளைன்னா என்ன வேணாலும் செய்யலாம்ங்கிற திமிரை, தன்மானத்தோட தேவையான அளவு ஈகோவோட நச்சுன்னு மண்டையில அடிச்சிருக்கீங்க. இது சரி. சரியான கோபக்காரி, ராங்கிக்காரின்னு ஆபீஸ் மொத்தத்திலேயும் ஓர் இமேஜ் உங்களைப்பத்தி உருவாக்கிட்டிங்க. இது சரியாப் படலை. உங்ககிட்டே இயல்பாப் பழகவே தயங்குவாங்க."

போச்சு! விமலா சொல்லி முடித்ததும் ஆரம்பமான புலம்பல் மனத்தில் தொடர்ந்தது. பஸ்சில் விடுதி திரும்பும்போது... முகம் கழுவும்போது... சேலை மாற்றும்போது...

விமலா சொல்வதுபோல் என்னைப் பற்றி ஒரு ரஃப் இமேஜ் ஏற்படுத்திக்கொண்டு விட்டேனோ? பாருங்கள் ஆண்களே, நான் பொல்லாதவள் என்று பறைசாற்றிக் கொண்டிருக்கிறேனா? என் நடவடிக்கையில் நியாயமும், கோபமும் இருந்தாலும் சற்று அதிகப்படியானதா? விமலா வாய் இருந்தால் இப்படித்தான் நடந்திருப்பாளா?

ஒரு காரியத்தில் சரியான முடிவெடுத்துவிட்டு, அப்புறம் எதற்காகக் குழம்புகிறேன்? தடுமாறுகிறேன்?

வினோத்தைப் பார்க்க வேண்டும், நடந்ததைச் சொல்ல வேண்டும். அவரிடம் கேட்க வேண்டும் - நான் செய்தது சரியா என்று ஓர் ஆணின் அபிப்பிராயம் தேவை. நான் உரிமையாக அபிப்பிராயம் கேட்க முடிகிற ஆண் வினோத். ரீஜனல் மேனேஜர்கூட என் செயலை ஊக்குவித்துத்தானே சொன்னார். ஜெண்டில் மேன் தலைமைப் பொறுப்பிலிருந்து வந்த, வரவேண்டிய பேச்சு இது. ஒரு வெளிமனிதரின் பார்வையில் எனக்குக் கருத்து வேண்டும்.

நினைத்தாயிற்று; செயல்படுத்தியாயிற்று. இனி யார் கருத்தை அறிந்து என்ன செய்யப் போகிறேன்? ஒவ்வொரு செயலுக்குப் பிறகும் எல்லோரும் இப்படி என்னை மாதிரிதான் தவிப்பார்களா?

நிவிதா ஹேண்ட் பேகில் பணம் எடுத்து வைத்துக்கொண்டு தன் அறையைவிட்டு வெளியேறினாள். நேராய் அலுவலகம் வந்து மார்ட்டினாவிடம் அனுமதி வாங்கி வினோத்குமாரின் ஆபீசிற்கு போன் செய்தாள். வீட்டுக்குப் போய்விட்டார்கள் என்றார்கள்.

வீட்டுக்கு போன் செய்தாள். வினோத்குமாரைத் தவிர அவன் அப்பாவோ, அம்மாவோ, தம்பியோ போனை எடுத்தால் உடனே வைத்துவிடத் தயாராய் இருந்தாள்.

"ஹலோ!" என்றது வினோத்குமாரேதான்.

"நான்தான் பேசறேன் வினோத்."

"ஏய்! என்ன இது. இப்படி ஆச்சரியப்படுத்தறே என்னை"

"பார்க்கணும்! கேக்கணும்; சந்தம் கொடுத்து உன்னைப் பாட்டு எழுதச் சொல்லலாம் போலிருக்கே... ரைட். உடனே புறப்பட்டு அங்கே வரட்டுமா?"

"வேணும். யமுனா ரெஸ்ட்டாரெண்ட் வாங்க. நான் அங்கே வந்துடறேன்."

"சரி, அங்கேர்ந்து எங்கே போறோம்?"

"எங்கேயும் போகலை. பத்தே நிமிஷத்தில் நான் திரும்பிடுவேன்."

"பத்து நிமிஷமா? ஜஸ்ட் டென் மினிட்ஸ்? பிரைம் மினிஸ்டர் அப்பாயிண்ட்மெண்ட் கூடத் தேவலாம் போலிருக்கே, ஓக்கே. அந்தப் பத்து நிமிஷத்தைக் கூட இழக்க நான் தயாராக இல்லை. பதினஞ்சி நிமிஷத்தில் அங்கே இருப்பேன்."

"சரி" என்று வைத்துவிட்டு வெளியே வந்தவள். அலுவலக அறையை ஒட்டி இருந்த விசிட்டர்ஸ் ஹால் வாசலில் லேசான பதற்றத்துடன் நின்றுகொண்டிருந்த வித்யாசாகரைப் பார்த்து... கொஞ்சம் மகிழ்ச்சி கொஞ்சம் அதிர்ச்சி.

"வித்யா, எப்ப வந்தே?" என்றாள் உற்சாகம் ஏற்படுத்திக்கொண்டு.

"நீ போன் பேச ஆரம்பிச்சப்பவே வந்துட்டேன், சும்மாதான் வந்தேன். நான் வர்றேன். உனக்கு வேறே ஏதோ ப்ரோக்ராம் இருக்கு போலிருக்கே" லேசான கோபம் வெடித்தது.

"இல்லை வா சொல்றேன்" என்று விடுதியை விட்டு வெளியே அழைத்து வந்தாள். சில வினாடிகள் தயங்கினாள். பிறகு தீர்மானித்தாள். கை தட்டி ஆட்டோ அழைத்து அவனை வற்புறுத்தி ஏறச் செய்து, அருகில் அமர்ந்துகொண்டு, தன் கையின் பத்து விரல்களையும் ஒன்றுகூட்டி நகங்களைப் பார்த்துக்கொண்டு சொன்னாள்.

"சந்தர்ப்பம் வர்றப்போ சொல்லலாம்னு இருந்தேன் வித்யா. உங்கக்காவை உனக்கு நல்லாத் தெரியும். தப்பான முடிவு

என்னைக்கும் எடுக்கமாட்டேன். அவர் பேர் வினோத், ஒரு மெடிக்கல் ரெப்ரசென்டேட்டிவ். கொஞ்சம் வசதியான குடும்பம்தான், ரொம்ப நல்லவர். உனக்கு அறிமுகப்படுத்தி வைக்கிறேன்."

வித்யாசாகர் சங்கடமாக உணர்ந்தான்.

"இல்லைக்கா வந்து... உனக்குத் தெரியாததில்லை. இப்ப எதுக்கு என்னை அறிமுகப்படுத்திக்கிட்டு? வேணாமே நான் இறங்கிக்கறேனே..."

"ச்சீ. பேசாம வா. உன் மச்சானைப் பார்க்கணும்னு உனக்கு ஆசையே இல்லையா?" என்று நிவிதா சிரிக்க வித்யாசாகர் சகஜமானான்.

ரெஸ்டாரெண்ட்டின் ஒரு தனி மேஜையில் இருவரும் காத்திருக்க... வினோத்குமார் வந்ததும் நிவிதா அறிமுகப்படுத்தி வைத்தாள். லைட்டாக ஆர்டர் செய்து சாப்பிட்டுக்கொண்டே மூவரும் பொதுவான விஷயங்கள் பேசினதும்...

நிவிதா காலையில் நடந்ததை விவரித்தாள்.

"நீ செஞ்சது ரொம்ப கரெக்ட்டுக்கா" என்றான் வித்யாசாகர்.

"தப்பு பண்ணிட்டே நிவிதா. இப்ப அவனைக் கண்டுபிடிக்க வாய்ப்பில்லாம செஞ்சிட்டே. உஷாராயிடுவான். இனி வாலாட்ட மாட்டான். யாருன்னு தெரிஞ்சி மூஞ்சில துப்பணும். விட்டுட்டே அந்த சான்ஸை" என்றான் வினோத்குமார்.

"அநாவசியமா விரோதத்தை வளர்த்துக்கிறதுக்கு... இப்படி மறைமுகமா பதிலடி கொடுக்க நினைச்சேன். ஆனாலும், ஜாஸ்தியோன்னு மனசு உறுத்துது."

"அதெல்லாம் ஒண்ணுமில்லை. உப்புப் போட்டு சாப்பிடறதுக்கு இந்த ரோஷம் கூட வரல்லைன்னா எப்படி? அதிலையும் வித்யாசாகர், உங்க சிஸ்டர் மீல்ஸ் சாப்பிடறப்ப பார்க்கணுமே. சோத்துல உப்பு போடறதில்லை, உப்பு நடுவுல கொஞ்சம் சோறு வச்சிக்கிறதுதான் பழக்கம்!"

மனம் லேசாகிச் சிரித்தாள் நிவிதா?

"என்னடா சிரிக்கிறே?" என்றான் ஷியாம்.

"பின்னே? உனக்குச் சூடா பதில் எழுதி உன் மூலமாகவே நோட்டீஸ் போர்டில் மாட்ட வச்சிருக்காளே... சிரிக்கிற விஷயமில்லையா இது?" என்று மேலும் சிரித்தான் தீபக்.

"என்னால் அனுமதி மறுத்திருக்க முடியும். செய்யலை, போற போக்கில் விட்டுப் பிடிக்கிறதுக்காகத்தான் அனுமதிச்சேன்."

"என்ன சொல்லு, உன் முயற்சி தோல்விதானே?"

"அதனால என்னப்பா? ஒரே போராட்டத்திலயா இந்தியா சுதந்திரம் வாங்கிடுச்சு? ரெண்டு நாள் கழிச்சு என் முயற்சி நம்பர் டூ ஆரம்பமாகுது. அதுக்கப்புறம் சொல்லு" என்றான் சிகரெட் பற்ற வைத்துக்கொண்ட ஷியாம்.

——

அத்தியாயம் 8

ஷியாம் தன் மடியில் பவ்யமாய்ப் படுத்திருந்த நாயை மெதுவாகத் தடவிக் கொடுத்துக்கொண்டே, சிகரெட் புகையை அதன் ஒரு காதின் மடலை இழுத்துப் பிடித்துக்கொண்டு காதுக்குள் ஊதினான். தலையை அவசரமாக உலுக்கிக்கொண்டது அது.

தீபக் இரண்டு கிளாஸ்களிலும் சம அளவில் அந்த வெளிநாட்டு விஸ்கியை ஊற்றி, ஐஸ் துண்டுகளை அதில் மிதக்கவிட்டான். ஜன்னல் திரைகளைக் காற்று உற்சாகப்படுத்திக் கொண்டிருக்க, மரக்கிளைகள் மறைக்க முயன்ற நிலா தெரிந்து தெரிந்து மறைந்தது.

அந்த ஹால் கச்சிதமாக இருந்தது; சுவர்களில் அழுக்கோ எண்ணெய்ப் பிசுக்கோ இல்லை; கப்போர்டில் வரிசையாய் மண்ணெண்ணெய்க்கான க்யூ போலப் புத்தகங்கள். மினி ரெஃப்ரிஜிரேட்டர். ஸ்டாண்ட் அமைத்து அதன்மேல் டெலிவிஷன். அதன் தலையில் வீடியோ சாதனம். தரையில் லினோலியம் விரிக்கப்பட்டிருந்தது; சோபா, நாற்காலிகள், டீப்பாய், சமையலறை செல்ல ஒரு வாசல், கதவில்லாமல். படுக்கையறை செல்ல ஒரு வாசல், கதவுடன். கதவில் ஒரு பெண் த்ரீ டைமென்ஷனில் விவஸ்தை இல்லாமல் எல்லோருக்கும்

கண்ணடித்துக் கொண்டிருந்தாள். ஸ்டூல் மேல் டெலிபோன் டைரக்ட்டரி, அதன்மேல் டெலிபோன்.

தீபக், ஒலித்த அதை எடுத்து, "ஹலோ" என்றான்.

"ஷியாம் இல்லை? யார் பேசறது?"

தீபக் ரிசீவரின் வாய்ப்பகுதியைப் பொத்திக்கொண்டு, "ஷியாம், உங்க அப்பாடா" என்றான்.

"நான் இல்லைன்னு சொல்லிடேன். சரி சரி வேணாம். நானே பேசிடறேன்" என்று வாங்கிக்கொண்டு, "என்னப்பா? சொல்லுங்க? எங்கேர்ந்து பேசறீங்க?" என்று கேட்டான்.

"பக்கத்து வீட்லேர்ந்து தான்ப்பா பேசறேன்."

"சரி என்ன விஷயம்?"

"வீட்டு வரி ஏத்திட்டாங்க அப்பீல் பண்ணி வச்சிருக்கேன்."

"எவ்வளவு பணம் அனுப்பணும்? அதைச் சொல்லுங்க போதும்."

"ஐந்நூறு சேர்த்து அனுப்பினாத் தேவலாம். இந்த மாசம் மட்டும்."

"சரி அனுப்பறேன் வச்சிடவா?"

"இருப்பா, வச்சிடாதே. வாரா வாரம் தபால் போட்டுக்கிட்டே இருக்காங்க."

"யாரு?"

"வேற யாரு? திருநெல்வேலிக்காரங்கதான். பொண்ணு வச்சிருக்கிறவங்க அவசரப்படத்தானே செய்வாங்க."

"என் பையனுக்கு இப்பக் கல்யாணம் செய்துக்கிறதா எண்ணம் இல்லைன்னு உங்களை எழுதிப் போடச் சொல்லிட்டேனேப்பா. இன்னும் எழுதலையா?"

"உன் சித்தப்பா கூட ஒரு கல்யாணத்தில் பார்த்திருக்கானாம்ப்பா. பொண்ணு அவ்வளவு அழகா இருப்பாளாம்."

"அப்படியா?"

"ஆமாம். நல்ல சிவப்பாம், நல்ல உயரம், படிச்சு வேற இருக்குது."

"அப்படின்னா சித்தப்பாவையே கட்டிக்கச் சொல்லிடுங்க."

"ஷியாம். என்ன பேச்சு இது?"

"பின்னே என்னப்பா? நான்தான் இப்ப இஷ்டமில்லைன்னு சொல்லிட்டேனே... சும்மா ஏன் என்னைத் தொந்தரவு பண்றீங்க?"

"அதது அந்தந்த வயசுல நடக்க வேணாமா ஷியாம்? உனக்கும் முப்பத்திரண்டு வயசாச்சுப்பா. இன்னும் வயசு ஏறிச்சின்னா பொண்ணு கொடுக்கவே யோசிப்பாங்க."

"அதுதானா உங்க கவலை? விடுங்க! நான் கல்யாணம் பண்ணிக்கிறதாவே இல்லை. ஏன், எதுக்குன்னு கேட்டுக்கிட்டே இருக்காதீங்க. பேசறது எஸ்.டி.டி.யிலே. மீட்டர் ஏறிக்கிட்டே இருக்கும், வச்சிடுங்க. இது விஷயமா மறுபடி பேசாதீங்க."

ஷியாம் பளிச்சென்று ரிசீவரை வைத்துவிட்டு வந்து சோபாவில் அமர்ந்து ஒரே மூச்சில் தன் கிளாஸைத் தீர்த்தான்.

"போனை எடுத்தாலே கல்யாணம்னு ஆரம்பிச்சிடறார்."

"பண்ணிக்கயேன் - அவருக்காக."

"ஆமாம். அவருக்காக ஒண்ணு, உனக்காக ஒண்ணு, எனக்காக ஒண்ணுன்னு ஏழு கல்யாணம் பண்ணுவாங்கடா. நீயும் என்னைப் புரிஞ்சுக்காமப் பேசறியே, கல்யாணமாகிப் பொண்டாட்டின்னு வந்துட்டா... அது வீட்டுக்குள்ளேயே போலீஸ் ஸ்டேஷன் வச்சிக்கிற மாதிரிடா முட்டாள். எப்பவும் சந்தேகப் பார்வை! சதா கேள்விகள்! ஏன் லேட்டு? யாரோட போன்ல சிரிச்சுப் பேசறீங்க? எதுக்கு இவ்வளவு சிகரெட் பிடிக்கிறீங்க? டைரியில் எழுதியிருக்கிற போன் நம்பர்ஸ் எல்லாம் யாருது? சட்டை பாக்கெட்ல புடைவை பில் இருந்துச்சே, புடைவை எங்கே? ஊருக்குப் போய்ட்டு வந்த பெட்டியில் என்ன அவ்வளவு நீளமான தலைமுடி? வாட்டிடும்டா கேள்விகள்! இல்லறம் முக்கியம்னா பொறுமையா சால்ஜாப்பு சொல்லணும். நம்புற

மாதிரி கற்பனை சொல்லணும். கோபம் ஏறிக்கிட்டா வெளில போடின்னு சொல்லணும். பிரச்னை! என்னை, என் போக்கை நான் மாத்திக்கிறதா இல்லை. என்னால் வெற்றிகரமா இல்லறம் நடத்த முடியாது. ஒரு வண்டுக்கு ஒரு பூதான் கோட்டான்னு சொல்ல முடியுமா? அது மாதிரி ஷியாமைக் கட்டிப்போட முடியாது. விடு, அந்தப் பேச்சை விடு. நாம வேற எதுவோ பேசிட்டிருந்தோமே தீபக்..."

தடவைக்கு ஐந்து மில்லி என்று நிதானமாகத் தன் கிளாஸைக் காலி செய்து கொண்டிருந்த தீபக், "நிவிதாவுக்கு இரண்டாவது திட்டம் வச்சிருக்கேன்னு சொன்னே" என்றான்.

"ஆமாம். நிவிதா எப்படிப்பட்ட பொண்ணுன்னு தெரிஞ்சிக்கிட்டாச்சு. காதலுக்கு மயங்க மாட்டா. ஏன்னா ஏற்கெனவே காதலிக்கிறா. பரிசுப் பொருள்களுக்கும் தடுமாற மாட்டா. ஏன்னா ரோஷமுள்ளவ. தன்மானம் பார்க்கிறவ. அதனால்..."

"வன்முறைதான் வழின்னு முடிவுக்கு வந்துட்டியா?"

"வன்முறையா? யு மீன்... அவளைத் தனியா சந்திக்கிற சந்தர்ப்பம் அமைச்சு சினிமா மாதிரி பலாத்காரம் பண்ணி... ரப்பிஷ்! நோ! எனக்கு அந்த மாதிரி எண்ணம் கிடையவே கிடையாது. அதிலே என்ன சுவாரசியம் இருக்கும் தீபக்? நான் உன்னை ஜெயிச்சிட்டேன் பாருங்கிற ஈகோ நிறைவு கிடைக்கலாம். ஆனா ரசிச்சு அனுபவிக்கிற வாய்ப்பு இருக்கா அதிலே?"

"பின்னே?"

"தீபக், முள்ளும் குத்திக்காம, பூவுக்கும் நோகாம பூப்பறிக்கணும். அதிலதான் சாமர்த்தியம் இருக்கு. சவால் இருக்கு! நிவிதாவை நானாகத் தொடப் போறதே இல்லை. அவளா வந்து ஷியாம், என்னை எடுத்துக்கங்கன்னு தரணும். தருவா."

"தட் ஈஸ் ஹன்ட்ரட் பெர்ஸெண்ட் இம்பாஸிபிள் ஷியாம்."

ஷியாம் சற்று எரிச்சலுற்றான். தீபக்கை அழுகின காய்கறியைப் போலப் பார்த்தான்.

"நீ என் ஃபிரெண்டுன்னு சொல்லிக்கவே லாயக்கில்லை தீபக். என்னை அவ்வளவுதான் புரிஞ்சு வச்சிருக்கே. ஓர் அரசாங்க அதிகாரியால என் கம்பெனிக்கு ஒரு காரியம் ஆக வேண்டியிருந்துச்சு. பொட்டி நிறைய பணம் தர்றேன்னு சொன்னேன், மசியலை. பெண் சபலத்தில் ஆளைச் சாய்ச்சிடலாம்னு பார்த்தேன், முடியலை. பையனுக்கு என்ஜினியரிங் காலேஜ்ல சீட் வாங்கித் தர்றேன்னு உறுதி தந்தேன், எடுபடலை. படு நேர்மையா நடந்துக்கிட்டார். இவரை விட்டுத்தான் பிடிக்கணும்னு வந்துட்டேன். தொடர்ந்து பதினஞ்சு நாள் கண்காணிக்கச் சொன்னேன். சிக்கிக்கிட்டார்."

"எப்படி?"

"மனுஷனுக்குப் பக்கத்து ஊர்ல ஒரு சின்ன வீடிருக்கு. இந்தக் குடும்பத்துக்குத் தெரியாம இவர் கார் அந்த வீட்டு வாசல்ல நிக்கிறது. உள்ள போறது, அந்தச் சின்ன வீட்டம்மா வழியனுப்புறதுன்னு பத்து போட்டோ புடிச்சேன். மறுநாள் ஆஃபீஸ்ல போய்ப் பார்த்து, எடுத்ததை எல்லாம் காட்டினேன். மறுவார்த்தை பேசாம என் ஃபைல்ல கையெழுத்துப் போட்டார். இதுதான் உண்மையான வெற்றி. இதையே கத்தியைக் காட்டி மிரட்டிக்கூட என்னால் வாங்க முடியும். அதிலே சாமர்த்தியம் கிடையாதே..."

"ஷியாம், எதுக்கு இப்ப இதையெல்லாம் சொல்றே?"

"அது மாதிரி... நிவிதாவுக்கு வலுவா ஒரு வலை பின்னப் போறேன். இதிலே உன் பங்கும் உண்டு புரிஞ்சுதா?"

"என்னை விட்டுடுன்னு சொன்னாலும் நீ கேக்கப் போறியா? சரி. சொல்லு, நான் என்ன செய்யணும்?"

"சொல்றேன்" என்று மற்றொரு சிகரெட் உயிர்ப்பித்துக் கொண்டான் ஷியாம்.

அடுத்த ஒரு வாரம் நிவிதாவுக்கு அலுவலகம் நெருக்கமாகிப் போனது. நோட்டீஸ் போர்டில் இருந்து யாருமே சேலையை

எடுத்துக்கொள்ளாததால், அதை எடுத்து சொன்னபடியே ஒரு நாள் 'லஞ்ச்' நேரத்தில் ஏலம் விட்டாள். அந்தோணி, "இந்தத் தைரியத்தைக் கடைசிவரை விடாதே" என்றார். நாராயணன் விமலாவுக்குக் காட்டின தன் கவிதையை இவள் வாசித்து, நேரடியாகச் சென்று பாராட்டினாள். விமலாவின் அழைப்பை ஏற்று அவள் வீட்டிற்குப் போனாள். குடும்ப ஆல்பம் பார்த்து, கேரம் போர்ட் விளையாடி, சுடச்சுட பஜ்ஜி சாப்பிட்டு, அந்த ஞாயிறு உற்சாகம் நிறைந்திருந்தது. வினோத்குமார் டூர் போயிருந்தான். வித்யாசாகர் விடுதிக்கு வந்து கொச்சினில் ஓர் எண்ணெய் சுத்திகரிப்பு ஆலையில் இருந்து நேரடித் தேர்வுக்கு அழைப்பு வந்திருப்பதாகச் சொல்லி, போய்வரச் செலவுக்குப் பணம் வாங்கிச் சென்றான். ஷியாம் ஒருமுறை அவளைத் தன் அறைக்கு அழைத்து, "வேற எந்தப் பிரச்னையும் மறுபடியும் இல்லையே?" என்று அக்கறையாய் விசாரித்துவிட்டு அவள் அகன்றதும் போட்டோவுக்கு முத்தம் கொடுத்தான்.

அன்று மத்தியானம் மூன்று மணிக்கு செக்ஷன் போன் ஒலித்தபோது, அந்தோணி அதை எடுத்தார். "ஹலோ, மீரஜ் எலெக்ட்ரிகல்ஸ், அக்கவுண்ட்ஸ்" என்றார்.

"ஆத்மா டிஸ்ட்ரிபியூட்டர்ஸ்லேர்ந்து ஹரி பேசறேன். மிஸ்டர் அந்தோணி இருக்காரா?"

"அந்தோணிதான் பேசறேன். சொல்லுங்க சார்."

"உங்களைச் சந்திக்கணுமே நான்."

"வாங்களேன். ஆஃபீஸ் தெரியுமில்லே?"

"உங்களை வேறே எடத்தில் சந்திக்கணும் சார்."

"புரியலையே..."

"கொஞ்சம் பர்ஸனலாப் பேசணும். உங்க வீட்டு விலாசம் சொன்னா அங்கே வந்து சந்திக்கிறேன், இல்லைன்னா ஒரு பொது இடத்தை நீங்களே தேர்ந்தெடுங்க. அங்கே சந்திக்கலாம்."

"என்ன விஷயமா என்னைச் சந்திக்கணும்னு சொன்னாத் தேவலை."

"உங்களுக்கு இந்தச் சந்திப்பினால் நிச்சயமா நன்மை உண்டு, லாபம் உண்டு:"

"எதுவும் புரியலையே மிஸ்டர்... பேரென்ன சொன்னீங்க?"

"ஹரி. என்ன சார் எதுவுமே புரியாத மாதிரிப் பேசறீங்க? ஆத்மா டிஸ்ட்ரிபியூட்டர்ஸ் மேல உங்க கம்பெனி கேஸ் போட்டிருக்கிறது கூடவா நினைவில்லை?"

"அது தெரியும். அதுக்கும், என்னைச் சந்திக்கிறதுக்கும் என்ன சம்பந்தம்? கேஸ் விஷயமா, பேசித் தீர்க்கற கட்டம் தாண்டி, கோர்ட்டுக்கு வந்தாச்சு. இப்ப எதுவும் பேசணும்னாக்கூட நீங்க ரீஜனல் மேனேஜரைத்தான் பார்க்கணும்."

"என்ன சார் சுத்தப் புரியாத ஆளா இருக்கீங்க. இது சம்பந்தமா எங்களுக்கு ஓர் உதவி தேவைப்படுது. அதைச் செஞ்சு கொடுத்தா, அதுக்குத் தகுந்த மாதிரி நீங்க விருப்பப்படற வகையில் டெலிவிஷனோ, ஹீரோ ஹோண்டாவோ இல்லை கேஷாவோ... எல்லாத்தையும் போன்லயே எப்படிச் சொல்றது? வீட்டு அட்ரஸ் சொல்லுங்களேன்."

"ஓகோ, என்னை விலை பேசறீங்களா? அதுக்கெல்லாம் வேறே ஆளைப் பாருங்க. இந்தக் கம்பெனில இருபத்தி ரெண்டு வருஷமா விசுவாசமா சேவை பார்க்கறேன். துரோக நினைப்பு கனவுலகூட வராது. வச்சிடவா?"

"இருங்க வச்சிடாதீங்க. உங்க செக்ஷன்ல மிஸ் நிவிதான்னு..."

"ஆமாம்."

"அவங்ககிட்டே பேசணும் வேற விஷயமா உங்களுக்கு இஷ்டமில்லைங்கிறப்போ விட்டுடுங்க, வற்புறுத்தலை. நிவிதாவைப் பேசச் சொல்லுங்க."

“வெய்ட்” என்று ரீசீவரைத் தனியாகக் கிடத்திவிட்டு, “நிவிதா பேபி, உனக்கு போன்” என்றுவிட்டு பியூனை அழைத்து, “ஆர். எம். இருக்காரான்னு பார்த்துட்டு வா” என்றார்.

நிவிதா எழுந்து வந்தாள் வினோத் டூர் முடிந்து வந்திருக்க வேண்டும் என்கிற எதிர்பார்ப்புடன் சீவரை எடுத்து, “ஹலோ, நிவிதா பேசறேன்” என்றாள்.

“மேடம், வணக்கம். என் பேர் ஹரி என்னை உங்களுக்குத் தெரியாது. எனக்கும் உங்களை அதிகம் தெரியாது. ஆனா நீங்க பழகிக்கிட்டிருக்கிற வினோத்குமாரைப் பத்தி நிறைய தெரியும். உங்கமேல் ஓர் அக்கறை. சில அதிர்ச்சியான தகவல்களை நீங்க தாங்கிக்க வேண்டி வரும். என்னை நம்பலாம். நான் ஒரு ஜென்டில்மேன். நேர்ல சந்திச்சாத்தான் பரவாயில்லை. பகல்ல சந்திக்கலாம். பொது இடத்தில் சந்திக்கலாம். எங்கேன்னு தீர்மானிச்சு இன்னைக்கே ஒரு லெட்டர் போடறேன். நாளைக்குக் காலைல உங்களுக்குக் கிடைக்கும் அதுப்படி நீங்க வர விரும்பினா வரலாம். ஆனா நான் காத்திருப்பேன், அநியாயமா ஒரு பெண்ணோட வாழ்க்கை வீணாய்டக் கூடாதேங்கிற அக்கறையில் சொல்றேன். ப்ளீஸ் கம். வினோத்குமார் பத்தி சில ஆதாரபூர்வமான தகவல்கள் வச்சிருக்கேன். காட்டறேன். பார்த்துட்டு நம்பறதும், நம்பாததும் உங்க இஷ்டம். நாளைக்கு என் தபால் பாருங்க. தயவுசெஞ்சு நம்ம சந்திப்பை ரகசியமா வச்சிக்கங்க. ஓ.கே?”

குறுக்கே எதுவுமே பேசாமல் கேட்டுக்கொண்டே வந்த நிவிதாவிற்குக் குப்பென்று வியர்த்தது. யார் அவன் ஹரி? என்ன இது? என்ன தகவல்? ஆதாரபூர்வமானதா? என் வினோத்தைப் பற்றியா? நெஞ்சில் குப்பென்று ஓர் அடைப்பு. தொடர்பு துண்டிக்கப்பட்டதும் மெதுவாக ரிசீவரை வைத்த நிவிதாவையே பார்த்தார் அந்தோணி.

“யார் பேபி பேசினது? சொந்தக்காரரா?”

“ம்? இல்லை. ஆமாம்” என்று தடுமாறினாள்.

"ஆத்மா டிஸ்ட்ரிபியூட்டர்ஸ் ஹரி உனக்குச் சொந்தக்காரரா? அவன் என்கிட்டே ஒரு வேலையாப் பேசிட்டுத்தான் உன்னைக் கூப்பிடச் சொன்னான். தப்பா நினைச்சுக்காதே. ஒரு காரணமாத்தான் கேக்கறேன். என்ன பேசினான்?"

என்ன சொல்வது என்று திகைத்த நிவிதா, "வந்து... பர்ஸனல் சார்... ப்ளீஸ்" என்று நடந்து தன் இருக்கையில் யோசனையாக அமர, அந்தோணி எழுந்தார். நேராய் ஷியாம் அறைக்குள் அனுமதி பெற்றுக்கொண்டு வந்து அமர்ந்தார்.

"சார், கொஞ்சம் முன்னாடி ஆத்மா டிஸ்ட்ரிபியூட்டர்ஸ்லேர்ந்து யாரோ ஹரி என்னைக் கூப்பிட்டான். கோர்ட்டுக்குப் போய்ட்ட கேஸ் சம்பந்தமா என்னைத் தனியா சந்திக்கணுமாம், என் உதவி வேணுமாம், பணம் தறானாம்..."

"டாமிட்! என்ன சொன்னீங்க நீங்க?"

"அதுக்கு வேற ஆளைப் பாருப்பான்னுட்டேன்; ஆத்மா டிஸ்ட்ரிபியூட்டர்ஸ் சரியான ஃபிராடு கம்பெனி சார். நம்ம கம்பெனிக்கு மட்டும் அஞ்சரை லட்சம் வரைக்கும் பித்தலாட்டம் செஞ்சி, அக்கவுண்ட்ஸ்ல கண்டுபிடிச்சு இப்ப கேஸ்ல இருக்கு. அப்ப ஏதோ குறுக்கு வழி பிளான் செய்யறாங்க. சார், இன்னொரு விஷயம். புதுசா வந்திருக்கிற நிவிதாவோடயும் போன்ல பேசினான். சொந்தக்காரன்னு நிவிதா சொன்னது மழுப்பின மாதிரி இருந்திச்சு. என்ன பேசினான்னு கேட்டதுக்குப் 'பர்ஸனல்'ன்னு சொல்லிடுச்சி. அவன் நிவிதாவை நமக்கெதிரா பயன்படுத்தலாமோன்னு நான் சந்தேகப்படறேன்."

"நம்ம நிவிதாவையா?" என்று ஆச்சரியப்பட்டான் ஷியாம் கூடுதலாக.

——

அத்தியாயம் 9

"மிஸ்டர் அந்தோணி, நிவிதாவை நமக்கெதிராப் பயன்படுத்தறதுன்னா - எப்படி? புரியலையே" என்றான் ஷியாம், நாற்காலியில் இடம், வலமாக லேசாக ஆடிக்கொண்டு.

"எந்த வகையிலேன்னு எனக்குத் தெரியலை. ஆனா அந்த ஆத்மா டிஸ்ட்ரிபியூட்டர்ஸ்காரங்க ஏதோ ஒரு குறுக்குத் திட்டத்திலே இறங்கியிருக்காங்க. என் உதவி வேணும்னு தைரியமாக் கேட்டானே அவன்? லட்சம் தர்றேன்னு ஆசை காட்டினானே..."

"சரி. என்ன மாதிரி உதவின்னு சொல்லலையா?"

"நான்தான் அவனைப் பேசவே விடலையே."

"தப்புப் பண்ணிட்டிங்க சார். அவன் தனியா சந்திக்கணும்னு சொன்னானே. நீங்க சரி சந்திக்கலாம்னு சொல்லியிருக்கணும். அவன் சொல்ற இடத்தில போய்ச் சந்திச்சிருக்கணும். என்ன உதவி கேக்கறான். என்ன அவன் நோக்கம்னு தெரிஞ்சிக்கற வாய்ப்பை விட்டுட்டீங்களே..."

"அந்தச் சமயம் எனக்கு மூளை இப்படிக் கிரிட்டிக்கலா வேலை செய்யலை சார், என்னை விலை பேசற அவமானம் ஏற்பட்டதிலே கோபமா பதில் சொல்லத்தான் தோணிச்சு."

"நிவிதா, ஹரியைத் தன் சொந்தக்காரன்னு சொன்னாளா?"

"ஆமாம் சார்."

"என்ன பேசினேன்னு கேட்டதுக்கு மழுப்பினாளா?"

"ஆமாம் சார். 'பர்ஸனல்'ன்னு சொல்லிச்சி."

"ஐ சி, ஆனா நிவிதாவைப் பொறுத்தவரை இந்தப் பத்து நாள்லயே ஓரளவு கணிக்க முடியுதே. நல்ல குடும்பத்துப் பொண்ணு. கண்ணியமான பொண்ணு. தன்மானம் பார்க்கிற குணம். அதே சமயம் சந்தேகம் ஏற்பட்டுட்டா அதைக் கிளியர் செய்துக்க வேண்டியது ரொம்ப முக்கியம். திருச்சி கிளையிலே நிவிதா மேலே எந்தச் சின்னத் தப்பும் இல்லை. ரிப்போர்ட்ஸ் சுத்தமா இருக்கு. நான் கூப்பிட்டுப் பேசிடறேன். விசாரிச்சிடறேன். நம்ம கம்பெனிக்கும், ஆத்மா டிஸ்ட்ரிபியூட்டர்சுக்கும் நடக்கிற வழக்கைப் பத்திச் சொல்லி எச்சரிச்சு வச்சிடறேன். நீங்களும் கொஞ்சம் கவனமா இருங்க. போங்க. போய் நிவிதாவை வரச் சொல்லுங்க."

அந்தோணி கையில் வைத்திருந்த குண்டூசியை, மேஜைமேல் இருந்த பின்குஷனில் குத்திவிட்டு, கதவைத் தள்ளிக்கொண்டு வெளியே சென்றார்.

ஷியாம் உதட்டுக்குள் உற்பத்தியான சிரிப்பைக் கலைத்துக்கொண்டு "யெஸ். கம் இன்" என்றான்.

நிவிதா உள்ளே வந்து நின்று, "வரச் சொன்னீங்கன்னு..." என்று இழுத்தாள்.

"ஆமாம், உக்காருங்க."

அமர்ந்து அவன் முதுகுக்குப் பின்னால் ஏர்கண்டிஷனரைப் பார்த்தாள்.

"நிவிதா, இதே மெட்ராஸ்ல உள்ள ஆத்மா டிஸ்ட்ரிபியூட்டர்ஸ்ங்கிற நிறுவனம் மேல, நம்ம கம்பெனி வழக்கு ஒண்ணு போட்டிருக்கு. மோசடி வழக்கு. அஞ்சரை லட்சம் ரூபாய் மோசடி செஞ்சுட்டாங்க. வட்டியோட சேர்த்துக் கிட்டத்தட்ட

ஏழு லட்சம் கேட்டுத்தான் வழக்குப் போட்டிருக்கோம். இன்னும் விசாரணைக்கு வரலை. இந்தக் கேஸை உடைக்கிறதுக்காக அவங்க சில அண்டர்கிரவுண்ட வேலைகள் செய்யப் போறதாத் தகவல் வந்திருக்கு. இது தொடர்பா நம்ம ஆபீஸ்ல வேலை பார்க்கிற சிலரை லஞ்சங் கொடுத்து விலைக்கு வாங்கித் தங்களுக்குச் சாதகமாகப் பயன்படுத்த முயற்சிகள் செய்யறாங்க. புரியுதா?"

"புரியுது சார். ஆனா, இதையெல்லாம் எதுக்கு என்கிட்டே...?"

"நீங்க இங்கே புதுசாச் சேர்ந்தவங்க. இந்தத் தகவல்கள் தெரியாதில்லையா? அதனால் சொன்னேன். நேர்மையா, கம்பெனிக்கு விசுவாசமா நீங்க நடந்துக்குவீங்கன்னு எனக்குத் தெரியும். ஆனாலும் சொல்ல வேண்டியது என் கடமை. எந்த விதமான சபலத்துக்கும் இடம் கொடுத்துட வேணாம் இதைச் சொல்லத்தான் கூப்பிட்டேன்."

"சார், துரோகம்னா என்னனு கூட எனக்குத் தெரியாது சார். எனக்கு வேலை கொடுக்கிற, மாசாமாசம் சம்பளம் கொடுத்து அதன் மூலமா என் குடும்பத்தையே காப்பாத்திக்கிட்டிருக்கிற நிறுவனத்துக்கு எதிரா என்னால சிந்தனை கூடச் செய்ய முடியாது."

"வெரிகுட். இந்த நேர்மையும், விசுவாசமும் கடைசி வரைக்கும் இருக்கணும். இருக்கும். எனக்குத் தெரியும் ஓர் அறிவுரையாத்தான் சொன்னேன். உங்க சீட்டுக்குப் போங்க."

"தாங்க்ஸ் சார்" என்று எழுந்துகொண்டாள்.

தன் மேஜைக்கு வந்தாள். லேசாகத் தலையை வலித்தது. உள்ளுக்குள் திடும், திடும் என்று பெரிய சத்தத்தில் இதயம் அதிர்ந்து கொண்டிருந்தது.

சற்றுமுன் போனில் அந்த யாரோ ஹரி பேசின விஷயங்கள் அதே குரலில் காதருகே ஒலித்துக் கொண்டிருந்தன.

சில அதிர்ச்சியான தகவல்களை நீங்க தாங்கிக்க வேண்டி வரும்!

அநியாயமா ஒரு பெண்ணோட வாழ்க்கை வீணாய்டக் கூடாதேங்கிற அக்கறையிலே சொல்றேன்!

வினோத்குமார் பத்திச் சில ஆதாரபூர்வமான தகவல்கள் வெச்சிருக்கேன்!

பார்த்துட்டு நம்புறதும், நம்பாததும் உங்க இஷ்டம்!

நாளைக்கு என் தபால் பாருங்க!

வினோத்குமாரைப் பற்றி அப்படி என்ன தகவல்? வலிய ஒருவன் மெனக்கெட்டு என் விலாசமும், போன் நம்பரும் தெரிந்துகொண்டு போன் செய்து பேச வேண்டிய அவசியம் என்ன? யார் இந்த ஹரி?

வினோத்குமாருக்கு வேண்டாத நபரா? அவர்மேல் உள்ள ஏதோ ஒரு பொறாமை காரணமாக இப்படி ஒரு வேலையில் இறங்கியிருக்கிறானா?

வினோத்குமார் யாரையும் பகைத்துக்கொள்ள மாட்டாரே... கொஞ்சம் முன்கோபி, ஆனாலும் தன்மேல் தவறு இருந்தால் உடனே யாராயிருந்தாலும் மன்னிப்புக் கேட்டுவிடுகிற பண்பு உண்டே. பிச்சைக்காரனிடம் கூட, “ஸாரிப்பா, சில்லறையா இல்லை” என்று கனிவாகச் சொல்பவர் ஆயிற்றே!

அவரைப் பற்றி அபாண்டமாக நினைப்பதே கூடத் தவறு!

ஆனாலும்... ஆனாலும் அவன் என்னென்னவோ சொல்கிறானே... ஆதாரபூர்வமான தகவல் என்கிறான். என் வாழ்க்கை வீணாகிவிடக் கூடாது என்கிறான். எல்லாம் நாடக வார்த்தைகளா?

ஒரு வகையில் பார்த்தால்... வினோத்குமாரை எனக்கு எவ்வளவு தூரம் தெரியும்? இரண்டு வாரங்களுக்கு ஒருமுறை சந்திப்பு. ஒவ்வொரு சந்திப்புமே மனதில் பூட்டி வைத்து நினைத்து மகிழக்கூடிய சம்பவங்கள் நிறைந்தவையே.

எவ்வளவு அன்பு என்மேல். சாதாரணத் தலைவலி என்றால்கூடத் துடித்துப் போய்விடுவதும், தாமதமாக வந்தால்

கலங்கிப்போவதும், மற்ற ஆடவர் என்னைப் பார்த்தாலே கோபம் கொள்வதும்... சேச்சே... வேஷம் என்று எப்படி நினைப்பது?

ஒரு வேளை... இது ஒரு முகமோ? வினோத்குமாருக்கு வேறு முகங்களும் இருக்கலாமோ? வினோத்குமார் தம் வீட்டில் குடும்பத்தினரிடம் எப்படி நடந்து கொள்வார் என்பது எனக்குத் தெரியாதே... அலுவலகத்தில் சக நண்பர்களிடமும், மேலதிகாரிகளிடமும் எப்படி நடந்துகொள்வார் என்பது எனக்குத் தெரியாதே... டூர் போகும்போது, வேலை நேரம் போக, என்ன என்ன செய்வார் என்பது எனக்குத் தெரியாதே...

ஏன் இப்படியெல்லாம் நினைக்கிறேன்? வினோத்குமார் சிகரெட் பிடிப்பார். சமயங்களில் பீர் குடிப்பார். அதைத் தவிர வேறு எந்தக் கெட்ட பழக்கங்களும் கிடையாது.

ஆனால் போனில் இவன்...

நிவிதா மிகவும் தவித்தாள். மனசு ஒரு நிலைக்கு வராமல் அலையடித்துக் கொண்டிருந்தது. போன் தகவல்படி அவனை நாளைக்குச் சந்திப்பதா வேண்டாமா என்று ஒரு தீர்மானத்திற்கு வர முடியவில்லை.

உணவு இடைவேளையின் போது விமலா, "என்னாச்சு நிவிதா, ஒரு மாதிரியா இருக்கே? நார்மலா இல்லை உன் முகம்!" என்றாள்.

"ஒண்ணுமில்லை" என்றாள்.

மாலை விடுதிக்கு வந்ததும் அதே கேள்வியைப் பத்மா கேட்க, அவளிடம் சொல்லலாம் போலத் தோன்றியது. பத்மா காதலித்துத் திருமணம் செய்துகொண்டவள், அதனால் எனக்கு நல்ல யோசனை சொல்லலாம்.

"எதுக்கோ தயங்கறே நீ, கமான். என்ன நிவிதா?" என்றாள், துவைத்து எடுத்து வந்திருந்த துணிகளை ஒவ்வொன்றாக எடுத்து உதறி, கொடியில் போட்டுக்கொண்டு.

“பத்மா, உன் புருஷனைப்பத்தி ஒரு முக்கியமான தகவல் இருக்குன்னு யாராச்சும் போன் செஞ்சு சொன்னால் உனக்கு எப்படி இருக்கும்?” என்றாள் நிவிதா. கட்டிலில் அமர்ந்து முழங்கால்களைக் கட்டிக்கொண்டிருந்தாள்.

“எந்த மாதிரித் தகவல்ன்னு தெரியாம எப்படிப் பதில் சொல்றது நிவிதா?”

“தகவல் இன்னும் சொல்லலை. உன் வாழ்க்கையைப் பாதிக்கிற மாதிரி தகவல்! அதைத் தெரிஞ்சுக்க மறுநாள் சந்திக்கச் சொல்றான் போன்ல. நீ என்ன முடிவு செய்வே?”

“சந்திச்சுப் பேசினதுக்கப்புறம்தான் முடிவு செய்ய முடியும் நிவிதா.”

“சந்திப்பியா? என் கேள்வி அதுதான்.”

“தாராளமா. என்னதான் சொல்றான்னு தெரிஞ்சுக்க வேணாமா?”

“அப்போ உன் புருஷன் மேல உனக்கு நம்பிக்கை இல்லையா?”

“இது அப்படி இல்லை. என் புருஷன் மேல எனக்கு நம்பிக்கை இருக்குதான். ஆனால் தவறு செய்யறது மனுஷ புத்தி. யாரும் செய்யலாம். என் புருஷன் என்ன தவறு செய்யறார்னு நம்பிக்கையாத் தெரிஞ்சா, அந்தத் தவறிலேர்ந்து அவரைத் திருத்த முயற்சி எடுக்கலாமே... சுத்தி வளைச்சது போதும். நேரா சொல்லு. வினோத்குமார் பத்தி யாராச்சும் தப்பா எதுவும் சொன்னாங்களா?”

“இன்னும் சொல்லலை. நாளைக்குச் சொல்றதா போன்ல ஹரின்னு ஒருத்தன் சொன்னான். எங்கே சந்திக்கிறதுன்னு தபால்ல நாளைக்குத் தகவல் வருமாம். அதன்படி நான் சந்திக்கட்டுமா, வேணாமான்னுதான் குழப்பம்!”

“நிவிதா, உன் வினோத்பத்தி எனக்கு எதுவும் தெரியாது. ஆனால் நான் பொதுவாச் சொல்றேன். முழு யோக்கியன்னு யாரும் இல்லை. நீ இப்போ காதல் கட்டத்திலேதான் இருக்கே?

உனக்குக் கிடைக்கிற தகவல் உண்மையா இருந்தா... பிரச்னை இல்லாம விலகிக்க வாய்ப்பிருக்கு."

"என்ன நீ, என்னென்னமோ சொல்றே... என் வினோத் மாட்டு மடியிலேர்ந்து நேராக் கறந்த பால் மாதிரி! கலப்படமே இல்லாதவர். ஆனாலும் அந்த ஹரி என்னதான் சொல்றான்னு கேட்டுக்க முடிவு பண்ணிட்டேன்" என்றாள் நிவிதா தெளிவுக்கு வந்து.

அந்த ரெக்கார்டிங் அறை மிகச் சிறியதாய் இருந்தது. குளிர் செய்யப்பட்டிருந்தது. பிரும்மாண்ட வெளிநாட்டு செட்டில் டேப் சுழன்று கொண்டிருக்க... ஹெட்போன் அணிந்த அந்தப் பெண் கையில் காகிதம் வைத்திருந்தாள். அருகில் நின்றிருந்த தீபக்கும் ஹெட்போன் அணிந்திருந்தான். அவனிடமும் வசனம் எழுதிய காகிதம் இருந்தது.

"ராஜி, நான் உன் அம்மா கேக்கறேன், சொல்லும்மா. உனக்கு இந்தக் கல்யாணத்தில் இஷ்டமில்லையா? ஏன்ம்மா உம்முன்னு இருக்கே?" என்றாள் அந்தப் பெண்.

"அதில்லை. என்ன போட்டும் என் முகப்பரு போகவே இல்லையம்மா, அடுத்த வாரம் கல்யாணம் என்ன செய்வேன்?" என்று பெண் குரலில் பேசினான் தீபக்.

"அசடு! இவ்வளவுதானா? 'பிம்ப்பிள் குட்பை' க்ரீம் தடவு போய்டும்."

"ஆம்! உபயோகியுங்கள் புதிய பிம்ப்பிள் குட்பை" என்று தன் சொந்தக் குரலில் பேசினான் தீபக். பேசிவிட்டு, டேப்பை நிறுத்திவிட்டு, "ஒரே வாரத்தில் போய்டும்னு சொல்றதுக்குப் பதிலா வெறுமனே போய்டும்னு சொல்லிட்டேம்மா சாந்தா. இன்னொரு தடவை பேசிடலாம், என்ன?" என்றான்.

அப்போது படியேறி மேலே வந்த ஷியாம், ரெக்கார்டிங் ரூம் கண்ணாடிக் கதவு வழியாகத் தீபக்கைப் பார்த்துக் கையாட்டிவிட்டு உரிமையாய்க் கதவைத் திறந்துகொண்டு உள்ளே வந்தான்.

“தொந்தரவா?”

“இல்லைப்பா, ஒரு நிமிஷம் இரு. இந்த விளம்பரம் மட்டும் ரெக்கார்ட் செஞ்சிட்டு வந்துடறேன். தும்மிடாதே, இருமிடாதே, சிரிச்சுடாதே, பேசாம கவனி. சாந்தா, ரெடியா?”

“க்கும்” என்று கனைத்துக்கொண்டு, “ரெடி சார்” என்றாள் அவள்.

“ஸ்டார்ட்” என்று பதிவு செய்யும் பித்தானை அழுத்தியதும்...

“ராஜி, நான் உன் அம்மா கேக்கறேன், சொல்லும்மா” என்று மறுபடி ஆரம்பித்தாள். ஷியாம் அமைதியாக இருவர் பேசுவதையும் கவனித்தான்.

பேசி முடித்ததும், “வா, போலாம்” என்று வெளியேறித் தனது தனியறைக்கு அழைத்து வந்தான் தீபக்.

“தீபக், நீ பொம்பளை குரல்ல பேசுவேன்னு எனக்குத் தெரியாதே. பொம்பளை தோத்துருவா போலிருக்கு. நான் எதுக்கு வந்தேன்னா...”

“தாங்க்ஸ் சொல்லிட்டுப் போகவா?”

“ஆமாம். நான் சொல்லிக்கொடுத்த மாதிரியே ஹரின்னு சொல்லி அந்தோணிகிட்டேயும், நிவிதாகிட்டேயும் அற்புதமாகப் பேசியிருக்கே, தீபக். லெட்டர் போஸ்ட் செஞ்சிட்டியா?”

“ஆச்சு. டைப் பண்ணி ஹரின்னு கையெழுத்துப் போட்டிருக்கேன். வெறும் தேங்க்ஸ் பத்தாது மச்சான், இந்த வீக் எண்ட்ல பெங்களூர் போறோம். செலவு பூரா உன்னது. அப்பத்தான் நம்ப ஒத்துழைப்பு தொடரும்” என்று சிரித்தான் தீபக்.

“ஷ்யூர். அவசியம் போகலாம்” என்று தீபக்கின் விசாலமான மேஜைமேல் அமர்ந்துகொண்ட ஷியாம், “இன்னொரு காரியம் செய்றியா?” என்று கேட்டான்.

“சொல்லு.”

“ஒரு பேப்பரும், பேனாவும் கொடு.”

பெற்றுக்கொண்டு ஒரு போன் நம்பர் எழுதினான். கீழே விறுவிறுவென்று எழுதி முடித்துத் தீபக்கிடம் கொடுத்து, "இந்த நம்பர் ஆத்மா டிஸ்ட்ரிபியூட்டர்ஸ் முதலாளி வல்லபன் வீட்டு நம்பர். டயல் பண்ணி வல்லபன் இருக்காரான்னு கேட்டு, அவர்கிட்டே இந்த வசனத்தைப் பேசு," என்றான்.

தீபக் உடனே ரிசீவரை எடுத்து எண்களைச் சுழற்ற...

"இருடா. நீ பேசப்போறது பொம்பிளைக் குரல்ல. அதாவது..."

"புரியுது" என்று சொன்ன தீபக் பெண் குரலில், "ஹலோ, வல்லபன் சார் இருக்காரா? நீங்கள்தான் பேசறதா? வணக்கம் சார். என் பேர் நிவிதா, நான் மீரஜ் எலெக்ட்ரிகல்ஸ் ரீஜனல் ஆஃபீஸ்ல வேலை செய்றேன். உங்க ஸ்தாபனம் மேல போடப்பட்டிருக்கிற வழக்கு சம்பந்தமா என்னால உங்களுக்கு உதவி செய்ய முடியும். உங்க மோசடி சம்பந்தப்பட்ட ஆதாரங்கள் கொண்ட டாக்குமெண்ட்ஸ் ஆபீஸ்ல எங்கே இருக்குன்னு எனக்குத் தெரியும். அதை எடுத்து உங்ககிட்டே ஒப்படைச்சா எனக்கு என்ன தருவீங்க சார்?" என்றான்.

——

அத்தியாயம் 10

காகிதத்தில் ஷியாம் எழுதிக் காட்டியபடி, பெண் குரலில் கேள்வியைக் கேட்டுவிட்டு, சரியாகப் பேசினேனா என்று கேட்பது போல நிமிர்ந்து பார்த்தான். தீபக் கரெக்ட் என்று விரல்களால் அபிநயம் காட்டின ஷியாம், ரிசீவரில் தன் தலையைச் சாய்த்து எதிர்முனையில் வல்லபன் பேசுவதைக் கேட்க முற்பட்டான்.

வல்லபன் அதிர்ச்சி அடைந்திருப்பதை உணர முடிந்தது.

“என்ன சார், பதிலையே காணோம்? உங்களுக்கு இதிலே விருப்பம் இல்லைன்னு தெரியுது. நான் கேட்டதை மறந்துடுங்க. வச்சிடறேன்” என்றான் தீபக்.

“இரும்மா வச்சிடாதே. உன் பேரென்ன சொன்னே?”

“நிவிதா.”

“நீ மீரஜ் எலெக்ட்ரிகல்ஸ்ல என்ன வேலை செய்யறே”

“அக்கவுண்ட்ஸ் பிரிவில் இருக்கேன் திருச்சிலேர்ந்து மாற்றலாகி இங்கே வந்து சேர்ந்து...” என்ற தீபக் ஷியாமைப் பார்க்க, அவன் இரண்டு கைகளின் மொத்த விரல்களையும் காட்டியதும், “பத்து நாளாச்சி சார்” என்றான்.

“இப்போ எங்கேயிருந்தும்மா பேசறே?”

"ஒரு பப்ளிக் பூத்லேர்ந்து பேசறேன் சார்."

"நீ சொன்னது நிஜம்தானா? வழக்கு சம்பந்தப்பட்ட முக்கியமான டாக்குமெண்ட்சை எடுத்து என்கிட்டே ஒப்படைக்க முடியுமா?"

"முடியும்னு நினைச்சதாலேதான் போன் செய்யறேன்."

"சரி, எப்ப எடுத்துத் தர்றே?"

"இருங்க சார். நமக்குள்ளே வியாபாரம் போகிக்க வேணாமா?"

"புரியுது, என்னம்மா எதிர்பார்க்கிறே நீ?"

"இந்த உதவிக்கு எவ்வளவு தரலாம்னு நீங்க நினைக்கிறீங்க?"

"நீ சொல்லும்மா அது நியாயமா இருந்தா ஒத்துக்கறேன்."

ஷியாம் பேப்பரில், 'யோசித்துச் சொல்கிறேன் நாளைக்கு போன் செய்கிறேன்' என்று எழுதிக்காட்ட "நான் யோசிச்சி நாளைக்கு போன் பண்றேன் சார், பேசலாம், முடிவுக்கு வரலாம்" என்று வைத்தான்.

"பின்னிட்டே தீபக்" என்று அவன் கையைப் பற்றி அழுத்தமாகக் குலுக்கினான் ஷியாம்.

"கிளிப் பிள்ளை மாதிரி ஒப்பிச்சிட்டேன். ஆனால் இன்னும் எனக்கு உன் ஐடியா புரியலை ஷியாம்."

"நான்தான் சொன்னேனே தீபக். சிலந்தியோட பொறுமை என்கிட்டே உண்டு. பல்லி அவசரமா ஓடிப்போயி லபக்குன்னு பூச்சியைப் பிடிக்கும். அதிலே த்ரில்லே கிடையாதுப்பா. ஏன் தெரியுமா? தான் பல்லிக்கு இரையாகப் போகிறோம்கிறதே தெரியாம ஒரே வினாடியிலே அந்தப் பூச்சி செத்துடுது. ஆனா சிலந்தி நிதானமா வலை பின்னிக் காத்திருக்கும். பூச்சி மாட்டினதும் நிதானமாப் போய் அதைப் பிடிக்கும். அந்தப் பூச்சிக்குத்தான் மாட்டிக்கிட்டோம்ங்கிறது தெரியும். சாகப் போறோம்ங்கிறது தெரியும். அந்த நிலையிலே உள்ள பூச்சியைப் பிடிக்கிறதிலேதான் த்ரில்லு."

"ஒரு வகையிலே ஷியாம், நீ ஒரு ஸாடிஸ்ட்."

"இருந்துட்டுப் போறேன். நம்ம அரசாங்கம் கூடத்தான் ஸாடிஸ்ட்."

"எப்படி?"

"நீ ஆத்திரத்திலே ஒருத்தனைக் குத்திக் கொலை செஞ்சிடறேன்னு வையி, உனக்கு தண்டனை கிடைக்கும்?"

"மரண தண்டனை."

"கோர்ட்ல தீர்ப்பு வாசிச்சதுமே உன்னைத் துப்பாக்கியால் சுட்டு அதை நிறைவேத்தறாங்களா? இல்லையே... அந்தத் தண்டனையை நிறைவேத்தற நாள், நேரம் எல்லாம் குறிச்சி உன்கிட்டேயே சொல்லிட்டு... அந்த மரண நேரத்துக்காக உன்னைக் காக்க வைக்கிறாங்க பாரு, அது மரண தண்டனையை விடப் பெரிய தண்டனைடா. உன்னால கொல்லப்பட்டவன் ஒரே நிமிஷத்திலே செத்திருப்பான். ஆனால் தீர்ப்புக்குப் பிறகு ஒவ்வொரு நிமிஷமும் சாவே, இதுவும் ஸாடிஸம்தானே?"

"உன்கிட்டே வாதம் செய்ய என்னால முடியாது. ஹரின்னு அறிமுகப்படுத்திக்கிட்டு உங்க ஆபீஸ் அந்தோணிகிட்டேயும், நிவிதாகிட்டேயும் ரெண்டு விதமாப் பேசச் சொன்னே. பேசிட்டேன். இப்போ நிவிதான்னு பொம்பளை குரல்ல வல்லபன்கிட்டே பேசச் சொல்லி... பேசியாச்சு... ஆனா உன் திட்டம் என்ன? அதைச் சொல்லு."

"செஸ் விளையாட்டுல உள்ள ருசி தீபக் இது. அனாவசியமா எதிரியோட காய்களை வெட்டிச் சாய்க்கிறதுக்குப் பதிலா, நம்ம காய்களைச் சாமர்த்தியமா அமைச்சுக்கிட்டே வந்து... ஒரு கட்டத்திலே செக் வைக்கணும். அந்த செக்கிலே எதிரி ராஜா. அந்தப் பக்கம், இந்தப் பக்கம் நகரவோ, வேற காய்களால தன்னைத் தற்காத்துக் கொள்ளவோ முடியாம திணறனும். தட் ஈஸ் செக் அண்ட் மேட். அந்த மாதிரி நிவிதாவைக் கார்னர் செய்யறதுக்காக நான் நகர்த்தற காய்கள்தான் நீ செஞ்ச போன்கள். பாதி ஆட்டத்திலே விளக்கம் கேக்காதே. சொன்னாலும் புரியாது.

நான் சொல்றபடி எல்லாம் செஞ்சிக்கிட்டே வா. நீயே புரிஞ்சிக்குவே. நாளைக்குச் சாயங்காலம் நீ என்ன செய்யறேனனா... ஷியாம் விவரமாகச் சொல்ல, தீபக் அமைதியாகத் தலையசைத்தான்."

நிவிதா வழக்கமாகப் புடைவை தவிர வேறு உடை அணிவதில்லை. தாமரைச்செல்வி மிகவும் வற்புறுத்தினதின் பேரில் அவளின் சிவப்புச் சூரிதார் உடையைப் போட்டுப் பார்க்க...

"அட்டகாசமா இருக்கு நிவிதா. இன்னிக்கு இந்த டிரஸ்லேயே ஆபீஸ் போய்ட்டு வாயேன். தலையை மட்டும் பிரிச்சி லூசாப் பின்னிக்க, நான் பின்னி விடவா?"

"வேணாம், நீ கேட்டியேன்னு போட்டுக் காட்டினேன். ஆபீசுக்கு இதைப் போட்டுக்கிட்டு... ச்சீ! கூச்சமா இருக்கு."

"சொல்லப் போனா புடைவையை விட, இந்த ட்ரெஸ்தான் உடம்பு முழுக்க மூடுது. உன்னோட வினோத்குமாருக்குப் பிடிக்காது போலிருக்கு. அதனால்தான் போடறதில்லை. சரியா?"

"அதெல்லாம் ஒண்ணுமில்லை. அவரே பலதடவை சொல்லியிருக்கார், மாடர்ன் ட்ரெஸ் போடச்சொல்லி. எனக்குத்தான் ஈடுபாடு இல்லை..." என்றபோது பத்மா உள்ளே வந்து, "நிவிதா, உனக்கு போன் வந்திருக்கு" என்றாள்.

நிவிதா கீழே அலுவலக அறை வந்து, மார்ட்டினாவுக்குப் புன்னகை செய்து ரிசீவரை எடுத்துக்கொண்டு, "ஹலோ, நிவிதா பேசறேன்" என்றாள்.

"டூர் முடிச்சிட்டு ஊர் திரும்பிட்டேன். நிவி, இப்ப நான் எங்கேர்ந்து பேசறேன் சொல்லு பார்க்கலாம்."

"வீட்லேர்ந்து தானே?"

"இல்லை."

"ஆபீஸ் வந்துட்டீங்களா?"

"இல்லை."

"பின்னே எங்கேர்ந்து பேசறீங்க?"

"சென்ட்ரல் ஸ்டேஷன் வாசல்லேர்ந்து இப்பத்தான் ரயில்லேர்ந்து இறங்கினேன். வீட்டுக்குப் போகிறவரைக்கும் பொறுமை இல்லை அதான். எப்படி இருக்கே நிவி?"

"இவரையா? இவரையா சந்தேகப்படுவது? இந்த அன்பைப் பரிசோதித்துப் பார்ப்பது கூடத் தப்பில்லையா?"

"ஏய்... என்னாச்சு? எப்படி இருக்கேன்னு கேட்டேன்?"

"நல்லா இருக்கேன் வினோத்..."

"இல்லை. ஒரு சுத்து இளைச்சிருக்கே..."

"அதெப்படிப் பார்க்காம சொல்றீங்க? ஒரு வாரத்தில் என்ன மாற்றமிருக்கு? நான் அப்படியேதான் இருக்கேன்!"

"நான் நம்ப மாட்டேன்."

"இதென்னது பிடிவாதம்?"

"என்னை நம்ப வையேன்."

"எப்படி நம்ப வைக்கிறது?"

"நேர்ல பார்த்தால் தானா நம்பிட்டுப் போறேன், எங்கே சந்திக்கலாம் இன்னிக்கு?"

"இன்னிக்கு வேணாம், ப்ளீஸ்."

"ஏன்ம்மா எதுவும் வேலை இருக்கா?"

"ஆமாம்."

"அப்போ, நாளைக்கு?"

"அதை நாளைக்குச் சொல்றேனே..."

"குரங்குப் பிடிவாதம்! மனுஷன் ஒரு வாரம் முகத்தைப் பார்க்காம டூர் போய் அலைஞ்சிட்டுத் திரும்பியிருக்கானேன்னு, கொஞ்சமாச்சும் இரக்கம் இருக்கா? ஓக்கே, நாளைக்கு நீ போன் செய்றியா, நான் செய்யட்டுமா?"

"நானே போன் செய்யறேன்."

"வேறே? இப்ப என்ன ட்ரெஸ் போட்டிருக்கே நிவி?"

நிவிதா தன்னைப் பார்த்துக்கொண்டு, லேசாகச் சிரித்து "என் ரூம் மேட்டோட சூரிதார் போட்டிருக்கேன் சும்மா போட்டுப் பார்த்தேன்" என்றாள்.

"வாவ்! அய்யோ! நான் பார்க்க வேணாமா? நாளைக்கு அதைப் போட்டுக்கிட்டு வர்றியா?"

"பார்க்கலாம்"

"என்ன, நீ எல்லாத்துக்கும் நழுவலாவே பதில் சொல்றே? நாளைக்கு நீ சூரிதார்லதான் என்னைச் சந்திக்கிறே. எங்கே, எப்ப சந்திக்கறதுன்னு போன் செய்யறே. மேலே பேசாதே வச்சிடறேன்!"

நிவிதா போனை வைத்துவிட்டுத் தன் அறைக்கு வந்து சூரிதாரைக் கழற்றிவிட்டு, புடவையே கட்டிக்கொண்டாள்.

"பார்த்தியா, நான் அவ்வளவு தூரம் சொல்லியும்..."

"இன்னைக்கு வேணாம். இதையே நாளைக்குச் சாயங்காலம் போட்டுக்கிறேன். சரியா?" என்று கூறிவிட்டு அலுவலகத்திற்குப் புறப்பட்டாள்.

வினோத்துடன் போனில் பேசினது மனத்திற்குத் தெம்பாய் இருந்தது. உளைச்சல் சற்றுக் குறைந்து இருந்தது. அந்த ஹரியின் போன் பேச்சை அலட்சியம் செய்துவிடலாம் போலிருந்தது. ஆனால் போய்ச் சந்தித்து என் வினோத் அப்படியெல்லாம் இல்லைடா முட்டாள் என்று திட்டிவிட்டு வரலாம் போலவும் இருந்தது.

அலுவலகத்தில் தன் மேஜைக்கு வந்தபோது, விமலா வந்து, "உனக்கு ஒரு லெட்டர் வந்திருக்கு, லெட்டர் பாக்ஸ்ல பார்த்தேன். எடுத்துட்டு வந்தேன், இந்தா" என்று கொடுத்தாள்.

நாற்காலியில் அமர்ந்து அந்தக் கவரைக் கிழிக்காமல் பார்த்தாள். இவளின் முகவரி டைப் செய்யப்பட்டிருந்தது. அதேபோல 'ஃப்ரம் – ஹரி' என்று மட்டும் டைப் செய்யப்பட்டிருந்தது. உள்ளே இருக்கும் காகிதத்தை ஓர் ஓரமாகத் தட்டிக்கொண்டு கிழித்தாள். உள்ளே இருந்த துண்டுக் காகிதத்தை எடுத்தாள்.

'எக்மோர், ஹோட்டல் இம்பீரியல், வரவேற்பறையில் மாலை 5.30 முதல் உங்கள் வருகைக்காகக் காத்திருக்கிறேன்' - என்று ஆங்கிலத்தில் டைப் செய்யப்பட்டிருக்க, கீழே 'ஹரி' என்று ஆங்கிலத்தில் கையெழுத்து இருந்தது.

மறுபடியும் உறையில் போட்டுக் கைப்பைக்குள் வைத்துக்கொண்ட நிவிதா, போய்ப் பார்த்துவிடுவது, என்னதான் சொல்கிறான் என்று கேட்டு விடுவது என்று தீர்மானித்தாள்.

அனுமதி பெற்று உள்ளே வந்தார் அந்தோணி.

"உக்காருங்க சார்" என்றான் ஷியாம். நிவிதாவைப் பத்திச் சொன்னீங்க இல்லையா, அவங்களுக்கு ஏதாச்சும் லெட்டர் வந்தா அது யார்கிட்டேர்ந்து வருதுன்னு பார்த்து என்கிட்டே சொல்லணும்னு நான் பியூன்கிட்டே சொல்லி வெச்சிருந்தேன். இன்னைக்கு 'ஃப்ரம் – ஹரி'ன்னு போட்டு ஒரு கவர் வந்திருக்குன்னு சொன்னான்."

"அப்படியா? சொந்தக்காரன்னு வேற பேபி சொல்லுச்சி. என்கிட்டே சொன்ன மாதிரி அதை வாங்கித் தர்றேன், இதை வாங்கித் தர்றேன்னு சொல்லி அவன் சபலப்படுத்திட்டானோ?"

"நான் உடனே கூப்பிட்டு, அறிவுரை மாதிரி சொன்னேன். அதெல்லாம் நேர்மை தவறாம நடந்துப்பேன்னுதான் சொன்னாங்க. ஆனாலும் இப்படித் தபால் எல்லாம் வர்றது சந்தேகப்பட வேண்டியதா இருக்கு. ஆதாரபூர்வமா எதுவும் தெரியாம, நடவடிக்கை எதுவும் எடுக்க முடியாது. தப்பு நடக்கிறதுக்கு முன்னாடி சுதாரிச்சிக்கிறது நல்லதில்லையா?"

"நிச்சயமா சார்!"

"அதனால நீங்க ஒரு காரியம் செய்யுங்க. மத்தியானம் லஞ்ச் நேரத்தில், அவங்க மேஜையிலேர்ந்து யாருக்கும் தெரியாம இன்னைக்கு வந்த தபாலை எடுத்துப் படிச்சுப் பாருங்க. சந்தேகத்துக்கிடமா ஏதாச்சும் அதிலே இருந்தா... என்கிட்டே எடுத்துட்டு வாங்க."

"தாராளமாச் செய்யறேன் சார். கண்காணிக்கிறது ஒண்ணும் தப்பில்லை. ஆதாரமா எதுவும் இல்லாததாலே இப்படி ரகசியமாப் பரிசோதிச்சிப் பார்க்கிறது சரிதான். நான் பார்க்கிறேன் சார்..."

அந்தோணி உணவு இடைவேளையின் போது கொஞ்சம் படபடப்பாக வந்து, பாக்கெட்டில் இருந்து அந்தக் கடிதத்தை எடுத்துக் கொடுத்து, "நிச்சயம் இது சதிவேலைதான் சார்!" என்றார்.

ஷியாம் படித்துப் பார்த்து, "சொந்தக்காரங்க இப்படித்தான் ரகசியமா தபால்ல இடம், நேரம் எழுதிச் சந்திப்பாங்களா சார்? ம்கூம். இது ஏதோ ரகசிய சதிதான், இதே நேரத்திலே வேற ஒரு நபரை நான் போகச் சொல்லிக் கண்காணிக்கிறேன். அவங்களுக்கு அறிமுகம் இல்லாத நபரா இருக்கணும். இப்போ இந்தக் கவரையும், லெட்டரையும் ஜெராக்ஸ் பிரதி எடுத்து என்கிட்டே கொடுங்க. ஒரிஜினலை எடுத்த இடத்திலே வெச்சிடுங்க" என்றான்.

"சரி சார்."

"அப்புறம்... ஆத்மா டிஸ்ட்ரிபியூட்டர்ஸ் மோசடி சம்பந்தப்பட்ட டாக்குமெண்ட்ஸ், ரெக்கார்ட்ஸ் ரூமில் இருக்க வேணாம். ஆபீஸ்ல எல்லாருக்கும் அந்த ரூமுக்குப் போய்வரச் சந்தர்ப்பம் இருக்கு. அதனால், அதை இங்கே எடுத்துக்கிட்டு வாங்க, சொல்றேன்."

அந்தோணி பூம்பூம் மாடு போல எல்லாவற்றுக்கும் தலையை ஆட்டிவிட்டுச் சென்று பத்து நிமிடங்களில் நீளமான ப்ரௌன் கவருடன் வந்தார்.

அதை வாங்கித் தன் மேஜையின் முதல் டிராயரில் வைத்துப் பூட்டிய ஷியாம், "நிவிதாவை நீங்க எதுவும் கேக்க வேணாம்.

நான் பார்த்துக்கறேன். கொஞ்ச நாளைக்கு டாக்குமெண்ட்ஸ் இங்கேயே இருக்கட்டும். இங்கே இருக்கிறதை யார்கிட்டேயும் சொல்ல வேணாம். நீங்க போங்க” என்றான்.

ஐந்து மணிக்கு அலுவலகம் முடிந்ததும், நிவிதா புறப்பட்டு ஓர் ஆட்டோ அமர்த்திக்கொண்டு எக்மோருக்கு ஓட்டச் சொன்னாள்.

——

அத்தியாயம் 11

ஆகாயம் ஸ்லோமோஷனில் நிறம் மாறிக் கொண்டிருந்தது. நகரத்தின் கட்டடங்களின் தலையில் கொண்டை ஊசிகளாய்க் குத்தப்பட்டிருக்கும். தொலைக்காட்சி ஆண்ட்டெனாக்கள் மாலை நேரக் கடமைக்குத் தயாராயின.

தீபக் இம்ப்பீரியல் ஹோட்டலின் முகப்பு வளைவுக்குள் தட் தட்டென்று பைக் அதிர நுழைந்து நிறுத்தினான். ஹெல்மெட்டைக் கழற்றிவிட்டு, படிந்து போயிருந்த தலைமுடிகளுக்குள் குசுகுசுப்புச் செய்துகொண்டு, ரிசப்ஷன் பகுதிக்குச் சென்றான்.

அங்கிருந்த இளைஞன், மற்றவனிடம் என்ன இருந்தாலும் ஹாலிவுட், ஹாலிவுட்தான் என்று சில பல உதாரணங்களுடன் சூடாகப் பேசிக் கொண்டிருந்தவன் குரலைத் தாழ்த்தி, “யெஸ்” என்றான் இவனைப் பார்த்து.

“கொஞ்சம் முன்னாடி இங்கே நிவிதான்னு ஒரு பொண்ணு வந்திச்சா? என் பேரு ஹரி. இங்கே சந்திக்கிறதாப் பேச்சு. வரச் சொல்லியிருந்தேன். அதான்.”

“யாரும் வரலை சார் அப்படி...”

அங்கிருந்த ஸோபா, நாற்காலிகளில் ஒரு குண்டான மனிதர் தொடையை ஆட்டிக்கொண்டே மாலைச் செய்தித்தாள் வாசித்துக்

கொண்டிருக்க... அவரைத் தவிர அந்த ஹாலில் வேறு யாரும் இல்லை.

தீபக் ஒரு நாற்காலியில் கொஞ்ச நேரம் அமர்ந்து இருந்துவிட்டு, கைக்கடிகாரத்தைப் பார்த்துக்கொண்டு எழுந்தான்.

மறுபடியும் அந்த ரிசப்ஷன் இளைஞனிடம் வந்து, "எக்ஸ்க்யூஸ்மீ. இந்த ஹெல்மெட்டை வாங்கி உள்ளே வச்சிக்கங்க. நான் ரெஸ்ட்டாரெண்ட் போய் டிஃபன் சாப்பிட்டுட்டு வந்துடறேன்" என்றான்.

"ஓ... யெஸ்" என்று புன்சிரிப்போடு வாங்கிக்கொண்டான்.

"நான் வர்றதுக்குள்ளே அந்தப் பொண்ணு இங்கே வந்தா..."

"நீங்க ரெஸ்ட்டாரெண்ட்ல இருக்கீங்கன்னு சொல்லி அங்கே அனுப்பி வைக்கணும். அதானே சார்?"

"ஆமாம். தாங்க் யூ."

தீபக் ரிசப்ஷனைவிட்டு வெளியேறிச் சற்றுத் தள்ளி இருந்த ஹோட்டலின் ரெஸ்ட்டாரெண்ட் பகுதிக்கு வந்தான். கனமான கண்ணாடிக் கதவைத் தள்ளிக்கொண்டு உள்ளே வந்தான். சன்னமாகக் குளிரும் சங்கீதமும் அலைந்து கொண்டிருந்தன. குறைக்கப்பட்ட வெளிச்சத்தில் மேஜை, மேஜையாய்ச் சாப்பிட்டுக் கொண்டிருந்தார்கள்.

வாசல் பகுதியைத் தெளிவாகப் பார்க்கத் தோதான இருக்கையைத் தேர்ந்தெடுத்துச் சென்று அமர்ந்து, மெனுகார்டைப் புரட்டினான். வந்த வெயிட்டரிடம் சிலவற்றை ஆர்டர் செய்துவிட்டு, மீண்டும் மெனுகார்டைப் பார்த்தான். பத்து வினாடிகளுக்கு ஒரு தரம் வாசலைப் பார்த்துக்கொண்டான்.

ஹோட்டல் வாசலில் ஆட்டோவில் இருந்து இறங்கிக் கொண்டதும், நிவிதாவை மறுபடியும் கேள்விகள் சூழ்ந்துகொண்டன.

எவனோ முகம் தெரியாத, அறிமுகம் இல்லாதவன் என் வினோத்குமாரைப் பற்றி எதுவோ சொல்கிறேன் என்றதும் அவனைச் சந்திக்க வந்திருக்கிறேனே, இது சரிதானா?

"பெங்களூர் போறீங்களாம்மா?" என்றான். ஒரு டிக்கெட் புரோக்கர் போர்டு முழுக்க ஊர்ப் பெயர்களாக எழுதிவைத்துக் கொண்டிருந்த தனியார் சொகுசு பஸ் டிராவல் ஏஜெண்ட் கடைகளில் கூட்டமிருந்தது.

இவ்வளவு தூரம் வந்த பிறகு தயங்குவதில் அர்த்தமில்லை. ஏதோ ஆதாரபூர்வமான தகவல் என்றானே பார்த்து விடலாம்.

நிவிதா ஹோட்டல் வாசலில் இருந்த வாட்ச்மேனிடம் விசாரித்துக்கொண்டு ரிசப்ஷன் பகுதிக்கு நடந்தாள்.

அவனை எனக்குத் தெரியாது, என்னை அவனுக்குத் தெரியும். போய் ஓர் இடத்தில் அமர வேண்டியதுதான். அவனாக வந்து அறிமுகப்படுத்திக் கொண்டு பேசுவான். அது சரி, என்னை எப்படி அவனுக்குத் தெரியும்? என் ஆபீஸ் விலாசம், போன் நம்பர், என் பெயர் எல்லாம் எப்படித் தெரியும்? கேட்க வேண்டும்.

நிவிதா ரிசப்ஷன் ஹாலுக்கு வந்து ஒரு ஸோபாவின் ஓரத்தில் அமர்ந்தாள். மாலைச் செய்தித்தாள் ஆசாமி நிமிர்ந்து பார்த்துவிட்டுத் தம் அபிமானத் தலைவர் நேற்றைய கூட்டத்தில் எதிரியை எப்படித் திட்டினார் என்று தொடர்ந்து படிக்க ஆரம்பித்தார்.

நிவிதா அந்த ஹால் முழுக்க ஒரு தடவை பார்வையால் வருடிவிட்டு, கைப்பையிலிருந்து நாவலை எடுத்துக்கொண்ட போது...

ரிசப்ஷன் இளைஞன் அவளிடம் வந்து, "மன்னித்துக் கொள்ளுங்கள். உங்கள் பெயர்தான் நிவிதாவா?" என்றான் ஆங்கிலத்தில்.

"ஆமாம்!"

"மிஸ்டர் ஹரி என்பவர் உங்களுக்காக காத்திருந்தார், ரெஸ்ட்டாரெண்ட் சென்றுள்ளார். அங்கே உங்களை வரச் சொன்னார்."

"நன்றி. எப்படிப் போக வேண்டும்?"

அவன் காட்டிய வழியில் நடந்து, கதவைத் தள்ளி உள்ளே வந்து கண்களை இருட்டுக்குப் பழக்கிக்கொண்டு சில வினாடிகள் அப்படியே நின்றாள். யாராவது தன்னைக் கையசைத்து அழைக்கிறார்களா என்று கவனித்தாள்.

எல்லோரும் பிஸியாகச் சாப்பிட்டுக் கொண்டிருக்க, நிவிதா சென்று ஒரு நாற்காலியில் அமர்ந்தாள். ஹோட்டலுக்குச் சொன்னபடி வந்தவன், இங்கே வரச் சொல்லிக் குறிப்பும் கொடுத்தவன் அவனாக வந்து பேசுவான்.

இப்போது இங்கேதான் இருக்கிறானா, இல்லை வெளியில் போய்விட்டானா?

வரட்டும், வருவான்.

நிவிதா தன் மேஜைக்கு வந்த வெயிட்டரிடம் கட்லெட் சொல்லிவிட்டுக் காத்திருந்தாள்.

தீபக் தன் நாற்காலியைவிட்டு எழாமல், எந்தப் பரபரப்பும் காட்டாமல் நிதானமாகத் தன் அயிட்டங்களைச் சாப்பிட்டுக் கொண்டிருந்தான். நிவிதா உள்ளே வந்ததை சற்று தயங்கிவிட்டுச் சென்று அமர்ந்ததை, ஆர்டர் சொல்லிவிட்டுக் காத்திருப்பதை எல்லாம் கவனித்து உள்ளுக்குள் சிரித்துக்கொண்டான்.

அவசரமே இல்லாமல் சாப்பிட்டு முடித்து, பில்லுக்குப் பணம் வைத்துப் பாக்கிக்குக் காத்திருந்தான். நான்கு மேஜைகள் தள்ளி நிவிதா கட்லெட்டை மிகவும் மெதுவாகச் சாப்பிட்டுக்கொண்டே திரும்பித் திரும்பிப் பார்த்துக்கொள்வதைக் கவனித்தான்.

பாக்கி வந்ததும் எழுந்து அவள் பக்கமே திரும்பாமல் நடந்து, கதவைத் தள்ளிக்கொண்டு வெளியேறினான். நேராய் ரிசப்ஷன் பகுதிக்கு வந்தான்.

இப்போது அந்த இளைஞன் ஜப்பான மாதிரி வராது என்று எலெக்ட்ரானிக் சாமான்களைப் பற்றிப் பேசிக் கொண்டிருக்க...

"எக்ஸ்க்யூஸ் மீ என் ஹெல்மெட்" என்றான்.

“சார், நீங்க சொன்னவங்க வந்தாங்களே... அனுப்பிச்சேனே... பார்த்துட்டீங்களா?”

“பார்த்துட்டேன் ரொம்ப தேங்க்ஸ் சார்...” என்று ஹெல்மெட்டைப் பெற்றுக்கொண்டு தனது பைக்கை அடைந்து என்ஜினை இயக்கிப் புறப்பட்டுச் சாலையின் சுறுசுறுப்பான போக்குவரத்தில் இணைந்துகொண்டான் தீபக்.

நிவிதா லேசாகப் பொறுமை இழக்க ஆரம்பித்தாள். சொன்ன நேரத்திற்குச் சரியாய் வந்தாயிற்று. ரிசப்ஷனில் சொன்ன குறிப்புப்படி ரெஸ்ட்டாரெண்ட் பகுதிக்கும் வந்து இருபது நிமிடங்களாயிற்று. எங்கே இன்னும் காணோம்?

“வேறே என்ன வேணும் மேடம்?”

“இன்னும் ஒரு கட்லெட் கொண்டாங்க.”

அடுத்த கட்லெட்டையும் மிகச் சிறுசிறு துண்டுகளாய்ச் சாவகாசமாகச் சாப்பிட்டு, காப்பி சொல்லி, அதையும் துளித்துளியாய்க் குடித்து முடித்தபோது முக்கால் மணி நேரமாகியிருந்தது.

என்ன ஆயிற்று?

நான் வரமாட்டேன் என்று நினைத்தானா? வந்த பிறகு நேரில் பேசத் திடீரென்று துணிவில்லாமல் போய்விட்டதா? ரெஸ்ட்டாரெண்ட்டில் பத்து நிமிடங்கள் இருந்துவிட்டுப் புறப்பட்டுப் போய்விட்டானா?

எவ்வளவு நேரம்தான் காத்திருப்பது? மறுபடியும் போய் ரிசப்ஷனில் விசாரிக்கலாமா? தேவையில்லை. வரச் சொல்லிவிட்டுச் சந்திக்கத் துணிவில்லாத கோழையைப் பற்றி விசாரிக்கவும் அவசியம் இல்லை; மறுபடியும் தொடர்புகொண்டு பேசினால் மதித்துப் பேசுவதும் கூட அவசியம் இல்லை.

நிவிதா புறப்பட்டாள். நிதானமாக நடந்தாள். ஹோட்டலை விட்டு வெளியேறி பஸ் ஸ்டாப்பில் சைதாப்பேட்டைக்கான பஸ்ஸுக்காகக் காத்திருந்தாள்.

"வெரிகுட்" என்றான் ஷியாம்.

வீட்டின் ஹாலில் ஸோபாவில் குப்புறப்படுத்திருந்தான். மேலே சட்டை போடாமல், இடுப்பில் லுங்கி மட்டும் கட்டியிருந்தான். இரண்டு முழங்கைகளை ஊன்றி, தலையை நிமிர்த்திச் சொன்னான். "மிச்சத்தை நான் பார்த்துக்கறேன்."

தீபக் தன் ஷூவைக் கழற்றி ஓரமாக வைத்துக்கொண்டு, ஃபிரிஜ்ஜிலே என்ன வச்சிருக்கே ஷியாம். "சுதேசியா? விதேசியா?" என்றான்.

"ரெண்டும் இருக்கு. உனக்கு எது வேணுமோ எடுத்துக்கோ."

தீபக் சென்று வெளிநாட்டு மதுபாட்டிலையும், கிளாஸ்களையும் எடுத்து வந்து டீப்பாய் மேல் வைத்துவிட்டு, "டிரைவர் இருக்கானா?" என்று கேட்டான்.

"போகச் சொல்லிட்டேன். உனக்கு என்ன வேணும் சொல்லு. வரவழைக்கிறேன்."

"சிக்கன் சிப்ஸ், ரெண்டு ஆஃப் பாயில்ட்."

"ஷியாம் டெலிபோன் எடுத்துச் சுழற்றி, ஹலோ வீரனார் ஹோட்டலா? நான் ஷியாம் பேசறேங்க. உங்க பையன்கிட்டே சில அயிட்டம் சூடா வீட்டுக்குக் கொடுத்தனுப்பறீங்களா? சொல்றேன், குறிச்சிக்கங்க" என்று சொல்லிவிட்டு வைத்தான்.

தீபக் தன் முழுக்கைச் சட்டையின், கைப்பகுதிகளைப் பின்னுக்கு இழுத்துவிட்டுக் கொண்டு, இரண்டு பட்டன்களைக் கழற்றிவிட்டுக் கொண்டு அமர்ந்தான். இரண்டு கிளாஸ்களிலும் சம அளவில் ஊற்றினான்.

"அவ்வளவுதானே? என் ஜோலி முடிஞ்சதில்லையா? இனிமேல் என்னை விட்டுடுவே இல்லை?"

"இல்லையே, இன்னும் ஒரு வேலை இருக்கே தீபக்."

"என்ன அது?"

"நேத்து வல்லபன்கிட்டே பேசினப்போ நிவிதா என்ன சொன்னா?"

"எந்த வல்லபன்?"

"அதாண்டா ஆத்மா டிஸ்ட்ரிப்யூட்டர்ஸ் முதலாளி."

"அவர்கிட்டே நிவிதா எப்பப் பேசினா? எனக்கென்ன தெரியும்?"

"மண்டு! நிவிதா மாதிரி பெண் குரல்ல நீதானே பேசினே?"

"ஸாரிப்பா, மறந்துட்டேன்."

"நாளைக்கு போன் செய்யறதாச் சொல்லி இருக்கோமே..."

"இப்ப நான் வல்லபன்கிட்டே மறுபடியும் நிவிதா மாதிரி பெண் குரல்லே பேசணும், அவ்வளவுதானே?"

"ஆமாம்."

"வசனம் என்ன சொல்லு, இப்பவே பேசிடறேன். தண்ணி போட்டதுக்கப்புறம் குரல் பிசிறடிக்கும், குழறும், சரியா வராது."

ஷியாம் எழுந்து அமர்ந்து, டீப்பாய் மேல் இருந்து புத்தகத்தை எடுத்து அதற்குள் இருந்த காகிதத்தை எடுத்து நீட்டினான்.

"இதான் விஷயம். பேச்சுக்குத் தகுந்த மாதிரி இதைச் சொல்லிடு. தப்பித் தவறி நடுவிலே உன் சொந்தக் குரலுக்குத் தாவிடாதே. பூராக் காரியமும் கெட்டுடும்."

தீபக்கிடம் எண்கள் சுழற்றி, ரிங் ஆரம்பித்ததும் ரிசீவரைக் கொடுத்தான் ஷியாம்.

"ஹலோ" என்றது பெண் குரல்.

"வல்லபன் சார் இருக்காராங்க? பேசணும்" என்றான் பெண் குரலில்.

சில வினாடிகளில்...

"ஹலோ, வல்லபன் பேசறேன்."

"வணக்கம் சார். நிவிதா பேசறேன் என்ன முடிவு செஞ்சீங்க?"

"நானா? நீதானேம்மா எவ்வளவு தொகை இதுக்குத் தேவைன்னு நாளைக்குச் சொல்றதாச் சொன்னே. நீதானம்மா சொல்லணும்."

"அந்த மோசடி சம்பந்தப்பட்ட அடிப்படையான ஆதார டாக்குமெண்ட்ஸை நான் எடுத்துத் தர்றதாலே நீங்க கேஸ்ல நிச்சயம் ஜெயிச்சிடுவீங்கதானே?"

"ஆமாம்."

"கிட்டத்தட்ட ஏழு லட்சம் உங்களுக்கு மிச்சம். அதுக்காக அதிலே பாதி கொடுங்கன்னு அநியாயமா நான் கேக்கலை. எனக்கு இருபத்தையாயிரம் போதும்."

"தர்றேன். எங்கே சந்திச்சித் தரட்டும்?"

"இது சம்பந்தமா நாம நேர்ல சந்திக்கறது அவ்வளவு நல்லதா எனக்குப் படலை."

"யாராச்சும் ஆள் மூலமாக கொடுத்தனுப்பட்டுமா?"

"அதுவும் வேணாம். யாரும் சந்தேகப்படாம, நேர்லயும் சந்திச்சுக்காம தபால் மூலமாவே நம்ம காரியத்தை முடிச்சுக்கலாம் சார். நிவிதாங்கிற என் பேர்ல நீங்க இருபத்தி ஐயாயிரம் ரூபாய்க்கு பாங்க்ல டிமாண்ட் டிராஃபட் எடுங்க. சைதாப்பேட்டை பிராஞ்ச்சுக்கு எடுங்க. எந்த பாங்க்ல வேணாலும் எடுங்க. டிராஃப்ட் கிராஸ் பண்ணாம வாங்குங்க. டிராஃப்ட் அப்ளிகேஷன்ல ஹரின்னு எழுதுங்க."

"ஹரியா? யாரு அது? எதுக்கு அப்படி?"

"சொல்றேன் டிராஃப்டை கவர்ல வச்சி ஃப்ரம் ஹரின்னு மட்டும் எழுதி, என் ஆபீஸ் அட்ரஸ் டைப் செஞ்சி ரெஜிஸ்தர் தபால்ல அனுப்புங்க. ஹரி என் சொந்தக்காரர். அடிக்கடி அவர்கிட்டேர்ந்து எனக்குத் தபால் வரும். அவர் எங்கப்பாகிட்டே வாங்கின கடனுக்கு அப்பப்போ பணம் திருப்பி அனுப்பறார், நான் சொன்ன மாதிரி. நாளைக்கு எப்படியாச்சும் நான் எங்க ஆபீஸ்ல மாட்டினாக்கூட இந்த இருபத்தையாயிரம் என் சொந்தக்காரர் ஹரி அனுப்பினதுன்னு சொல்லித் தப்பிச்சுக்கலாம் பாருங்க..."

"அடேங்கப்பா. உனக்குப் பிரமாதமான மூளைம்மா சரி, நீ சொன்ன மாதிரியே உன் பெயருக்குச் சைதாப்பேட்டை

பிராஞ்ச்சுக்குக் கிராஸ் பண்ணாத டிராஃப்ட் எடுத்து ஹரின்னு ஃப்ரம் அட்ரஸ் எழுதி நாளைக்கே ரெஜிஸ்தர் தபால்ல சேர்த்துடறேன். டாக்குமெண்ட்ஸ்..."

"உங்க தபால் கிடைச்ச அதே தினம் நான் அதை ரெஜிஸ்தர் தபால்ல அனுப்பி வைக்கிறேன். என்னைத் தாராளமா நம்பலாம்."

"நம்புறேன்மா. அதே சமயம் நான் கொஞ்சம் வில்லங்கமான ஆளு. பலபேரை ஏமாத்தி இருக்கேனே ஒழிய... யார்கிட்டேயும் ஏமாந்ததில்லை. புரிஞ்சுதாம்மா?"

"நான் உங்களை ஏமாத்திடுவேனோங்கிற கவலையே உங்களுக்கு வேணாம் சார். பணத்துக்கு ஆசைப்பட்டுத்தான் இந்தக் காரியம் செய்றேன். ஒரு பெரிய நிறுவனத்தோட முதலாளி நீங்கள். பண பலமும், படை பலமும் இருக்கும். உங்களை ஏமாத்திட்டுப் பொம்பளை நான் வாழ்ந்துட முடியுமா? உங்க தபால் வந்ததும் நான் போஸ்ட் செய்றேன், வச்சிடவா சார்?"

என்று வைத்துவிட்டு, "எப்படிடா?" என்று பெண் குரலில் கேட்டு, பிறகு கனைத்துக்கொண்டு, "ச்சீ! பழகிடுச்சி, எப்படிடா?" என்றான் தீபக் தன் குரலில்.

"வலை முக்கால்வாசி பின்னி முடிச்சாச்சு. சியர்ஸ் என்று தன் கிளாஸை அவன் கிளாஸுடன் மோதிச் சிரித்தான் ஷியாம்."

——

அத்தியாயம் 12

அந்தோணி கிறீச்சிடும் சகடையில் டயர் கயிற்றை இழுத்து, கிணற்றிலிருந்து தண்ணீர் இறைத்தார். பூவாளியில் நிரப்பிக்கொண்டு அருகில் இருந்த ரோஜாச் செடிகளுக்கு ஷவர்பாத் செய்ய ஆரம்பித்தார். பக்கத்து வீட்டுக் கோழி அலாரம் வேலையைச் செய்து கொண்டிருக்க... 'விடியட்டுமா, வேண்டாமா?' என்று யோசனையில் இருந்தது வானம். அருகாமை சர்ச் தேவன் புகழ் பாட ஆரம்பித்திருந்தது. அடுத்த தெரு கல்யாண மண்டபத்தில் ஊசிக் கீறல் சப்தத்தைத் தொடர்ந்து, உருமி மேளம் சகிதமாக ஒரு டப்பாங்குத்துப் போட்டுக் கொண்டிருந்தார்கள். இன்றைய, நாளைய ரோஸ் நிற ரோஜாக்கள் நீர்ப்புள்ளியுடன் சன்னமாகத் தலையசைத்ததில் வார்த்தையில்லாத கவிதை ஒன்று ஒளிந்திருந்தது.

"டாடி..." என்று ஓடி வந்தான் சின்னப் பையன் சிலேட்டுடன்.

"என்னடா, கணக்கு போட்டுட்டியா?"

"அதில்லை. யாரோ ஓர் அங்கிள் உங்களைப் பார்க்கக் கார்ல வந்திருக்காங்க."

"கார்லயா?"

அந்தோணி பூவாளியை ஓரமாக வைத்துவிட்டு, மடக்கிக் கட்டின வேஷ்டியைப் பிரித்துவிட்டுக் கொண்டு, வாசலுக்குப்

போகிற வழியில் ஹாலில் இருந்த சோபா மேல் கிடந்த துண்டை எடுத்துத் தோளில் போட்டுக் கொண்டார்.

வீட்டு வாசலில் அம்பாஸிடர். டிரைவிங் சீட்டைவிட்டுக் கீழே இறங்காமல், சிகரெட் புகைத்துக்கொண்டு ஷியாம் இருந்தான்!

"சார், குட் மார்னிங். நீங்க என் வீட்டுக்கு வாங்க சார். உள்ளே வாங்க" என்று லேசாகப் பதறினார் அந்தோணி.

"இருக்கட்டும். ஒரு முக்கியமான விஷயம் சொல்லிட்டுப் போகலாம்னுதான் இவ்வளவு காலைல புறப்பட்டு வந்தேன். காருக்குள்ளே வாங்க. சொல்றேன்."

"வீட்ல காப்பி சொல்லிட்டு வந்துடறேனே சார்."

"ம்... சரி. சொல்லிட்டு வாங்க. சர்க்கரை கொஞ்சம் தூக்கலா இருக்கணும் எனக்கு."

அந்தோணி உள்ளே வந்து தன் மகள் ரெஜினாவிடம் இரண்டு காப்பி சொல்லிவிட்டு, மறுபடி வாசலுக்கு வந்து முன் கதவைத் திறந்து ஷியாமுக்கு அருகில் அமர்ந்துகொண்டார்.

"நேத்து நிவிதாவுக்கு வந்த தபாலைப் பிரதி எடுத்தோமில்லையா? அதிலே இருந்த செய்திப்படி அவங்க சந்திக்கிறாங்களான்னு நான் ஒரு நம்பிக்கையான ஆளை அனுப்பிக் கண்காணிக்கிறேன்னு சொன்னேனில்லையா?"

"ஆமாம்."

"அதே மாதிரி ஒரு நபரை இம்ப்பீரியல் ஹோட்டலுக்குச் சாயங்காலம் அஞ்சரை மணிக்குப் போகச் சொன்னேன். அவனுக்கு அவ்வளவு திறமை பத்தலை. நேரா ஹோட்டல் ரிஸப்ஷனுக்குப் போனானாம். பார்த்தானாம். அங்கே நிவிதா இல்லையாம். திரும்பிட்டானாம். ரிஸப்ஷனிஸ்ட்கிட்டே விசாரிச்சியாடான்னா முழிக்கிறான். மடப் பய! ரிஸப்ஷன்ல காத்திருக்கிறதா எழுதியிருந்தான். காத்திருந்து சந்திச்சதும் வேறே எங்காவது போயிருக்கலாமில்லையா?"

“தாராளமா!”

“அதே ஹோட்டல்ல அந்த ஹரி ரூம் போட்டிருந்திருக்கலாம். அவங்க ரெண்டுபேரும் அங்கே போய்ப் பேசியிருக்கலாம்.”

“இருக்கலாம்.”

“அதனால் நீங்க என்ன செய்றீங்க... இன்னிக்குக் கொஞ்சம் சீக்கிரமா வீட்டைவிட்டுப் புறப்படுங்க. நேரா இம்ப்பீரியல் ஹோட்டல் போங்க. ரிசப்ஷன்ல விசாரிங்க. ஹரின்னு ரூம் எதுவும் போட்டிருக்குதான்னு பாருங்க. நேத்து சாயங்காலம் நிவிதா ஹரியைத் தேடி வந்தாளான்னு விசாரிங்க. தகவல்களோட ஆபீசுக்கு வாங்க.”

“சரி சார்.”

“இதைச் சொல்லத்தான் வந்தேன், புறப்படட்டுமா?”

“சார், காப்பி சொல்லிட்டேன். ஒரு நிமிஷம்” என்று காரின் ஜன்னல் வழியாக வீட்டுக்குள் பார்த்த அந்தோணி, “ஸ்டீஃபன் அக்காவைச் சீக்கிரம் எடுத்துட்டு வரச் சொல்லு” என்றார்.

“உங்களுக்கு எத்தனை பிள்ளைங்க சார்?”

“மூணு பொண்ணுங்க. ரெண்டு பையன்ங்க. போன வருஷம்தான் ஒய்ஃப் தவறிட்டா, ஒரு பொண்ணுக்குக் கல்யாணம் முடிச்சுட்டேன். அடுத்தது க்யூ.எம்.சில பி.காம் செகண்ட் இயர் பண்ணுது. மத்ததெல்லாம் சின்னப் பிள்ளைங்க.”

பைஜாமா அணிந்த, சமீப நிமிடங்களில் குளித்து முடித்து, இன்னும் மேக்கப் செய்துகொள்ளாத ரெஜினா ஒரு ட்ரேயில் இரண்டு பீங்கான் கோப்பைகளை வைத்துக் குனிந்து உள்ளே நீட்டினாள்.

“இவதான் என் ரெண்டாவது பொண்ணு ரெஜினா. சார்தான் என் மேனேஜர்ம்மா.”

“வணக்கம் சார்!” என்றாள்.

“காலேஜுக்கு பஸ்லதான் போறியாம்மா?” என்றான் ஷியாம்.

"இல்லை சார். சைக்கிள்ல போறேன்."

"ஏன் மிஸ்டர் அந்தோணி, நம்ம கம்பெனிலதான் வாகனம் வாங்கக் கடன் தர்றோமே... ஒரு மொபெட் வாங்கித் தரலாமே நீங்க. ஒரு அப்ளிகேஷன் போடுங்கள் சீக்கிரத்திலே சேங்ஷன் பண்ணி வாங்கித் தர்றேன்."

"எங்கப்பாவுக்குக் கடன்னாலே பிடிக்காது சார்."

"அப்படியா? நல்ல பாலிஸிதான்" என்று பருகி முடித்த கப்பை ட்ரேயில் வைத்தான். அந்தோணி இறங்கிக்கொண்டு, கதவைச் சாத்தினார்.

"நீங்க சொன்னபடி விசாரிச்சுட்டு வர்றேன் சார்."

"சரி வர்றேன். வர்றேன்ம்மா" என்று புறப்பட்டான். 'ரெஜினா' என்று சொல்லிப் பார்த்துக்கொண்டான்.

அறையின் ஜன்னல் அருகே நின்றுகொண்டு, பிரஷ் மேல் பேஸ்ட்டைப் பிதுக்கிக்கொண்டாள் நிவிதா. தாமரைச்செல்வி சேலையைத் தூக்கிச் செருகிக்கொண்டு அறைக்குள்ளேயே ஸ்கிப்பிங் செய்து கொண்டிருக்க... தலையணையை அணைத்துக்கொண்டு, நைட் கவுன் அணிந்த பத்மா இன்னும் உறங்கிக் கொண்டிருந்தாள்.

விடுதிக்கு உள்ளேயே இருந்த வெற்று வெளியில் நெட் கட்டி, நான்கு பெண்கள் ரிங்பால் விளையாடிக் கொண்டிருப்பதைப் பார்த்துக்கொண்டே பல் துலக்கினாள் நிவிதா.

நேற்று மாலை ஹோட்டலுக்கு வரச்சொல்லி, ரெஸ்ட்டாரெண்ட்டுக்கு வரச்சொல்லி, கடைசியில் சந்திக்காமல் அவமானப்படுத்தப்பட்டதில் ஏற்பட்ட ஆத்திரம் தணிந்திருந்தது.

இன்றைக்கு வினோத்குமாரைச் சந்திப்பது என்று தீர்மானித்தாள். இனி முகமில்லாத, விலாசமில்லாத எந்தத் தகவல்களுக்கும் செவி சாய்ப்பதில்லை என்கிற தெளிவுக்கு வந்திருந்தாள்.

ஒரு முடிவுக்கு வந்துவிட்டதில் மனத்தில் இரைச்சல் குறைந்திருந்தது. தவிப்பு காணாமல் போயிருந்தது.

ஸ்கிப்பிங் ஆடி முடித்துக் கழுத்தெல்லாம் வியர்வை வடியத் தாமரைச்செல்வி, "வா நிவிதா, போய்க் காப்பி சாப்பிட்டுட்டு வந்துடலாம்" என்றாள்.

அறையின் மூலையில் இருந்த சிமெண்ட் வாஷ் பேசினில் வாய்க் கொப்புளித்துவிட்டு வந்தாள் நிவிதா. இருவரும் வராந்தாவில் நடந்து, அடுத்தடுத்த அறைப் பெண்களில் அறிமுகமானவர்களுக்கு 'குட் மார்னிங்' சொல்லிவிட்டு, படிகளில் இறங்கிக் கீழே வந்தபோது எதிர்ப்பட்ட விடுதி ஊழியை, "உங்க ரூமுக்குத்தான் வந்துக்கிட்டிருக்கேன். நிவிதா உங்களைப் பார்க்க உங்க தம்பி வந்திருக்கார்" என்றார்.

"சரி, அப்போ நீ போய்ப் பாரு" என்றாள் தாமரைச்செல்வி.

"நீயும் வாயேன். அறிமுகப்படுத்தி வைக்கிறேன்."

இருவரும் விசிட்டர்ஸ் ஹாலுக்கு வந்தார்கள். கையில் ஒரு சின்ன காகிதப் பொட்டலத்துடன், நெற்றியில் விபூதியுடன், முகத்தில் மலர்ச்சியுடன் இருந்த வித்யாசாகர் எழுந்து, "அக்கா... கொச்சினுக்கு இண்ட்டெர்வியூ போய்ட்டு வந்தேனில்லே, தந்தி வந்திருக்குக்கா. உடனே சேரச் சொல்லி இருக்காங்க." என்றான் சந்தோஷம் கண்களில் நீர்த்திரையைத் தொங்கவிட.

"வித்யா. வித்யா. கங்கிராஜுலேஷன்ஸ்டா" என்று அவன் கையைப் பற்றிக் குலுக்கினாள். "வெரிகுட் அப்பாடா... உன் சோதனைக் காலம் முடிஞ்சுது வித்யா!"

"இது தற்காலிக வேலைதான்க்கா, நிரந்தரமாக்கப் படணும்னு வேண்டிக்க. நானூத்தம்பது சம்பளம். அப்புறம் சில சலுகைகளா நூறு ரூபா வரும். குவாட்டர்ஸ் இருக்கு. அது இலவசம்தான். எப்பவும் என் செலவு போக முந்நூறு ரூபாய் அம்மாவுக்கு அனுப்ப முடியும்கா."

"ரெண்டு மூணு மாசத்துக்கு நீ எதுவும் அனுப்ப வேணாம் வித்யா. நல்ல சட்டை, பேண்ட் நாலு செட் வாங்கிக்க. எப்ப புறப்படணும் நீ?"

"இன்னிக்கு ராத்திரியே புறப்படறேன்க்கா. எதிலே டிக்கெட் கிடைக்குதோ அதை வாங்கிக்க வேண்டியதுதான்."

"ஸாரி, அறிமுகப்படுத்த மறந்துட்டேன். வித்யா, இவ தாமரைச்செல்வி. என் ரூம் மேட். சதர்ன் ரயில்வே ஆஃபீஸ்ல வேலை."

"வணக்கங்க" என்றான் வித்யாசாகர்.

"வணக்கம். வேலை கிடைச்சதுக்கு ஸ்வீட் எதுவும் இல்லையா?"

"தற்போதைய சக்திக்கு ரூம்ல இருந்த சர்க்கரையைத்தான் பொட்டலம் கட்டி எடுத்துட்டு வர முடிஞ்சது. உங்களைப் பார்த்ததும் பாக்கெட்ல போட்டுக்கிட்டேன் கேட்டுட்டிங்க. இதுவும் ஸ்வீட்தானே?"

வித்யாசாகர் பொட்டலம் எடுத்துப் பிரித்து நீட்ட, தாமரைச்செல்வியும், நிவிதாவும் எடுத்துக்கொண்டு வாயில் போட்டுக் கொண்டார்கள்.

"இரு வித்யா, வர்றேன்" என்று நிவிதா உள்ளே சென்று சில நிமிடங்கள் கழித்து வந்து, "இந்தா, செலவுக்கு வச்சிக்க" என்று நூறு ரூபாயை நீட்டினாள்.

"என்கிட்டே இருக்குக்கா!"

"பரவாயில்லை, வச்சிக்கக்கா" என்று அவனை மாதிரியே பேசி அவன் சட்டைப் பாக்கெட்டில் பணத்தைச் செருகிவிட்டு, "எந்த ரயில்ல டிக்கெட் வாங்கியிருக்கேன்னு எனக்கு ஆபீசுக்கு போன் பண்ணிச் சொல்லிடு. நான் உன்னை வழியனுப்ப வர்றேன்" என்றாள்.

"பரவாயில்லைக்கா, எதுக்கு சிரமம் உனக்கு? நான் போய்க்கிறேன்."

"சென்ட்ரல் ஸ்டேஷன் உள்ளே நான் வந்ததில்லை. இந்தச் சாக்குலயாவது வரவிடமாட்டே போலிருக்கே. அவசியம் போன் பண்ணு. அம்மாவுக்கு நான் தபால் எழுதறேன். நீயும் எழுது."

"சரிக்கா. நான் புறப்படறேன். வர்றேங்க."

வித்யாசாகர் சென்றதும் நிவிதா குளித்து உடுத்தி, டிஃஃபன் சாப்பிட்டு, அலுவலகம் புறப்படும் முன்பு வினோத்குமாருக்கு போன் செய்தாள்.

அவனே எடுத்து, "ஹலோ!" என்றான்.

"வினோத், ஒரு நல்ல சேதி. தம்பிக்கு ஒரு வேலை கிடைச்சிடுச்சி. கொச்சின்ல ஒரு தனியார் நிறுவனத்தில். இன்னிக்கு ராத்திரியே புறப்படறான்."

"வெரிகுட் வெரிகுட். ரொம்ப சந்தோஷம் நிவிதா."

"வர்றீங்களா, ரெண்டுபேருமா அவனை வழியனுப்பலாம்?"

"வித்யாசாகர் எத்தனை மணிக்குப் புறப்படறார் நிவிதா?"

"டிக்கெட் வாங்கிட்டு போன் செய்யறதாச் சொன்னான்."

"எதுக்குக் கேட்டேன்னா வழியனுப்பிட்டு, நாம் தனியா பேச எவ்வளவு நேரம் இருக்கும்னு பார்க்கத்தான்."

"பேசலாம் வினோத், நிறைய பேசணும். வினோத் எனக்கு அஞ்சு மணிக்கு ஆபீஸ் முடியுது. நீங்க என் ஆபீஸ் கட்டட வாசல்ல காத்திருக்கீங்களா?"

"அதைவிட வேறே என்ன வேலை நிவிதா?"

"சரி. சாயங்காலம் சந்திக்கலாம்."

"இரு, வச்சிடாதே. வாக்குத் தவறாதே. சூரிதார் ட்ரெஸ் போட்டுகிட்டு வர்றே. மறந்துடாதே. ஓக்கே?"

சற்றுத் தயங்கிவிட்டு, "ஓக்கே" என்றாள். அவசரமாக அறைக்குத் திரும்பித் தாமரைச்செல்வியின் சிவப்புச் சூரிதாருக்கு மாறிக்கொண்டு, அலுவலகத்திற்குப் புறப்பட்டாள் நிவிதா.

ஷியாம் டெல்லி கால் பேசி முடிக்கும் வரை காத்திருந்தார் அந்தோணி.

ஷியாம் ரிசீவரை அதன் தாயுடன் சேர்த்துவிட்டு, "என்ன சார், போனீங்களா? விசாரிச்சீங்களா?" என்றான்.

"நேத்து டூட்டியில் இருந்த பத்மனாபன்கிற பையன் வர லேட்டாயிடுச்சு. அவன் வர்ற வரைக்கும் காத்திருந்து விசாரிச்சுட்டு வர்றேன் சார். அதான் லேட்"

"அதனால பரவாயில்லை. விஷயம் என்ன? அதைச் சொல்லுங்க."

"ஹரிங்கிற பேர்ல ரூம் எதுவும் யாரும் போடலை சார்."

"சரி."

"ஆனா ஹரியும், நிவிதாவும் நேத்து ஹோட்டல்ல உள்ள ரெஸ்ட்டாரெண்ட்ல சந்திச்சிப் பேசியிருக்காங்க."

"எப்படிச் சொல்றீங்க?"

"அந்த ரிஸப்ஷனிஸ்ட் பத்மநாபன் விவரமாச் சொன்னான் சார். மொதல்ல ஹரி வந்தானாம். நிவிதான்னு யாராச்சும் தேடி வந்தாங்களான்னு விசாரிச்சானாம். ஹெல்மெட்டைக் கொடுத்துட்டு நிவிதா வந்தா ரெஸ்ட்டாரெண்டுக்கு அனுப்பச் சொல்லிட்டுப் போனானாம். அதே மாதிரி நிவிதா வந்திருக்கா. விஷயம் சொன்னதும் ரெஸ்ட்டாரெண்ட் போயிருக்கா. அரை மணி நேரம் கழிச்சு ஹரி வந்து, ஹெல்மெட்டை வாங்கிக்கிட்டுப் பார்த்துட்டேன்னு சொல்லிட்டுப் போய்ட்டானாம் சார்."

சற்றுநேரம் கண்களை மூடி யோசனையில் இருந்தான் ஷியாம்.

"மிஸ்டர் அந்தோணி, ஹரியோ நம்ம எதிரி கம்பெனியோட ஆளு. இந்தப் பொண்ணு சொந்தக்காரன்னு சொல்லுது. ஹரி உங்களை விலை பேசினவன். அவன் ரகசியமா சந்திக்க இடம் நேரம் குறிச்சித் தபால் எழுதறான். இந்தப் பொண்ணும் சந்திக்குது. இதெல்லாம் வச்சுப் பார்க்கிறப்போ..."

"நிவிதாவை நாம் ஸ்ட்ராங்கா சந்தேகப்பட்டுத்தான் ஆக வேண்டியிருக்கு. பேபி ஹரிக்கு உதவத் தீர்மானிச்சிருக்கு. இது வரைக்கும் எந்தச் சதியும் இங்கே நடக்கலை. ஆனா நாம் எச்சரிக்கையா இருக்கணும். என்ன செய்யலாம் சார் இப்போ?"

"ஆபீஸ் டைம் முடிஞ்சதும், என் ரூமுக்கு வரச் சொல்றேன். நீங்களும் கூட இருங்க. வெட்டு ஒண்ணு துண்டு ரெண்டுன்னு விசாரிச்சுடலாம் என்ன சொல்றீங்க?"

"சரி சார்."

"நாம நிவிதாவைச் சந்தேகப்படறது, விசாரிக்கிறது எதுவும் நம்ம ரெண்டுபேருக்குள்ளே மட்டும்தான் இருக்கணும். புரிஞ்சுதா? போங்க" என்று அவரை அனுப்பின ஷியாம் தன் டைரியைத் திறந்தான். அதற்குள்தானே எடுத்திருந்த நிவிதாவின் வண்ணப்படம் இருந்தது அதைப் பார்த்துப் புன்னகை செய்தான்.

நீ என்னை நெருங்கி வருகிறாய் நிவிதா பெண்ணே.

——

அத்தியாயம் 13

வினோத்குமார் இரண்டு சட்டைகள் போட்டுப் பார்த்து, திருப்தியடையாமல் கழற்றி, மூன்றாவதில் சமாதானமானான். நிவிதாவுக்குப் பிடித்த காப்பிக்கொட்டை நிற பேண்ட் அணிந்தான். லேசாக செண்ட் பீய்ச்சிக் கொண்டான். மணிபர்சும், கர்சீப்பும் எடுத்துக்கொண்டு கட் ஷூ அணிந்து கொண்டு விட்டு வாசலுக்கு வந்தான்.

அப்பா காற்றோட்டமாக நாற்காலி போட்டுக்கொண்டு, மடியில் டிரான்சிஸ்டர் வைத்துக்கொண்டு ஸ்டூலின் மேல் தட்டு நிறைய காராபூந்தி வைத்துக்கொண்டு காலையில் வந்த ஆங்கிலத் தினசரியை ஒரு வரி விடாமல் படித்துக்கொண்டிருந்தார்.

வினோத்குமார் தன் மோட்டார் பைக்கை அடைந்து, அதன் சைடு பாக்ஸில் இருந்து துணி எடுத்து மேலாகத் துடைத்தான்.

"வினோத், இங்கே வா."

"என்னப்பா?"

"அம்மா சொன்னாங்களா?"

"எதை?"

"அப்போ சொல்லலைன்னு தெரியுது. ஏன் தள்ளிப் போட்டுக்கிட்டே இருக்கே வினோத்."

"எதைச் சொல்றீங்கப்பா?"

"புரியாத மாதிரிப் பேசாதே. கல்யாணம்ங்கிறது காலாகாலத்தில் நடக்க வேண்டிய விஷயம். அதை ஜவ்வு மாதிரி இழுத்துக்கிட்டே இருக்கக் கூடாது. நீ படிச்சவன், பக்குவப்பட்டவன், சுயமாச் சம்பாதிக்கிறவன். உன் முடிவுகள்ல தப்பு இருக்காதுன்னு எனக்கு அசாத்திய நம்பிக்கை எப்பவும் உண்டு. ஜாதி, ஜாதகம் இதிலே எனக்கு நம்பிக்கை கிடையாது. எனக்கு நம்பிக்கை இருந்து சொன்னாலும் நீ ஏத்துக்கிற நிலையிலே இல்லை. வினோத் சுத்தி வளைக்காமக் கேக்கறேன். எங்க மருமகளை எப்போ கண்ல காட்டப்போறே? தேதி பார்க்கிறதுக்கு எப்போ அனுமதிக்கப்போறே?"

பைக்கைப் பார்த்துக்கொண்டு சொன்னான் வினோத், "இன்னிக்கு ராத்திரி உங்க கேள்விக்கெல்லாம் பதில் சொல்றேன்ப்பா" என்று பைக்கில் அமர்ந்து புறப்பட்டான்.

மவுண்ட் ரோடில் கலந்து மாலை நேரப் போக்குவரத்து நெரிசலில் கவனமாக ஓட்டி, தன் பில்டிங் வந்து, அதன் போர்ட்டிகோவில் ஓரமாக பைக்கை நிறுத்திவிட்டு மணி பார்த்தான். 5.05. ஐந்து நிமிடம்தான் தாமதம்.

இன்றைக்கு நிவிதாவிடம் கேட்டுவிட வேண்டும் தீர்மானமாக. இதுநாள் வரையில் தம்பிக்கு ஒருநிலையான வேலை கிடைக்கட்டும், திருமணத்தைப் பற்றிச் சிந்திக்கலாம் என்று சொல்லி வந்தாள். இப்போது வித்யாசாகருக்கு வேலை கிடைத்துவிட்டது. நிவிதாவின் வேலையை அவள் தொடரவும், சம்பளம் முழுவதையும் அவள் குடும்பத்திற்கே அனுப்பவும் சம்மதம் தர நான் தயாராய் இருக்கிறேன்.

இனிமேலும் தள்ளிப்போட... எந்தக் காரணமும் இல்லை.

ஸ்டாண்ட் போட்ட பைக்கில் அமர்ந்துகொண்டு அலுவலகம் முடிந்து பஸ்ஸுக்குச் செல்லும் வாடின மனிதர்களை வேடிக்கை பார்த்துக்கொண்டே நிவிதாவிற்காகக் காத்திருந்தான் வினோத்குமார்.

தத்தம் மேஜைகளின் டிராயர்களைப் பூட்டிவிட்டு, பேனாக்களை மூடிவிட்டு, டைப்ரைட்டர்களைப் போர்த்திவிட்டு, விரல்களில் சொடக்கு எடுத்துக்கொண்டு, டாய்லெட்டில் முகம் கழுவிக்கொண்டு, பஸ் பாஸை அவசரமாய் எடுத்துத் தயாராய் பாக்கெட்டில் வைத்துக்கொண்டு...

அலுவலகம் காலியாகிக் கொண்டிருந்தது.

நிவிதா கைப்பையைத் திறந்து, சிறிய மேக்கப் பாக்ஸ் எடுத்து, அதன்மேல் மூடியின் உள்பக்கம் இருந்த கண்ணாடியில் முகம் பார்த்துக்கொண்டாள். கைக்குட்டையால் முகத்தை அழுந்தத் துடைத்துக்கொண்டு மற்றொரு சிறிய டப்பாவில் இருந்த ரோஸ் பவுடரைக் கைக்குட்டையில் தொட்டுத் தொட்டு முகத்தில் சீராகப் பரப்பிக்கொண்டு, எடுத்த ஸ்டிக்கர் பொட்டை வைத்துக்கொண்டு சூரிதாரின் மேல் துப்பட்டாவைச் சரிசெய்துகொண்டு எழுந்தாள். கைப்பையைத் தோளில் மாட்டிப் புறப்பட்டபோது, பியூன் எதிரே வந்து, “அம்மா உங்களை ஆர்.எம். உடனே அவர் ரூமுக்கு வரச் சொன்னார்” என்றான்.

நிவிதா கைக்கடிகாரம் பார்த்து அனேகமாக வினோத்குமார் வந்து கீழே காத்திருப்பான் என்கிற தவிப்புடன், அலுவலக நேரம் முடிந்த பிறகு எதற்காக வரச் சொல்கிறார் என்கிற கேள்விக்குறியுடன் ரீஜனல் மானேஜரின் அறையை நோக்கி நடந்தாள்.

கதவைத் தட்டிவிட்டுத் தள்ளிக்கொண்டு உள்ளே வந்தாள்.

தன் நாற்காலியில் அமர்ந்து புகைத்துக்கொண்டிருந்தான் ஷியாம். அவனுக்கு வலதுபுறம் அந்தோணி அமர்ந்திருந்தார்.

“வாங்க மிஸ் நிவிதா உக்காருங்க.”

“இல்லை சார். நான் போகணும். என்ன சொல்லுங்க”

“அவ்வளவு அவசரமாச் சொல்ற விஷயமில்லைங்க. ப்ளீஸ், உக்காருங்க.”

மேஜைக்கு இந்தப் பக்கத்து குஷன் தைத்த நாற்காலியில் அமர்ந்தாள்.

“ஆத்மா டிஸ்டிரிபியூட்டர்ஸ் ஹரி உங்களுக்கு எந்த வகையில் சொந்தம்” என்றான் ஷியாம் கண்ணாடி பேப்பர் வெயிட்டை உருட்டிக்கொண்டே.

“அவர் யாருன்னே எனக்குத் தெரியாது சார். சொந்தம் எல்லாம் இல்லை.”

“அன்னைக்கு போன்ல கூப்பிட்டான். நீயும் பேசினே. பேசி முடிச்சதும் நானும் கேட்டேன், சொந்தமான்னேன், ஆமாம்னு சொன்னியே பேபி?” என்றார் அந்தோணி.

“ஏதோ வாய் தவறிச் சொல்லிட்டேன். அவரை எனக்குத் தெரியாது சார்.”

“சரி, அன்னைக்கு யாருன்னே தெரியாத ஹரி எதுக்காகம்மா உனக்கு போன் செஞ்சான்”

“அது...” தயங்கினாள். எப்படிச் சொல்வது? தான் காதலிப்பதைச் சொல்லியாக வேண்டும். தன் காதலனைப் பற்றித் தவறாகச் சொன்னதைக் சொல்லியாக வேண்டும். கடிதம் வந்ததை போய் ஹோட்டலில் ஏமாந்ததை எல்லாம் சொல்லியாக வேண்டும். இதெல்லாம் எவ்வளவு அந்தரங்கமான விஷயங்கள். இதை ஏன் நான் சொல்ல வேண்டும்?

“சொல்லுங்க மிஸ் நிவிதா, காரணத்தோடதான் கேக்கறோம்” என்றான் ஷியாம்.

“ஸாரி சார், அது ப்யூர்லி பர்சனல். எதுக்காக இந்த விசராணைன்னு நான் தெரிஞ்சுக்க விரும்பறேன் சார்!”

“அந்த ஹரிக்கு நீங்க ஏதோ ஒரு வகையிலே உதவி செய்யறீங்க. இல்லைன்னா செய்யப் போறீங்கன்னு உங்க செக்ஷன் ஹெட், மிஸ்டர் அந்தோணி சந்தேகம் தெரிவிச்சார், விசாரிக்க வேண்டியது என் கடமை.”

“உங்க கடமையை நான் தப்பு சொல்லலை. என்னை எந்த வகையிலே சந்தேகப்படறார்னுதான் புரிஞ்சுக்க முடியலை சார். நான் ஒரு நேர்மையான குடும்பத்திலேர்ந்து வந்தவ. பணத்தைப்

பெரிசா நினைக்காதவ. நேத்து ஒரு தடவை கூப்பிட்டு எனக்கு அறிவுரை மாதிரி சொன்னீங்க. இன்னைக்கு எனக்கு வந்த போன் செய்தியை எல்லாம் விசாரிக்கிறீங்க. இது என்னை அவமானப்படுத்தற மாதிரி இருக்கு."

"இருங்க மிஸ் நிவிதா, உணர்ச்சிவசப்படாதீங்க. என் சீட்டிலே நீங்க இருந்தாலும் கிடைச்சிருக்கிற தகவல்களை வச்சிச் சந்தேகப்படத்தான் செய்வீங்க."

"அப்படி என்ன சார் தகவல் வச்சிருக்கீங்க?"

"என்னைச் சொல்ல வேண்டிய சூழ்நிலைக்குக் கொண்டாந்துட்டீங்க. ஒக்கே, மிஸ் நிவிதா. நேத்து ஹரிகிட்டேர்ந்து உங்களுக்கு ஒரு கவர் வந்ததா?"

"ஆமாம் வந்தது."

"அதிலே என்ன எழுதியிருந்திச்சு?"

"என் சொந்த விஷயம் அது."

"சொல்ல வேணாம். சரி, அதன்படி சாயங்காலம் இம்ப்பீரியல் ஹோட்டல் போனீங்களா?"

"சார்!" என்று வெகுவாக ஆச்சர்யப்பட்டாள்.

"சொல்லுங்க. உங்கமேல் சந்தேகம் ஏற்பட்டதாலே உங்க நடவடிக்கைகளைக் கண்காணிச்சோம். நீங்க போனீங்க ரெஸ்டாரெண்ட்ல ஹரியைச் சந்திச்சீங்க. சதித்திட்டத்தப்பத்தி பேசினீங்க. ஒப்புக்கறீங்களா?"

"நோ" என்று படபடத்தாள் நிவிதா. "நான் ஹோட்டல் போனது உண்மை. ஆனா ஹரி கோழைத்தனமா என்னைச் சந்திக்க வரலை. ரெஸ்ட்டாரெண்ட்ல ஒரு மணி நேரம் காத்திருந்து, சோர்ந்துபோய்ப் புறப்பட்டுப் போனேன். ஹரி யாருன்னும் எனக்குத் தெரியாது. அவர் முகம் எப்படி இருக்கும்னும் எனக்குத் தெரியாது. அவர் போன்ல சொன்ன செய்தி வேறே. என் சொந்த வாழ்க்கையைப் பாதிக்கிற செய்தி. அது சம்பந்தமா பேசத்தான் வரச் சொன்ன எடத்துக்குப் போனேன். ஆனா அவன் வந்து பேசலை."

"பேபி! இவ்வளவு பொய் ஆகாது" என்றார் அந்தோணி.

"நான் எதுவுமே பொய் சொல்லலை சார்."

"போன்ல சொன்னான், லெட்டர்ல சொன்னான், ஆனா நேர்ல மட்டும் சொன்னபடி வரலை. எவ்வளவு பெரிய ரீல் சுத்தறே பேபி. காலைல நானே போய் ஹோட்டல் ரிசப்ஷன்ல விசாரிச்சேன். ஈவினிங் அவன் வந்து நீ வந்தா, ரெஸ்டாரெண்ட்டுக்கு வரச் சொல்லிட்டுக் காத்திருந்தானாம். நீ வந்ததும், ரிஷப்ஷனிஸ்ட் விவரம் சொன்னதும் வழி விசாரிச்சிக்கிட்டுப் போனியாம். உண்மையா, இல்லையா?"

"உண்மைதான். ஆனா ரெஸ்ட்டாரெண்ட்ல நான் இருந்த ஒரு மணி நேரத்திலே யாருமே என்கிட்டே வந்து பேசலை."

ஷியாம் பெருமூச்சு விட்டான். அந்தோணியைப் பார்த்தான். "ரொம்ப முரண்பாடா பேசறாங்க பிடிவாதமாப் பேசறாங்க. என்ன செய்றது சார்?" என்றான்.

நிவிதாவிற்குக் குழப்பமாக இருந்தது. அதேசமயம் அவமானமாகவும் இருந்தது. யாரோ மலர்க்கொத்து அனுப்புகிறார்கள், யாரோ புடைவை அனுப்புகிறார்கள். யாரோ ஹரி என்று போனில் பேசுகிறான். கடிதத்தில் இடம் குறிப்பிட்டு அழைக்கிறான். போனால், வந்து சந்திக்காமல் ஏமாற்றுகிறான். அலுவலகத்தில் சந்தேகப்படுகிறார்கள், என் செயல்களை வேவு பார்க்கிறார்கள், தனியே அழைத்துக் கடுமையாக விசாரிக்கிறார்கள்.

இதெல்லாம் என்ன?

என்னைச் சுற்றி என்ன நடக்கிறது? துரோகமா, சதியா? நானா என்னையும் அறியாமல் ஏதோ ஒரு மாய வலையில் சிக்கிக் கொண்டிருக்கிறேனா?

"மிஸ் நிவிதா, நீங்க போகலாம்" என்றான் ஷியாம்.

"சார், தயவுசெஞ்சு என் வார்த்தைகளை நம்புங்க. வெளியே சொல்ல விருப்பம் இல்லாத ஒரு விஷயம் காரணமாத்தான் நான் ஹரியைச் சந்திக்கப் போனேன். நம் கம்பெனிக்கு எதிரா எந்த

நடவடிக்கைகளிலேயும் நான் இறங்கலை. அப்படிப்பட்ட பொண்ணு இல்லை நான். எப்படியோ என்மேல் சந்தேகப் பார்வை விழும்படியா நான் நடந்துக்கிட்டிருக்கேன்கிறதை நினைச்சா வருத்தமா இருக்கு."

"உங்க விளக்கம் போதும் நிவிதா. நான் அலுவலகம் சம்பந்தப்பட்ட விஷயங்களிலே ரொம்ப கண்டிப்பானவன். யாரோ புடைவை அனுப்பினதுக்காக உங்க உணர்ச்சிக்கு மதிப்பு கொடுத்து, எச்சரிக்கைக் கடிதம் நோட்டீஸ் போர்டிலே வைக்க அனுமதி கொடுத்தேன். அவ்வளவு தன்மானம் பார்த்த உங்க மேலேயே சந்தேகப்படும்படியா ஒரு நிலை உருவாகியிருக்கு. சொந்த விஷயம்னு சொல்றீங்க. ஏதேதோ மழுப்பறீங்க. இது வரைக்கும் உங்க மேல் குற்றம் சுமத்த எங்ககிட்டே எந்த ஆதாரமும் இல்லை. விளக்கம் எதுவும் வேணாம். ஏதாவது துரோக எண்ணம் மனசில இருந்தா அதைச் சுத்தமாத் துடைச்சுடுங்க. மீறிச் செயல்பட்டு ஆதாரபூர்வமா மாட்டிக்கிட்டா அப்புறம் பொண்ணாச்சேன்னு இரக்கம் எல்லாம் காட்டமாட்டேன், சட்டரீதியான நடவடிக்கைகள்ல இறங்கிடுவேன். எச்சரிக்கையா இருங்க. போகலாம்" என்றான் ஷியாம் கடுமையாக.

நிவிதா கூசிக் குறுகிப் போனாள். ஒரு தவறும் மனதறியச் செய்யாத நிலையில் இவ்வளவு கடுமையான வார்த்தைகள்!

இன்னும் ஒரு வினாடி அதிகமாக அங்கே நின்றால் வெடித்து அழுதுவிடும் நிலையைத் தவிர்த்து, குரல் கம்ம, "திஸ் ஈஸ் டூ மச் சார், நான் எந்தத் தப்பும் செய்யலை. உயர் அதிகாரிங்கற மரியாதைக்காக எதிர்த்து எதுவும் பேசாமல் போறேன்" என்று சொல்லிவிட்டு வேகமாக வெளியேறினாள் நிவிதா.

"எப்படி எப்படியெல்லாம் கேக்கறோம்! சொல்றாளா பார்த்தீங்களா? அறிமுகமே இல்லையாம், முகம் எப்படி இருக்கும்னே தெரியாதாம். ஆனா அவன் சொன்ன எடத்துக்குப் போவாளாம். கேட்டா சொந்த விஷயமாம். இவ போனாளாம். ஆனா அவன் வந்து பேசலையாம். எவ்வளவு அப்பட்டமான பொய் சார்! நாளைக்கு அந்த ஹோட்டல் ரிஸப்ஷனிஸ்ட்

பத்மநாபனை நம்ம ஆஃபீசுக்குக் கூட்டிவந்து, அவன் முன்னாடி விசாரிக்கணும்" என்றார் அந்தோணி.

"அதுக்கெல்லாம் அவசியம் இல்லை, நாம உஷாரா இருக்கோம். கண்காணிக்கிறோம்னு தெரியப்படுத்தியாச்சி. இனி ஹரியோட ஒத்துழைக்க நினைக்கமாட்டா. ஆனாலும், நம்ம கண்காணிப்பை நிறுத்திட வேணாம். பார்க்கலாம்" என்று எழுந்தான் ஷியாம்.

தன்னை நோக்கி வந்த நிவிதாவின் முகத்தைப் பார்த்த வினோத்குமாருக்குப் 'பக்'கென்று இருந்தது.

"நிவி. என்ன இது, பேயறைஞ்ச மாதிரி வர்றே? எல்லாரும் போய்ட்டாங்க. ஏன் லேட்டு? என்னாச்சும்மா? சொல்லு."

"ஒண்ணுமில்லை போகலாம் வாங்க."

"பின்னே ஏன் இப்படி இருக்கே?"

"எப்படி இருக்கேன்? நல்லாத்தான் இருக்கேன். தம்பி போன் செஞ்சான். எந்த ரயில்லயும் பர்த் கிடைக்கலையாம். திருவள்ளுவர் பஸ்ல திருவனந்தபுரம் போய் அங்கேர்ந்து பஸ் மாறிப் போறானாம். ஒன்பது மணிக்கு பஸ்."

"அப்போ முழுசா மூன்றரை மணி நேரம் இருக்கு என்ன செய்யலாம். சொல்லு. பீச்சுக்குப் போய்டலாமா?"

வந்தார்கள், அமர்ந்தார்கள்.

நடந்ததை எல்லாம் வினோத்குமாரிடம் சொல்லிவிடலாமா? யோசித்தாள்.

"நிவிதா, நீ நார்மலா இல்லை."

"ஆமாம். நார்மலா இல்லை."

"என்ன நடந்துச்சும்மா?"

"சொல்றேன்" என்றாள்.

——

அத்தியாயம் 14

“இவன் உன்னவன்; உன் மன்னவன். நீ நேசிப்பவன்; உனை நேசிப்பவன். நீ மணக்கப் போகிறவன்; உன் வாழ்க்கையை மணக்க வைக்கப் போகிறவன். இவனிடம் தாராளமாய்ச் சொல்லலாம்.” ‘சொல்’ - என்று உள் மனத்தில் உத்தரவு பிறந்து, அதைச் செயல்படுத்தும் முயற்சியில் உதடுகள் அசையும் முன்...

‘இரு யோசி இவன் உன் கணவனாகப் போகிறவன்தான். கணவன் இல்லை. இந்த நிமிடம் உன்மேல் சட்டபூர்வ உரிமை இல்லாதவன். இளைஞன், கம்பீரமான ஆண். உன்னை மனப்பூர்வமாக நேசிப்பவன்’ ஆனால்... நான் உன்னையே சந்தேகப்பட்டு எவனோ ஹரி சொன்ன இடத்திற்குச் சென்று ஏமாந்தேன் என்று உண்மையை அப்படியே சொன்னால், ‘பரவாயில்லை நிவிதா, சந்தேகம் மனித புத்தி’ என்று சொல்வான் என எதிர்பார்க்கிறாயா? என்று கேள்வி எழுப்பியது மற்றொரு உள் குரல்.’

அதே போலச் சொல்லிவிட்டால் சரி; பிரச்னையில்லை. ஸ்போர்ட்டிவாக எடுத்துக்கொள்வதற்குப் பதிலாக இரண்டு ஆண்டுகளுக்கு மேல் பழகியும் என்னைப் புரிந்துகொண்டது இவ்வளவுதானா என்று ஆத்திரப்பட்டு விட்டால்?

நிவிதா சொல்லலாமா, வேண்டாமா என்று, கரைக்குப் போகலாமா, இல்லை கடலுக்குத் திரும்பலாமா என்று மாறி மாறி முடிவெடுக்கும் அலைகள் போலத் தவித்தாள்.

வினோத்குமார் தன் கைக்கடிகாரத்தின் ரேடியம் முள்ளைப் பார்த்துக்கொண்டு "சொல்றேன்னு சொல்லிட்டுச் சரியா எழுபத்தி அஞ்சு வினாடி மௌனம் அனுஷ்டிச்சிட்டே, இன்னும் எவ்வளவு நேரமாகும் நிவி?" என்றான்.

உடனே தீர்மானித்த நிவிதா, "இது ஒரு பெரிய விஷயமில்லை. இதைப் போய் எப்படிச் சொல்றதுன்னுதான் யோசிச்சேன். எனக்குப் புடைவை பார்சல் வந்திச்சில்லே, அதைப்பத்தி இன்னைக்கு ஒரு ஸ்டாஃப் பொழைக்கத் தெரியாதவள்னு பேசினதாக் கேள்விப்பட்டேன். மூட் அப்செட் ஆயிடுச்சி, அதான். வேற ஒண்ணும் இல்லை" என்றாள்.

"இவ்வளவுதானா? எல்லாரும் ஒரே மாதிரி இருக்க மாட்டாங்க நிவிதா. ஒவ்வொருத்தருக்கு ஒவ்வொரு கருத்து இருக்கும். எல்லோர்கிட்டேயும் யாரும் நல்ல பேர் வாங்க முடியாது. எல்லோருக்கும் பிடிச்ச காந்திஜியைக் கோட்ஸேக்குப் பிடிக்கலையே... இதுக்கெல்லாம் வருத்தப்பட்டுக்கிட்டிருக்கக் கூடாது."

வினோத்குமார் அவளுக்கும், தனக்கும் நடுவில் இருந்த மணல் வெளியில் இரண்டு கைகளாலும் காய்ந்த மணலை நீளமாகக் குவித்தான்.

"கமான் நிவி, பைக் சாவியை ஒளிச்சி வச்சிட்டேன். கரெக்டா யூகிச்சு ஒரே முயற்சியில் எடுத்துட்டா நான் ஹோட்டல் பில் கொடுத்துவிடுகிறேன். எடுக்கலைன்னா நீ கொடுக்கணும். எங்கே, பார்க்கலாம்."

நிவிதா சற்று சகஜமாகி அந்த நீள மணல் குவிப்பில் யோசித்து, இரண்டு கைகளையும் கோத்துப் பொத்தினாள்.

"நோ நீ ஏமாந்துட்டே. சாவி இங்கே இருக்கு" என்று வினோத் வேறு ஓர் இடத்தில் இருந்து எடுத்துக்காட்டி, "ஸோ, நீதான் பணம் கொடுக்கணும். நான் சொல்ற ஹோட்டல்தான் போகணும். என் இஷ்டப்படி சாப்பிடுவேன்" என்றான்.

"உங்களுக்குச் செலவு செய்யாம வேற யாருக்கு?"

"சரி. நல்ல மூடுக்கு வந்துட்டியா?"

"வந்துட்டேன்."

"நாளைக்குக் காலைல ஏழு மணிக்கு நான் உன் ஹாஸ்டலுக்கு வர்றேன். நீ நம்ம ஃபேவரைட் பச்சைச் சேலை கட்டி ரெடியா இருக்கே. என்னோட புறப்படறே. நேரா எங்க வீட்டுக்கு வர்றோம். எங்க அப்பா, அம்மாகிட்டே அறிமுகப்படுத்தறேன். எல்லாரோடேயும் சேர்ந்து டிபன் சாப்பிடறே. அப்புறம் உன்னை உன் ஆபீஸ்ல விட்டுட்டு நான் போறேன். புரிஞ்சுதா?"

"என்னங்க வினோத், இப்படி திடீர்ன்னு..."

"மருமகளைப் பார்த்தே ஆகணும்னு அப்பாவும், அம்மாவும் வம்பு செய்யறாங்க நிவிதா. அப்புறம்... வித்யாசாகருக்கு வேலை கிடைச்சிடுச்சி. நீ சொன்ன கண்டிஷன் ஓவர். அதனால் எப்ப நம்ம கல்யாணத் தேதியை வச்சிக்கலாம்னு சொல்லு."

"இருங்க இருங்க. அவன் இன்னும் வேலையில் சேரக்கூட இல்லை."

"நாளைக்குச் சேரப் போறார்."

"இது தற்காலிகமான வேலைதான் வினோத்."

"இங்கே பாரு நிவிதா, ஓர் எல்லைக்கு மேலேயே நான் பொறுமையாக இருந்துட்டேன். யோசிச்சுப் பேசு நிவிதா. ஹாஸ்டல் தங்கல், மெஸ் சாப்பாடு இதெல்லாம் அவசியமா? கல்யாணமாய்ட்டா எவனாச்சும் பொக்கேயும், புடைவையும் அனுப்புவானா? விரலையும், கையையும், கன்னத்தையும் மட்டும் தொட்டுக்கிட்டே இருந்தா எப்படி? இன்னும் உடம்புல எவ்வளவு

விசேஷங்கள் எல்லாம் இருக்கு? நிவி, நாம் சீக்கிரம் கல்யாணம் பண்ணிக்கலாம் டார்லிங்!"

சற்றுநேரம் அமைதியாக இருந்த நிவிதா, "வினோத் இன்னிக்கு உங்க கூட நிறையப் பேசணும்னு இருக்கிறதாச் சொன்னேனே... அது இதுதான். நான் பேச நினைச்சதெல்லாம்... நீங்க பேசிட்டிங்க..." என்றாள் ஒரு துணுக்கு வெட்கத்துடன்.

"அப்பாடா! பச்சைக்கொடி காட்டிட்டே."

"ஆனா ஒரு கண்டிஷன்!"

"இதானே வேணாங்கிறது."

"கல்யாணம் ரொம்பச் சிம்ப்பிளா இருக்கணும். ஏதாச்சும் ஒரு கோயில்ல கல்யாணம். ரெஜிஸ்ட்டர் ஆபீஸ்ல பதிவு செஞ்சிக்கிட்டுச் சாயங்காலம் சிம்பிளா நண்பர்களுக்குப் பார்ட்டி."

"குட் ஐடியா. எனக்கும் ஆடம்பரச் செலவுகள் பிடிக்காது நிவி. சரி தேதி?"

"அடுத்த வாரம் திருச்சி போறேன் வினோத். அம்மாகிட்டே பேசிட்டு அப்புறம் முடிவு செய்யலாமே அதை."

"சரி. ஹோட்டல் போய் டிபன் சாப்பிட்டுட்டுத் திருவள்ளுவர் பஸ் ஸ்டாண்ட் போனா நேரம் சரியா இருக்கும். புறப்படலாம். அப்புறம்... நீ சொன்ன மாதிரி நம்ப கல்யாணம் சம்பந்தமா நானும் ரெண்டு கண்டிஷன்ஸ் வச்சிருக்கேன்."

"என்ன அது?"

"ஒண்ணு, எந்தக் காரணத்தை முன்னிட்டும் நீ வேலைக்குப் போறதை நிறுத்த வேண்டியதில்லை. தொடர்ந்து போகணும்."

"சரி, எனக்குப் பிடிச்ச விஷயம்தான் இது."

"ரெண்டு, உன் சம்பளப் பணத்தை அப்படியே உங்க அம்மாவுக்கு அனுப்பி வைச்சாகணும்."

நிவிதா நெகிழ்ந்துபோனாள். என்ன சொல்வது என்று வார்த்தை வராமல் தவித்துப் போனாள். எத்தனை விசாலமான

மனம்! இவர் சொல்படி, நானே அனுப்பினாலும்... திருமணத்திற்குப் பிறகு உன்னிடம் பணம் பெற்றுக்கொள்வது நியாயமில்லை என்று தன்மானமிக்க அம்மா மறுத்துவிடுவாள், அது வேறு விஷயம். எத்தனை பேருக்கு இப்படிச் சொல்லத் தோன்றும் இவரைப்போய் லேசாகச் சந்தேகப்பட்டேனே... என்னை..."

"என்ன பேச மாட்டேங்கறே நிவி?"

"அதை அப்புறம் முடிவு செஞ்சுக்கலாம்!"

"ம்கூம். இப்பவே முடிவு செஞ்சாகணும்."

"நான் அனுப்பத் தயார், எங்கம்மா வாங்கிக்கத் தயார்ன்னா விடுங்க. அதைப்பத்திப் பின்னால எல்லாருமாப் பேசி முடிவு செய்யலாம். போகலாம். வாங்க," என்று எழுந்துகொண்டாள்.

"நாளைக்குக் காலைல ஏழு மணிக்கு ரெடியா இருப்பேதானே"

"ஈவினிங் வர்றேனே... எதுக்குக் காலையிலேயே...?"

"சொல்ல மறந்துட்டேனா? நாளைக்கு மத்தியானம் புறப்பட்டுக் கோயமுத்தூர் போறேன், பஸ்ல வர ஆறு நாள் ஆகும். அதனால்தான் காலைல ரெடியா இருக்கச் சொன்னேன்!"

"சரி, ரெடியா இருக்கேன்."

இருவரும் கைகோத்து மணலில் அழுந்த நடந்து, சாலைக்கு வந்து பைக்கில் புறப்பட்டதும் சொன்னான். "நீ இருந்த மூட்ல உன் ட்ரெஸ் பத்திச் சொல்லவே இல்லை. உனக்கு நல்லாப் பொருந்துது நிவிதா. நிறைய மாடர்ன் ட்ரெஸ் வாங்கிக்க."

"சரியான ஆளு நீங்க. நிறைய மாடர்ன் ட்ரெஸ் வாங்கித் தர்றேன்னு சொல்ல மனசு வரலை, வாங்கிக்கவாம்."

"எனக்கு அளவு தெரியாதில்லே, ஓக்கே. கோயமுத்தூர்லேர்ந்து திரும்பி வர்றப்போ உனக்கு ரெண்டு புது ட்ரெஸ் எடுத்துட்டு வர்றேன்."

ஹோட்டலில் டிபன் சாப்பிட்டுவிட்டு ஒன்பதரைக்குத் திருவள்ளுவர் பஸ் ஸ்டாண்ட் வந்தார்கள். வித்யாசாகரின்

கையைக் குலுக்கிப் பாராட்டினான் வினோத்குமார். போனதும் கடிதம் எழுதச் சொன்னாள் நிவிதா.

அவளைத் தனியாக அழைத்து, "அக்கா, இனிமே வீட்டுப் பிரச்னையைப் பத்தி நீ கவலையேபடாதே. எப்பக்கா கல்யாணம் பண்ணிக்கப்போறே?" என்றான் வித்யாசாகர்.

"சீக்கிரம் சொல்றேன் வித்யா. நீ வண்டில ஏறு. டிரைவர் ஏறி உக்கார்ந்திட்டார்."

வித்யாசாகர் ஏறித் தன் இருக்கையில் அமர்ந்து ஜன்னல் வழியாகக் கையசைத்தபோது அவன் கண்களில் சரம், கவனித்த நிவிதாவுக்கும் மனம் திடீரென்று சங்கடமாகிப் போனது.

"உள்ளே வா நிவிதா" என்றான் பைக்கை நிறுத்திவிட்டு, வீட்டின் வாசலுக்கு வந்த வினோத்குமார்.

தயக்கத்துடனும், லேசான நடுக்கத்துடனும், பரீட்சை ஹாலுக்குள் நுழையும் மாணவனின் பதற்றத்துடனும் உள்ளே வந்தாள்.

ஹாலில் ஊஞ்சல் இருந்தது. ஊஞ்சலில் அமர்ந்து பேப்பர் படித்துக்கொண்டிருந்த வினோத்குமாரின் அப்பா நிமிர்ந்து, "வாம்மா..." என்றார். உள்ளேயிருந்து வந்த மூக்கில் பேஸரி அணிந்திருந்த அவன் அம்மா வந்து வாஞ்சையுடன் நிவிதாவின் இரண்டு கைகளையும் பிடித்துக்கொண்டு "வாம்மா ராஜாத்தி" என்றவர், "இரு" என்று சுவாமி படத்திற்குக் கீழே இருந்த ஸ்டாண்டில் இருந்து குங்குமச் சிமிழ் எடுத்து வந்து அவள் நெற்றியில் சின்னதாக வைத்துவிட்டு, "உக்காரும்மா" என்றார்.

நிவிதா தயக்கமாக நின்றுகொண்டேயிருந்தாள்.

"நிவிதா, உக்காரு சகஜமா இரு" என்று சோபாவில் அமர்ந்துகொண்ட வினோத்குமார், "அம்மா நீங்க உக்காருங்க. மாமியார் நிக்கிறப்போ மருமகள் உக்காருவாளா?" என்றதும்...

"சும்மா உக்காரும்மா கண்ணு!" என்று நிவிதாவின் கையைப்பற்றி அமர்த்தி, அருகில் அமர்ந்துகொண்டார் அவன் அம்மா.

“என்னப்பா வினோத், அற்புதமா விவாதம் பண்ணுவான்னு சொன்னே... ஒரு வார்த்தையைக் கூடக் காணோம்” என்றார் அப்பா.

நிவிதா எச்சில் விழுங்கினாள்.

“இல்லையப்பா, ஒரு மரியாதை கலந்த பயம்.”

“ஏம்மா, அப்படியா?”

லேசாகத் தலையசைத்தாள்.

“இங்கே பாரும்மா. மரியாதை இருக்கட்டும். பயம் வேண்டியதில்லை. உன்னைப்பத்தி விலாவாரியா எல்லாம் சொல்லிட்டான். வினோத்குமார் மேல் எங்களுக்கு எப்பவுமே பரிபூரண நம்பிக்கை உண்டு. அவனோட செலக்ஷன் எப்பவும் சோடை போகாது. கல்யாண விஷயத்தில் நான் அவன் ஆசைக்குத் தடையா இருக்க விரும்பலை. வாழப்போறது அவன். அவனோட நிறைவுதான் முக்கியம். நீ படிச்ச பொண்ணு, விவரமான பொண்ணு, நல்ல குடும்பத்தைச் சேர்ந்த பொண்ணுன்னு சொன்னான். இதையெல்லாம் விடக் குடும்பப் பொறுப்புணர்ந்த பொண்ணுன்னு சொன்னான். உடனே நான் சரின்னு சொல்லிட்டேன். சரின்னு சொல்லலைன்னாலும் இவன் மனசை மாத்திக்கப் போறதில்லை. என்னம்மா நானே பேசிக்கிட்டிருக்கேன்...”

கண்களில் நீர் ததும்ப, குரல் கம்ம, “இவ்வளவு திறந்த மனசுள்ள உங்க குடும்பத்துக்கு மருமகளா வர்றதுக்கு நான் கொடுத்து வச்சிருக்கணுங்க. எனக்கு என்ன பேசறதுன்னே தெரியலை” என்றாள் நிவிதா.

“வாம்மா, சாப்பிடலாம்” என்று உள்ளே அழைத்துச் சென்றார் அம்மா.

“நீயும் போப்பா. நான் சாப்பிட்டாச்சு” என்ற அப்பா வினோத்குமாரை அருகில் அழைத்து, “நீ ரொம்ப அதிர்ஷ்டம் செஞ்சவன்ப்பா லட்சணமா இருக்கா பொண்ணு. எவ்வளவு அடக்கம், எவ்வளவு தீர்க்கமான பேச்சு. ஒரு பேச்சுப் பேசினாலும்

நெகிழ வச்சிட்டா பாரு. தேதி பார்த்துட வேண்டியதுதானே?" என்று கேட்டார்.

"அடுத்த வாரம் நிவிதா திருச்சி போய் அவங்கம்மாகிட்டே விஷயத்தைப் பக்குவமாச் சொல்லிச் சம்மதம் வாங்கிட்டு வர்றதாச் சொன்னா. அதுக்கப்புறம் தேதி முடிவு செய்யலாம்."

"இன்னொரு காரியம் இருக்குப்பா. அந்தப் பொண்ணு போய்ட்டு வந்ததும் சொல்லு. முறையா நானும், அம்மாவும் திருச்சி போய் அவங்க அம்மாவைச் சந்திச்சுப் பேசிட்டு வந்துடறோம்."

"சரிப்பா" என்று உற்சாகமாக டைனிங் மேஜைக்கு வந்து நிவிதாவுக்கு எதிரில் அமர்ந்துகொண்டு அவளைப் பார்த்துக் கண்ணடித்தான்.

"உங்க தம்பி எங்கே?" என்றாள்.

"அவன் ஒரு கிரிக்கெட் பைத்தியம். இன்னைக்குக் காலேஜ்ல மேட்ச்ன்னு காலையிலேயே எழுந்து விளையாடப் போய்ட்டான்."

சாப்பிட்டுவிட்டுச் சிறிது நேரம் பேசிக் கொண்டிருந்துவிட்டுப் புறப்படும் முன்பு வினோத்குமாரின் அப்பாவையும், அம்மாவையும் சேர்ந்து நிற்கச் சொல்லிக் காலில் விழுந்து வணங்கினாள் நிவிதா.

"நீங்க ரெண்டுபேரும் நல்லா இருக்கணும்மா!"

"போய்ட்டு வர்றேன்."

"அடிக்கடி வந்து போயிட்டிரும்மா. வினோத், இப்ப ஆபீசுக்குத்தானே போகுது? கொண்டுபோய் விட்டுட்டு உன் கம்பெனிக்குப் போ" என்றார் அப்பா.

"நான் கம்பெனிக்குப் போக வேண்டியதில்லைப்பா, கோயமுத்தூர் டூர் போட்டுருக்காங்க. திடீர்னு மத்தியானம் புறப்படறேன்" என்ற வினோத்குமார் வாசலுக்கு வந்து பைக்கை ஸ்டாண்ட் எடுத்தான்.

நிவிதாவை அவளின் அலுவலகக் கட்டிட வாசலில் இறக்கி விட்டுவிட்டு, "எப்படிப் பழகறாங்க உன் மாமனாரும், மாமியாரும்?" என்றான்.

"நேரமாச்சு, சாயங்காலம் சொல்றேன்."

"நான்தான் ஊர்ல இருக்க மாட்டேனோ, வந்ததும் கேக்கறேன். சொல்லு. வரட்டுமா?"

அவன் புறப்பட்டுப்போனதும் லிப்ட் உபயோகித்துத் தன் அலுவலகம் வந்து, தன் நாற்காலியில் அமர்ந்தபோது, மனம் வினோத்குமாரின் அப்பாவும், அம்மாவும் பொழிந்த பாசமான வார்த்தைகளை அசைபோட ஆரம்பித்தபோது...

வேறு ஒரு மேஜையில் விசாரித்துவிட்டு, இவளை நோக்கி வந்த போஸ்ட்மேன், "உங்க பேருதானே நிவிதா உங்களுக்கு ஒரு ரெஜிஸ்தர் தபால் இருக்கு" என்று கையெழுத்து வாங்கிக்கொண்டு நகர...

கவரின் மேல் 'ஃப்ரம் ஹரி' என்று ஏதோவொரு முகவரி டைப் செய்யப்பட்டிருப்பதைப் பார்த்ததுமே உள்ளுக்குள் லேசான நடுக்கம் ஏற்பட்டது. தயக்கமாகக் கிழித்து உள்ளே இருந்ததை எடுக்க...

அது அவள் பெயருக்கு எடுக்கப்பட்ட இருபத்தி ஐயாயிரம் ரூபாய்க்கான டிராஃப்ட்!

———

அத்தியாயம் 15

அந்த டிராஃப்ட் பேங்க் ஆஃப் இந்தியாவின் அடையாறு கிளையில் வழங்கப்பட்டிருந்தது. நிவிதாவின் பெயர் தெளிவாகத் தனித்தனி எழுத்துக்களாக எழுதப்பட்டிருந்தது. இருபத்தி ஐயாயிரம் என்று எண்ணாலும், எழுத்தாலும் எழுதப்பட்டிருந்தது. மூலையில் கிராஸ் செய்யப்படவில்லை.

அந்தக் கவரில் டிராஃப்டைத் தவிர வேறு எதுவுமே இல்லை.

நிவிதா ஏகமாகக் குழம்பினாள்.

"கவர் முகப்பில் தன் முகவரி தெளிவாக டைப் செய்யப்பட்டிருப்பதையும், பதிவுத் தபாலுக்கான ஸ்டாம்புகள் ஒட்டப்பட்டு, சீல் குத்தப்பட்டிருப்பதையும் பார்த்தாள்.

இது எனக்கு வந்த கடிதம்தான். அதில் சந்தேகமே இல்லை. இவ்வளவு பெரிய தொகையை எதற்காக அனுப்பியிருக்கிறான் ஹரி?

ஹரியைப் பற்றி செக்ஷன் ஹெட்டும், ரீஜனல் மானேஜரும் என்னென்னவோ சொன்னார்களே... இவன் எனக்கு போன் செய்தான். வினோத்குமாரைப் பற்றி ஆதாரபூர்வமாக ஏதோ திடுக்கிடும் தகவல் சொல்வதாகச் சொன்னான். இடத்தைக் குறிப்பிட்டு ஒரு கடிதம் எழுதினான். போனால் அதன்படி

என்னைச் சந்திக்காமல் கண்ணாமூச்சி ஆடினான். இப்போது பெரிய தொகைக்கு டிராஃப்ட் அனுப்பியிருக்கிறான்.

இதெல்லாம் என்ன? ஏன் இப்படியெல்லாம் என்னைக் குழப்புகிறான்? நமது கம்பெனி வழக்குத் தொடர்ந்துள்ள ஆத்மா டிஸ்ட்ரிபியூட்டர்சின் விளையாட்டா இதெல்லாம்? ரீஜனல் மானேஜர் என்னைத் தனியாய் அழைத்து அறிவுரை சொன்னாரே... இந்த அலுவலகத்தில் சிலரை விலைக்கு வாங்க அவர்கள் முயற்சி செய்வதாகச் சொன்னாரே... எனக்குத் துரோகம் செய்யும் எண்ணம் கூடாது என்றாரே...

அதன்படி ஹரி மூலம் என்னை விலைக்கு வாங்கப் பார்க்கிறார்களா? அதற்காகத்தான் இந்த ஏற்பாடுகளா? நான் இவர்களுக்குச் சாதகமாக எதையோ செய்ய வேண்டும் என்று எதிர்பார்த்து... அந்தச் செயலுக்குக் கூலியாகத்தான் இந்தத் தொகையா?"

ச்சே! எவ்வளவு கேவலமாக என்னை எடை போட்டு விட்டார்கள்? பணத்துக்கு மயங்கி நேர்மையைப் புதைக்கிறவள் நானா?

பணம் அனுப்பப்பட்டிருக்கிறது. ஆனால் அவர்களுக்குச் சாதகமாக நான் என்ன செய்ய வேண்டும் என்று வேண்டுகோள் எதுவும் விடுக்கப்படவில்லையே... நான் என்ன செய்ய வேண்டும் என்று சொல்வதற்காகத்தான் ஹோட்டலுக்கு வரவழைத்தார்களா?

என் சொந்த வாழ்க்கை சம்பந்தப்பட்டது என்று சொன்னால்தான் நான் வருவேன் என்பதற்காகத்தான் வினோத்குமார் மேல் அபாண்டமாகப் பழி போட்டுப் பேசினானா? பிறகு ஏன் என்னைச் சந்திக்கவில்லை? ஏதோ இடர்ப்பாடு ஏற்பட்டிருக்கலாம்.

ஆக, அந்த ஹரி என்னை மறுபடியும் போனிலோ, நேரிலோ நிச்சயம் தொடர்புகொள்வான். பணம் போதுமா இன்னும் தரவா என்று கேட்பான். நான் செய்ய வேண்டிய உபகாரத்தைச் சொல்வான்.

அப்போது அவன் முகத்தில் இந்த டிராஃப்டைக் கிழித்து எறிய வேண்டும். உன் தந்திர வேலைகளுக்கு வேறு எவளையாவது பார் என்று சூடாகச் சொல்ல வேண்டும்.

அதுவரைக்கும் நான் காத்திருக்க வேண்டுமா?

பல்வேறு விதங்களில் யோசனை செய்து பார்த்த நிவிதா தீர்மானத்திற்கு வந்து, அந்தப் பதிவுத் தபாலில் வந்த கவரை எடுத்துக்கொண்டு எழுந்தாள் ரீஜனல் மானேஜரின் அறைக்கு நடந்தாள்.

அனுமதி பெற்று உள்ளே வந்தாள்.

ஷியாம் ஃபைலில் இருந்து நிமிர்ந்து, "யெஸ்" என்றான்.

"சார் இன்னைக்குப் பதிவுத் தபால்ல இது எனக்கு வந்திச்சி?" என்று கவரை நீட்டினாள்.

ஷியாம் மெலிதாகத் திடுக்கிட்டான். அவன் திட்டப்படி நிவிதா தனக்கு வரும் டிராஃப்டை யாரிடமும் சொல்லாமல் கைப்பைக்குள் வைத்துக்கொண்டு குழம்ப வேண்டும். இவள் என்னடாவென்றால் என்னிடமே கொண்டுவந்து நீட்டுகிறாளே உள்ளே என்ன இருக்கிறது என்று எனக்குத் தெரியாதா? வல்லபன் டிராஃப்ட் அனுப்பி இருப்பார்.

இவ்வளவு தூரம் டெவலப் செய்துவிட்ட திட்டத்தை, உச்சக்கட்டத்தை நெருங்கிவிட்ட திட்டத்தை இவள் போட்டு உடைத்து விடுவாள் போலிருக்கிறதே...

யோசி! யோசி திட்டத்தில் ஏற்பட்டிருக்கும் விரிசலைப் பூசி மறைக்க யோசி! திட்டப்படி எல்லாம் தொடர... ஏதாவது செய்...!

ஷியாம் யோசனையுடன் கவரை வாங்கி உள்ளேயிருந்து அந்த டிராஃப்டை எடுத்துப் பார்த்து, "என்ன இது? உங்க பேருக்குப் பணம் அனுப்பியிருக்கான்?" என்றான்.

"ஆமாம் சார். என்னைச் சுத்தி நிகழ்ந்த குழப்பம் எல்லாம் இப்பத்தான் சார் எனக்குப் புரியுது. நீங்க சொன்ன ஆத்மா

டிஸ்ட்ரிபியூட்டர்ஸ் அவங்க சார்பா யாரோ ஹரியைவிட்டு என்னை விலை பேச எடுத்துக்கிட்ட முயற்சிகள்ல இதுவும் ஒரு கட்டம் சார்."

"அப்படியா? இந்தப் பணம் எதுக்காக அனுப்பியிருக்காங்க?"

"தெரியலை சார். இன்னும் அதைச் சொல்லலை சார்."

"ஹோட்டல்ல சந்திச்சப்போ அரசியல் மட்டும் பேசினீங்களோ?"

"சார், சத்தியமா ஹோட்டல்ல நான் காத்திருந்தது உண்மை. யாரும் வந்து பேசலைங்கிறதும் உண்மை."

"அப்படியா? அதை அப்புறம் தீர்மானிக்கலாம். இப்ப எதுக்காக இதை என்கிட்டே கொண்டாந்து காட்டறீங்க?"

"நீங்க சந்தேகப்பட்ட மாதிரி நான் இந்தக் கம்பெனிக்குத் துரோகம் எதுவும் நினைக்கலைன்னு உங்களுக்கு நிரூபிக்கிறதுக்காகத்தான் காட்டினேன் சார்."

"அதாவது உங்க நேர்மையைத் தெளிவுபடுத்தறீங்க?"

"ஆமாம் சார்."

"இதை என்ன செய்யறதா உத்தேசம்?"

"நீங்க சொல்லுங்க சார்."

"உங்க பேருக்கு வந்த தபால், உங்க பேருக்கு வந்த பணம், நான் எப்படி முடிவு எடுக்க முடியும் நிவிதா?"

"சார், அவன் மறுபடியும் என்னைத் தொடர்புகொள்வான்னு நம்புறேன்."

"யாரு? பணம் அனுப்பின ஹரியா?"

"ஆமாம் சார். அப்போ அவனைச் சந்திச்சி இந்த டிராஃப்டைக் கிழிச்சி அவன் முகத்திலே வீசிட்டு ஆத்திரம் தீரத் திட்டப் போறேன் சார்."

"அப்படியா?" என்ற ஷியாம் இரண்டு விரல்களின் நடுவில் பென்சிலை வைத்து அதை மேலும், கீழுமாக அசைத்துக்கொண்டே சில வினாடிகள் யோசித்தான்.

லேசாக விம்மித் தணியும் மார்புகளுடன் எதிரே நின்ற அவளைப் பார்த்தான்.

“நிவிதா, நீங்க சொல்றதை எல்லாம் நான் முழு அளவுல நம்பலாமா?”

“ப்ளீஸ்... நம்புங்க...”

“நம்புறேன். இந்த டிராஃப்ட் வந்த விஷயம் நம்ம ஆபீஸ்ல என்னையும், உங்களையும் தவிர வேற யாருக்காவது தெரியுமா?”

“தெரியாது சார்.”

“நீங்க நேர்மையான ஸ்டாஃப்ன்னு நிரூபிக்க உங்களுக்கு இன்னொரு சந்தர்ப்பம் தர்றேன். நான் சொல்ற மாதிரி நடந்துக்குவீங்களா?”

“சொல்லுங்க சார்.”

“இந்த டிராஃப்டை உங்க கைப்பையிலே வச்சுக்கங்க. விஷயத்தை யார்க்கிட்டேயும் சொல்லாதீங்க. நீங்க சொல்றது உண்மைன்னா இந்த ஹரி மறுபடியும் உங்களைத் தொடர்புகொள்வான். அப்படித்தானே?”

“ஆமாம் சார்.”

“அப்படித் தொடர்பு கொள்றப்போ, நீங்க அவனுக்காக என்ன செய்யணும்னு அவன் சொல்றதையெல்லாம் தெளிவாக் கேட்டுக்கங்க.”

“சரி சார்.”

“செஞ்சு தர்றேன்னு சொல்லிட்டு மறுபடியும் தொடர்புகொள்ளச் சொல்லிட்டு, என்கிட்டே அவன் சொல்றதை எல்லாம் சொல்லிடுங்க. அதுக்கப்புறம் என்ன செய்யணும்கிறதை நான் சொல்றேன்.”

“சரி சார்.”

“இந்த ஏற்பாடுகளை, நீங்க என்கிட்டே வந்ததை, நான் சொன்னதை எல்லாத்தையும் ரகசியமாகவே வச்சிக்கங்க. ஏன்னா

ஆத்மா டிஸ்ட்ரிபியூட்டர்சுக்கு உதவறதுக்கு நம்ம ஆபீஸ்லயே வேறே யாராவது தயாரா இருக்கலாம், புரிஞ்சுதா?"

"புரியுது சார். யார்கிட்டேயும் சொல்லலை சார்."

"உங்க மேல் எனக்கு இப்ப நம்பிக்கை வந்திருக்கு நேத்துக் கொஞ்சம் கடுமையா நான் பேசினதை மறந்துடுங்க."

"பரவாயில்லை சார். சந்தேகப்பட்டு விசாரிக்க வேண்டியது உங்கள் கடமை சார்!"

"சந்தேகம் தெளிவான பிறகு, நம்ப வேண்டியதும் என் கடமை" என்று புன்னகை செய்த ஷியாம். "இன்னும் ஒரு படி மேலே நம்பி இன்னொரு விஷயம் சொல்றேன் உங்ககிட்டே" என்றான்.

"என்ன சார்?"

"ஆத்மா டிஸ்ட்ரிபியூட்டர்ஸ் உங்ககிட்டேர்ந்து என்ன எதிர்பார்க்கிறாங்க தெரியுமா?" என்று சாவி போட்டு மேஜையின் டிராயரைத் திறந்து, அந்த நீளமான பிரௌன் கவரை எடுத்தான்; நீட்டினான்.

"என்ன சார் இது"

"ஒரு அஞ்சி நிமிஷம் அமைதியா உக்காந்து பாருங்கள் உங்களுக்கே புரியும்."

நிவிதா அந்தக் கவரை வாங்கிக்கொண்டு நாற்காலியில் அமர்ந்து, உள்ளே இருந்த ஒரு கத்தைக் காகிதங்களை எடுத்து ஒவ்வொன்றாகப் பார்க்க ஆரம்பிக்க...

"பாருங்க. இதோ வந்துட்டேன்" என்று ஷியாம் எழுந்து தன் அறையைவிட்டு வெளியேறி, அருகில் இருந்த உதவி மானேஜரின் அறைக்கு வந்தான்.

"பெங்களூர் பிராஞ்ச்லேர்ந்து சில அக்கவுண்ட்ஸ் கிளாரிஃபிகேஷனுக்காக யாரையாவது அனுப்பச் சொல்லி போன் செஞ்சாங்க ரவி, யாரை அனுப்பலாம்?"

"திவாகரைப் போகச் சொல்லட்டுமா?"

"ம்கூம். இன்னும் அனுபவசாலியா அனுப்புங்க."

"அந்தோணி சாரைப் போகச் சொல்லட்டுமா. சார்?"

"சரியான ஆசாமி. அவரையே அனுப்புங்க" என்ற ஷியாம் அருகே இருந்த இண்டெர்காம் எடுத்து எண் அழுத்தி, "மிஸ்டர் அந்தோணி, அசிஸ்டெண்ட் மானேஜர் ரூமுக்கு வாங்க" என்று வைத்தான்.

சில வினாடிகளில் அவர் உள்ளே வர...

"சார், மத்தியானம் லஞ்ச முடிச்சிட்டு பெங்களூர் போங்க. அங்கே கொஞ்சம் அக்கவுண்ட்ஸ்ல கிளாரிஃபிகேஷன் தேவைப்படுதாம். பார்த்துட்டு நாளைக்கும் புறப்பட்டு வந்துடுங்க, என்ன?" என்றான் ஷியாம்.

"சரி சார்."

"ரவி, போக, வர விமான டிக்கெட்ஸ் ஏற்பாடு செஞ்சிக் கொடுத்திடுங்க" என்று கூறிவிட்டுத் தன் அறைக்கு வந்தான்.

"என்ன பார்த்திங்களா நிவிதா?"

"ஆத்மா டிஸ்ட்ரிபியூட்டர்ஸ் இவ்வளவு மோசடியா செஞ்சிருக்காங்க?"

"ஆமாம். இதெல்லாம்தான் பக்காவான ஆதாரங்கள். இதோட அடிப்படையிலேதான் கேஸ் போட்டிருக்கோம். ஹரி உங்ககிட்டே அநேகமா இந்த டாக்குமெண்ட்சைத்தான் திருடித் தரச் சொல்வான்னு ஊகம் செய்யறேன்" என்று ஷியாம் கவரை வாங்கி டிராயரில் வைத்தான்.

"அப்படித்தான் நானும் நினைக்கிறேன் சார்."

"சரி, நீங்க உங்க சீட்டுக்குப் போங்க. நான் சொன்னபடி நடந்துக்கங்க. இது சம்பந்தமா யார்கிட்டேயும்..."

"மூச்சுவிட மாட்டேன் சார்" என்று எழுந்து வெளியே சென்ற நிவிதாவின் பின்னழகை ரசித்துக்கொண்டே, புன்னகை செய்துகொண்டான் ஷியாம்.

"அழகான முட்டாள் பெண்ணே, இன்றைக்கு மாலை நீ எனக்குச் சொர்க்கத்தை அடையாளம் காட்டப்போவது உனக்குத் தெரியுமா? உனக்கு வேறு வழியே இல்லை கண்ணே. உன் மானம், மரியாதை காப்பாற்றப்படவும், உன் காதல் வாழ்க்கை கலையாமல் இருக்கவும்... கோர்ட், ஜெயிலை நீ சந்திக்காமல் இருக்கவும்..."

"என்னை அணைப்பதைத் தவிர வேறு வழியே கிடையாது டார்லிங். அத்தனை நேர்த்தியான வலைப் பின்னல் என்னுடையது. ஹரி என்கிற எக்ஸ் உனக்கு போன் செய்ததற்குச் சாட்சி இருக்கிறது. உன்னை ஹோட்டல் இம்பீரியலுக்கு வரச் சொன்ன கடிதத்தின் நகல் இருக்கிறது. அதன்படி நீ சென்று சந்தித்ததைச் சத்தியம் செய்து சொல்வான் ஹோட்டல் ரிசப்ஷனிஸ்ட். பிறகு, உன் பெயரில் வந்த டிராஃப்ட் நீயே கையெழுத்துப் போட்டுக் கடிதத்தை வாங்கியிருக்கிறாய். அப்புறம் மோசடிக்கான ஆதாரங்கள் கொண்ட இந்தக் காகிதங்களிலும், கவரிலும் இயல்பாக உன் கைரேகைகளைப் பதிக்கச் செய்தாயிற்று."

'இனி... பாக்கி உள்ளது ஒரே ஒரு காரியம்தான்.

தட் ஈஸ் க்ளைமாக்ஸ்.'

லஞ்ச் இடைவேளையின் போது தனது டைப்ரைட்டரை மூடிவிட்டு, விமலா நிவிதாவின் மேஜைக்கு வந்தாள்.

"நிவிதா, நான் ஏற்கெனவே லீவு எழுதிக் கொடுத்துட்டேன். அம்மா - அப்பாவை அழைச்சிக்கிட்டுக் காசிக்கு டூர் போறேன். பத்து நாளாகும் வர வரட்டுமா? இன்னிக்கு அரை நாள்தான் வந்தேன்."

"நல்லபடியாய்ப் போய்ட்டு வாங்க" என்றாள் நிவிதா.

பியூன் வந்து ரீஜனல் மானேஜர் அழைப்பதாகச் சொல்ல வந்தாள்.

"நிவிதா காலைல நாம் பேசிக்கிட்டது தொடர்பா விரிவா ஒரு விஷயம் பேசணும். இன்னைக்கு ஆபீஸ் முடிஞ்சதும்

காத்திருங்க. மத்தவங்க சந்தேகப்படாமல் இருக்கிறதுக்காக ஓவர் டைம் எடுத்துக்கறதா கையெழுத்துப் போட்டுடுங்க."

"சரி சார்" என்றாள் விபரீதம் புரியாமல்.

மாலை ஐந்து மணிக்கு அலுவலகம் முடிய, ஐந்தே காலுக்கெல்லாம் முக்கால்வாசிப் பேர் காலிசெய்து விட்டார்கள். மேலும் ஐந்து நிமிடங்களில் அந்த அலுவலகத்தில் வெளியே ஸ்டூலில் அமர்ந்த வாட்ச்மேனும், தன் அறையில் அமர்ந்த ஷியாமும், ஹாலில் தன் நாற்காலியில் அமர்ந்த நிவிதாவும் மட்டும் இருக்க...

ஷியாம் அந்த டாக்குமெண்ட்ஸ் அடங்கிய கவரை எடுத்துத் தன் ஃபரீப்கேஸில் வைத்துக்கொண்டு தன் அறையைவிட்டு வெளிப்பட்டு, ஹாலில் தனியாய் அமர்ந்து லெட்ஜர் புரட்டிக்கொண்டிருந்த நிவிதாவை நெருங்கினான்.

ஒரு நாற்காலியை அருகில் இழுத்துப்போட்டுக் கொண்டு அமர்ந்தான்.

"நிவிதா, உங்க ஹேண்ட் பேக் எங்கே, எடுங்க" என்றான்.

ஏன் என்றுகூடக் கேட்கத் தோன்றாமல், தன் பெரிய சைஸ் ஹேண்ட் பேகைத் தன் மேஜையின் டிராயர் திறந்து எடுக்க... அவசரமாக அதை வாங்கின ஷியாம், தன் பெட்டி திறந்து அந்தக் கவரை எடுத்து இந்தக் கைப்பைக்குள் வைத்து, ஜிப்பை மூடி, கைப்பையை டிராயருக்குள் வைத்து பூட்டி, சாவியைத் தன் பாக்கெட்டில் போட்டுக்கொண்டு...

அவன் செயல்கள் புரியாமல் விழித்த நிவிதாவை "ஹலோ டார்லிங் இப்போ சில உண்மைகள் பேசுவோமா?" என்றான் சிரித்தபடி.

———

அத்தியாயம் 16

மார்புக்குக் குறுக்கே கைகளைக் கட்டிக்கொண்டு, இலக்கியக் கூட்டத்தில் தமிழ்த்தாய் வாழ்த்துக்கு நிற்பவனாய், சாதுவாய் நின்றான் ஷியாம். ஆனால் விழிகளுக்குக் காமம் சாமரம் வீசிக்கொண்டிருக்க... உதடுகளில் வெற்றிப் புன்னகை சிம்மாசனம் இட்டு அமர்ந்திருந்தது.

நிவிதாவுக்கு அவன் செயலும் புரியவில்லை. சொல்லும் புரியவில்லை. முக்கியமாகப் பேச வேண்டும், அதனால் ஓவர்டைம் செய்வதாய்ச் சொல்லிவிட்டு, அலுவலக நேரம் முடிந்த பின்னும் காத்திருக்கச் சொன்னார். ஒப்புக்கொண்டேன். வருகிறார், என் கைப்பையைக் கேட்கிறார். நான் இயல்பாக எடுத்துத் தருகிறேன். அதில் ஏதோ கவரை வைத்து மூடி என் மேஜைக்குள் வைத்துப் பூட்டி சாவியைப் பாக்கெட்டில் போட்டுக் கொள்கிறார். என்னவோ உண்மைகள் பேசுவோமா என்கிறார். டார்லிங் என்கிறார், என்ன இதெல்லாம்?

“நிவிதா, அதிர்ச்சியா இருக்கா? குழப்பமா இருக்கா?”

“ரெண்டும்.”

“உக்காரு, உக்காரு. விவரமா சொல்றேன்.”

இதுவரைக்கும் மரியாதையாக, வாங்க போங்க என்றே பேசிக் கொண்டிருந்தவர் இப்போது ஒருமையில் பேசுகிறாரே... ஏன்? பதவித் திமிரா?

"சார் மரியாதை கொடுத்துப் பேசுங்க" என்றாள் கோபமாக.

"கொடுத்துட்டாப் போச்சு, சீறாம உக்காரும்மா. பேசி ஒரு முடிவுக்கு வரலாம். உன் சம்மதம் இல்லாம இங்கே எதுவும் நடக்கப் போறதில்லை, சிட்டவுன் ப்ளீஸ்."

தன் நாற்காலியில் அமர்ந்தாள். ஷியாம் அமராமல் எதுவும் பேசாமல் அவளை எதிர்பார்க்க வைத்து, தவிக்க வைத்து... நடந்து சென்று வாட்டர் கூலரில் தண்ணீர் பிடித்துக் குடித்துவிட்டு, ஒரு சிகரெட்டைப் பற்ற வைத்துக்கொண்டு அவள் மேஜையை அணுகி, லெட்ஜர்களை நகர்த்திவிட்டு ஓர் ஓரத்தில் அமர்ந்தான்.

"நிவிதா, நீ ரொம்ப அழகா இருக்கே" என்றான் நிதானமாக.

"சார்! இதைச் சொல்லத்தான் என்னை ஆபீஸ் முடிஞ்சதும் இருக்கச் சொன்னீங்களா?"

"இது முன்னுரை நிவிதா."

"நான்சென்ஸ்! நீங்க நடந்துக்கிற முறை எதுவும் எனக்குப் புரியலை. ஆனால், நாகரிகமா இல்லைன்னு மட்டும் புரியுது."

"அப்படியா? நீ முதலில் நாகரிகமா நடந்துக்கிட்டதுக்கப்புறம், மற்றவங்ககிட்டேயும் நாகரிகத்தை எதிர்பார்க்கிறது நல்லது."

"நான் என்ன சார் தப்பா நடந்துக்கிட்டேன்?"

"நான் அவ்வளவு தூரம் எச்சரிச்சும், கண்டிச்சும் கேவலம் இருபத்தையாயிரம் ரூபாய்க்காக இந்தக் கம்பெனிக்குத் துரோகம் செஞ்சிட்டியே... இந்த ஆபீஸ் இன்சார்ஜ்ங்கிற முறையிலே நான் நடவடிக்கை எடுக்காம இருக்க முடியுமா?"

"புரியலை. நான் என்ன துரோகம் செஞ்சேன்."

"ஆத்மா டிஸ்ட்ரிபியூட்டர்ஸ் வழக்கு சம்பந்தப்பட்ட முக்கியமான ஆதாரங்களை என் ரூம்லேர்ந்து திருடி உன் கைப்பையிலே வச்சிருக்கியே இது துரோகமில்லையா?"

"நானா? இப்ப நீங்கதானே என் கைப்பையைக் கேட்டு வாங்கி அதிலே வச்சீங்க. அதிலே வச்ச கவர் அந்த ஆதாரங்கள்கொண்ட கவரா? ஏன் வச்சீங்க? இப்ப ஏன் இப்படிப் பேசறீங்க?"

"நிவிதா, இப்ப நான்தான் வச்சேன் ஒத்துக்கறேன். இதை உங்கிட்டே மட்டும்தான் ஒத்துப்பேன். இப்ப நான் போன் செய்யப் போறேன், யாருக்கு? நம்ம ஏரியா போலிஸ் ஸ்டேஷனுக்கு. என்ன சொல்லப் போறேன்? சார், சார் என் மேஜை டிராயர்ல ஒரு வழக்கு சம்பந்தப்பட்ட முக்கியமான டாகுமெண்ட்சைக் காணோம். அதை இங்கே வேலை பார்க்கிற நிவிதாங்கிற பொண்ணு எடுத்திருக்கணும்ங்கிறது என் சந்தேகம். அந்தப் பொண்ணு இப்போ ஓவர்டைம் வேலை செஞ்சிக்கிட்டிருக்கு. வந்து விசாரிங்கன்னு சொல்வேன், இன்ஸ்பெக்டர் வருவார், மேஜையைத் திறப்பார், கைப்பை இருக்கும். கைப்பையைத் திறப்பார், டாகுமெண்ட்ஸ் கவரும் இருக்கும். அது மட்டுமா இருக்கு? டிராஃப்ட் வேறே இருக்கே? அவர்கிட்டே பையில் கவரை நான்தான் வெச்சேன்னுதான் ஒப்புக்குவேனா? நான் என்ன அவ்வளவு மடையனா? இதுக்கா இவ்வளவு பொறுமையாத் திட்டம் போட்டேன்? நீயே சொல்லும்மா."

"திட்டமா? போலீஸா? என்ன சார்? ஏன் இப்படி எல்லாம் பேசறீங்க? அபாண்டமாப் பழிசுமத்தப் பார்க்கிறீங்களே... எனக்கு முழுக்கப் புரியலை. என்ன இதெல்லாம்?"

"புரியலை? நிஜமாப் புரியலை?"

ஷியாம் மேஜையிலிருந்து குதித்தான். பேண்ட்டின் இரு பாக்கெட்டுகளிலும் கைகளை நுழைத்துக்கொண்டு சற்று உலாத்தினான்.

"நிவிதா, வரிசையா சில அதிர்ச்சிகளைத் தர வேண்டியிருக்கு, தாங்கிக்க. உனக்கு உன் ஹாஸ்டலுக்குப் பொக்கே அனுப்பினது... நான்தான்."

"சார்!" என்று அதிர்ந்தாள்.

"ஆமாம், உனக்குப் புடைவை பார்சல் அனுப்பினது... நான்தான். உன்னோட போன்ல பேசி ஹோட்டலுக்கு நீ போய் ஏமாற வழி வகுத்தது நான்தான். உனக்கு டிராஃப்ட் வர ஏற்பாடு செஞ்சதும் நான்தான். இனிமேல் சஸ்பென்ஸ் வேணாம். இதெல்லாம் ஏன் செஞ்சேன்? உன்னை இந்த சிக்கல்ல மாட்டி வைக்க நீ புத்திசாலிப் பொண்ணு. இப்ப நீ எவ்வளவு பெரிய பிரச்னையிலே மாட்டிக்கிட்டிருக்கேன்னு புரிஞ்சிருக்கும். ஆத்மா டிஸ்ட்ரிபியூட்டர்ஸ்கிட்டே பணம் வாங்கிக்கிட்டு கம்பெனிலேர்ந்து ரெக்கார்ட்ஸ் திருடினதா போலீஸ் உன்னைக் கைது செஞ்சு கேஸ் போட வசதியா சட்ட பாய்ண்ட்ஸ் பூரா தயார். உனக்கு போன் வந்ததை செக்ஷன் ஹெட் சாட்சி சொல்வார். உன்னை ஹரி நேரில் சந்திக்கச் சொல்லி வந்த லெட்டர் பிரதி இருக்கு. நான் உன்னைச் சந்தேகப்பட்டு விசாரிச்சதையும் அந்தோணி சாட்சி சொல்வார். உன் பேர்ல டிராஃப்ட் வந்திருக்கு. ரெஜிஸ்டர்ட் தபால், நீயே கையெழுத்துப் போட்டு வாங்கி இருக்கே. இந்த வழக்கு ஆதாரங்களிலே உன் ரேகைகள் இருக்கு. அதைப் பதிய வைக்கத்தான் காலைல இயல்பா கொடுத்துப் படிக்க வைச்சேன். இப்போ என் பாக்கெட்ல இருக்கிற சாவியைப் போட்டு உன் மேலை டிராயரை இன்ஸ்பெக்டர் திறக்க வேண்டியதுதான் பாக்கி, நான் போலீசுக்குப் போன் செய்ய வேண்டியதுதான் பாக்கி. செஞ்சிடட்டுமா?"

நிவிதா அப்படியே உறைந்துபோய் அமர்ந்திருந்தாள் எவ்வளவு பெரிய விபரீதத்தில் சிக்கியிருக்கிறோம் என்பது உறைத்தது நேர்த்தியாக இதில் சிக்க வைத்திருக்கிறான் இவன், ஏன்?

"என்ன பார்க்கிறே? எல்லாம் சரி. எதுக்காக என்னை இப்படிச் சிக்கல்லே மாட்டி வெச்சிருக்கேடா பாவி? இதுதானே உன் கேள்வி? சொல்லிடறேன், எல்லாம் உனக்காகத்தான்."

"எனக்காகன்னா?"

"நிவிதா இன்னும் உடைச்சிச் சொல்லணுமா? ஐ நீட் யூ. கவனமாத்தான் சொல்லியிருக்கேன். ஐ லவ் யூன்னு

சொல்லியிருந்தா நீ முறைக்கலாம், நீ எனக்குத் தேவை. ஒரே ஒரு தடவை தேவை. இன்னும் புரியலைன்னா..."

"யூ... ஸ்கௌண்ட்ரல்! ச்சே! இவ்வளவு மோசமான ஆளா நீ!"

"ஆமாம். மோசமான ஆள்தான் - இந்த விஷயத்திலே மட்டும், அவசரமே இல்லை. நிதானமா யோசிச்சி முடிவுக்கு வந்தால் போதும். உன் காதல்லயோ, வாழ்க்கையிலயோ நான் அதுக்கப்புறம் தலையிடவே மாட்டேன், என்ன பார்க்கிறே? எல்லாம் தெரியும். அவன் பேர்கூடத் தெரியும் வினோத்குமார். உங்க ரெண்டுபேருக்கும் என் நல்வாழ்த்துக்கள்."

"சாக்கடையாப் பேசற அதே வாயால வாழ்த்தும் சொல்றியே... வெக்கமா இல்லை உனக்கு?"

"தனித்தனியா ரெண்டு வாய் இருந்தா, இது நல்லதுக்கு, இது கெட்டதுக்குன்னு பிரிச்சுப் பேசலாம். நிவிதா. இதோ பாரு தெரிஞ்சோ தெரியாமலோ நீ என்னைச் சபலப்படுத்திட்டே. நான் ஒரு பொண்ணு மேல் குறி வெச்சிட்டா அப்புறம் அடையறவரைக்கும் தூங்கறதில்லை. நீ பூவுக்கும், புடைவைக்கும் மயங்கற ஜாதி இல்லைன்னு புரிஞ்சுக்கிட்டேன் புத்தியுள்ள பொண்ணு, ரோஷமுள்ள பொண்ணு, காதல்ல விழுந்துட்ட பொண்ணு, அதனால உன்னைப் புத்தியை வெச்சித்தான் மடக்கணும்னு நினைச்சேன். படிப்படியா திட்டம் போட்டு இப்போ இறுதிக் கட்டம். இப்போ இந்த நிமிஷம் உன் பலவீனம் என்னன்னு யோசி. என் பலம் என்னன்னு யோசி, முடிவுக்கு வா."

"நோ! இவ்வளவு பேச அனுமதிச்சதே தப்பு. நகருங்க, நான் போறேன்."

"எங்கே?"

"என் ஹாஸ்டலுக்கு."

"போய்ட்டா? பிரச்னை முடிஞ்சுபோச்சா? இவ்வளவு நேரம் நான் பேசினது எல்லாம் விளையாட்டுன்னு நினைச்சிக்கிட்டிருக்கியா? சீரியஸ்! ஹண்ட்ரட் பர்ஸெண்ட் சீரியஸ்! லஞ்சம் வாங்கின குற்றம்,

திருடின குற்றம், நம்பிக்கை துரோகக் குற்றம் எல்லாம் சேர்ந்து அஞ்சு வருஷத்துக்குக் குறையாம கிடைக்கும். அதுக்குமேல கிடைக்க வைக்க முடியுமான்னு நான் பார்ப்பேன்."

நிவிதா முகம் வெளுத்தாள். ரத்தம் துரித ஓட்டம் நிகழ்த்திக்கொண்டிருந்தது. படபடப்பு லேசான மயக்கத்தையே தந்தது.

இவன் கேட்ட கேள்விக்குத் 'தூ' என்று துப்பியிருக்க வேண்டும். காலில் உள்ளதைக் கழற்றி, கன்னத்தில் முத்திரை பதித்திருக்க வேண்டும். வார்த்தைகளை நெருப்பாய்ச் சுழற்றிக் கொட்டிவிட்டு வெளியேறியிருக்க வேண்டும்.

செய்யவில்லை, செய்ய முடியவில்லை; அவன் கோபத்தை, ஆத்திரத்தைத் தன் சதியால் தடுத்து நிறுத்தியிருக்கிறான்.

எவ்வளவு கேவலமானவன் இவன்! இந்த அளவு கீழ்த்தரமான எண்ணங்களை வைத்துக்கொண்டு ஆரம்பம் முதலே நரித்தனமாகத் திட்டம் தீட்டி, இப்போது என்னைச் சரியான இக்கட்டில் நிறுத்தியிருக்கிறான். சட்டப்படி எனக்கு எதிராக அற்புதமாகச் சாட்சிகளையும், சாட்சியங்களையும் உருவாக்கி வைத்திருக்கிறான். சட்டம் அவற்றைத்தான் பார்க்கும். அவை உண்மையானவையா, தயாரிக்கப்பட்டவையா என்று யோசிக்காது...

இந்த நிமிடம் இவன் போலீசுக்கு போன் செய்து அவர்களும் வந்து என்னைக் கைது செய்தால், தண்டனை படு நிச்சயம். 'இதெல்லாம் இவன் சதி' என்கிற என் குரலை எவரும் நம்பப் போவதில்லை. நம்ப வைக்க என்னிடம் ஆதாரமாக எதுவும் இல்லை. வாக்குமூலம் போல இவ்வளவு நேரம் இவன் பேசின விஷயங்களுக்குச் சாட்சி ஏது?

அய்யோ! என்ன செய்வது?

நாக்கு உலர்ந்துபோன நிவிதாவுக்குக் கண்கள் இருண்டன. திமிறலாய் அழுகையும், ஆத்திரமும் வெடிப்பதற்குச் சந்தர்ப்பம் பார்த்துக் கொண்டிருந்தன.

“நிவிதா கொஞ்சம் பதற்றம் குறைஞ்சு நிதானத்துக்கு வந்திருப்பேன்னு நினைக்கிறேன். எனக்கு இந்த விஷயத்திலே வன்முறை பிடிக்காது. இப்போ நீ என்கிட்டே வசமா மாட்டிக்கிட்டிருக்கே; உனக்கு முன்னாடி ரெண்டே வழிகள்தான். ஒண்ணு, சுலபமானது. என் ஆசைக்குச் சம்மதிக்கிறது. என் தனி ரூமுக்குப் போய்டலாம். இந்தச் சிக்கல்லேர்ந்து நானே உன்னை விடுவிச்சிடுவேன். ரெண்டு, கசப்பானது. என் வாழ்க்கை எப்படிப் போனாலும் சரி. நான் அவமானப்பட்டு ஜெயிலுக்குப் போனாலும் சரி, ஊரே என்னைப் பார்த்து சிரிச்சாலும் சரி, என் கற்புதான் எனக்கு முக்கியம்னு நீ நினைச்சுப் பிடிவாதமா இருந்துட்டேன்னா... நான் முதல்ல சொன்னபடி போலீசைக் கூப்பிட வேண்டியதுதான். உனக்கு இன்னும் நல்லா யோசிக்க ஒரு மணி நேரம் டைம் தர்றேன். நான் இப்போ போறேன் வெளியே. சரியா ஒரு மணி நேரம் கழிச்சு வர்றேன். இந்த ரெண்டு வழியில எதுன்னு முடிவு பண்ணி வை. இந்த இடத்தைவிட்டுத் தப்பிச்சிடறது சுலபம். ஆனா போலீஸ்கிட்டேர்ந்து தப்ப முடியாது. அதை நினைவிலே வெச்சிக்கிட்டு யோசி. வர்றேன் பேபி.”

டாக், டாக் என்று ஷூ சப்திக்க ஷியாம் நடந்து அலுவலகத்தை விட்டு வெளியேற, படபடக்கும் இதயத்துடனும், பளபளக்கும் விழிகளுடனும் அப்படியே நின்றுகொண்டிருந்தாள் நிவிதா ஓவியமாக.

——

அத்தியாயம் 17

நிவிதா ஒரு வினோதமான குணச்சித்திரம், இரண்டு முகங்கள் கொண்டவள். வெளிமுகத்தில் விவேகமும், வேகமும், கோபமும், தன்மானமும், தெளிவும், மண்டிக்கிடக்க... உள்முகத்தில் அவ்வளவுக்கும் எதிர்க் குணங்கள் பதுங்கி இருக்கும். பயம், குழப்பம், கவலை, படபடப்பு, அவசரம் அத்தனையும் உண்டு. ஆனால் அவளை இன்ன மாதிரியான பெண் என்று மிகச் சரியாகக் கணிக்க எவராலும் முடியாது.

அவளின் நடவடிக்கைகள், செயல்கள் அத்தனையையும் வைத்துப் பார்க்கும்போது... வெளிப் பார்வைக்கு நிவிதா ஒரு தைரியமான பெண்தான். ஆனால் இந்த அனுமானம் முழுக்கத் தவறானது. நிவிதா உள்ளுக்குள் அத்தனைக்கத்தனை துணிச்சலற்ற கோழைப் பெண்.

துணிச்சலாய்ப் பேசிவிட்டு உள்ளுக்குள் திக், திக் என்று பயப்படும் ரகம். தைரியமாகச் செயல்பட்டு விட்டு, உள்ளுக்குள் இப்படிச் செய்தது சரியில்லையோ என்று ஆயிரம் முறை புழுங்கும் ரகம்.

வினோத்குமாரின் மேல் ஏற்பட்ட காதலையே கூட உடனடியாக ஒப்புக்கொள்ளாதவள். இது வெறும் இனக் கவர்ச்சியா இல்லை,

உண்மையான நேசமா என்று மாதக் கணக்கில் பட்டிமண்டபம் அமைத்து ஒரு தெளிவுக்கு வர மிகத் தயங்கியவள்.

அப்படிப்பட்ட சிக்கலான மனநிலைகொண்ட நிவிதா முன் தற்சமயம் ஷியாம் குமார் சொல்லிச் சென்ற வார்த்தைகளின் அர்த்தங்களும், பின் விளைவுகளும் பூதாகாரமாய் எழுந்து நின்றன. அவளை வியர்க்க வைத்தன. கிறுகிறுக்க வைத்தன.

சிந்தனை ஒரு கட்டுப்பாட்டுக்குள் நிற்க மறுத்தது. பதம்கொண்ட யானையாய் எதிர்ப்படும் பொருள்களைத் துவம்சம் செய்து ஓடியது. கனவில் வருவது போல, தொடர்பின்றி, தொடர்ச்சியின்றிக் காட்சிகள் மனதுக்குள் விரிந்தன.

இன்ஸ்பெக்டர் மிகப்பெரிய மீசை வைத்திருக்கிறார், கையில் அவளின் கைப்பை வைத்திருக்கிறார். விழிகளை உருட்டி விசாரிக்கிறார்.

"செஞ்ச குற்றத்தை ஒப்புக்கிட்டா தண்டனை குறையும்மா!"

"சத்தியமா நான் திருடலை சார்" என்கிறாள் நிவிதா பலவீனமான குரலில்.

உடனே ஓர் இருட்டான அறை, ஒரு பெண் போலீஸ் அதிகாரி இவள் தலைமுடியைக் கொத்தாகப் பிடித்துச் சுவரில் நச்சென்று மோதுகிறார்.

"சொல்லுடின்னா!" என்று கன்னங்களில் மாறி மாறி அறைகிறார்.

அலுவலகத்தில் திருட்டு!

இளம்பெண் கைது!

மார்பின் குறுக்கே கைகளைக் கட்டிக்கொண்டு வித்யாசாகர் முறைக்கிறான்.

வினோத்குமார் அமைதியாக அருகில் வந்து, "நீ இவ்வளவு கீழ்த்தரமான பொண்ணுன்னு நான் நினைக்கவே இல்லை" என்கிறான்.

அவன் அப்பா கையை ஆட்டிக் கத்துகிறார். "கௌரவமான குடும்பத்துப் பொண்ணுன்னு நினைச்சேன். என் பையனைக்

கட்டிக்கிறதா இருந்தேன்னு வெளியில் சொல்லிக்காதே. அவன் கல்யாணம் பிரச்னையாயிடும்."

ஜட்ஜ் பச்சை மையில் கையெழுத்துப் போட்டுவிட்டுத் தீர்ப்பைப் படிக்கிறார். "ஆக குற்றம் சுமத்தப்பட்ட குமாரி நிவிதா குற்றவாளிதான் என்று சரியாக நிரூபணம் ஆகி உள்ளபடியால் அவர் செய்த குற்றங்களுக்காக மொத்தம் ஐந்தாண்டுகள் சிறைத் தண்டனை வழங்கித் தீர்ப்பெழுதுகிறேன்."

நிவிதா வேனில் ஏற... வேடிக்கை பார்க்க வந்த கூட்டம் முழுக்க நக்கலாகச் சிரிக்கிறது. "பார்த்தாப் பசு மாதிரி இருக்கா. என்ன என்ன காரியம் செஞ்சிருக்கா பார்த்தியா?" என்று பேசிக்கொள்கிறது.

சிறையில் நிவிதாவுக்குத் தந்தி வருகிறது! 'அவமானம் தாங்காமல் அம்மா தற்கொலை செய்து கொண்டாள்!'

"நோ" என்று வாய்விட்டு லேசாகக் கத்தியே விட்ட நிவிதா, அத்தனையும் கற்பனை மன ஓட்டங்கள்தான் என்று தன்னை ஆசுவாசப்படுத்திக் கொள்ளவே சில வினாடிகள் பிடித்தன.

வாட்டர் கூலரில் தண்ணீர் பிடித்தபோது தன் கரங்கள் லேசாக நடுங்குவதைத் துல்லியமாக உணர்ந்தாள். நடையில் தடுமாற்றம் வந்திருந்தது.

தனது நாற்காலியில் அமர்ந்தாள்.

என்ன செய்யப் போகிறேன் நான்? பொறியில் சிக்கின எலியின் நிலை. மிகத் துல்லியமாகத் திட்டமிட்டு என்னை வகையாக இதில் சிக்க வைத்திருக்கிறான். மிக அழுத்தமான ஆசாமி.

இப்போது நான் புறப்பட்டு என் விடுதிக்குப் போகலாம். அங்கிருந்து புறப்பட்டு எங்காவது போய்விடலாம், அது பிரச்னையைத் தள்ளிப் போடும். தடுத்து நிறுத்தாது. என்மீது சுமத்தப்பட இருக்கிற குற்றங்களை மேலும் ஊர்ஜிதம் செய்யும்.

இந்தப் பிரச்னையிலிருந்து தப்ப... ஒரே வழி... அவன் எண்ணத்திற்குச் சம்மதிப்பது ச்சீ! முடியாது. முடியவே முடியாது. என்னால் முடியாது.

அவன் விருப்பத்திற்கு எதிர்ப்பு தெரிவிக்கும் பட்சத்தில்... நிச்சயமாகச் சொன்னபடி போலீசை அழைக்கப் போகிறான். அதன்பின்... அவமானங்கள்! குற்றச்சாட்டுக்கள், கிடுக்கிப்பிடியாகச் சாட்சியங்கள். என் மறுப்பை எவரும் சட்டை செய்யப் போவதில்லை. கற்பனைக் காட்சிகள் அனைத்தும் உண்மைக் காட்சிகளாக நடக்கும்.

என் வாழ்க்கை, லட்சியம், கனவு, குடும்பத்தின் மானம், எதிர்காலம் அத்தனையும் தவிடுபொடியாகும்.

இவ்வளவு நேரம் அடக்கி, அடக்கி வைத்திருந்த இயலாமை பூசின அழுகை வேகமாக இமைகளை மோதிக்கொண்டு வெளிப்பட... அப்படியே மேஜையில் கவிழ்ந்துகொண்டு முதுகு குலுங்க, ஓசை வராமல் அழ ஆரம்பித்தாள் நிவிதா.

பொதுவாகவே எல்லா உணர்வுகளுக்கும் ஓர் எல்லை உண்டு. காதல், கோபம், காமம், அழுகை என்று ஏதானாலும் சரி... ஓர் எல்லையில் சட்டென்று வேகம் குறையும்.

ஐந்து நிமிடங்களுக்கு மேல் அழுதுகொண்டிருந்த நிவிதா சட்டென்று தன் விசும்பலை நிறுத்தினாள். சுய இரக்கம் வடிந்து போய் ஒருவித ஆவேசம் குடிவந்திருந்தது.

நான் யார்... படித்தவள் சுதந்திரமானவள். உத்தியோகத்திற்கு வருபவள். சில நாட்களில் திருமணம் செய்துகொள்ளப் போகிறவள். எனக்கென்று ஒரு குடும்பம் உண்டு. அன்புள்ளங்கள் உண்டு. இனிய காதலன் உண்டு. ஓர் அனாதை போல இவ்வளவு பெரிய அலுவலகத்தில் தனியாக உட்கார்ந்து அழுதுகொண்டு...

சேச்சே...

எந்தப் பிரச்னையாய் இருக்கட்டுமே... நேருக்கு நேர் சந்தித்துப் பார்ப்பதை விட்டுவிட்டு இதென்ன கோழைத்தனம்? நான் எந்தத் தவறும் செய்யவில்லை. இது என் மனத்துக்குத் தெரியும். பின் எதற்காகப் பயப்பட வேண்டும்?

கேடுகெட்ட ஒருவன் கேவலமாக ஒரு நிபந்தனை விதித்ததோடு மட்டும் இல்லாமல் ஒரு மணி நேரம் அவகாசம் வேறு கொடுத்துவிட்டுப் போயிருக்கிறான்.

நான் என்ன அவன் அடிமையா? பெண் என்றால் அத்தனை இளக்காரமா? பூவுக்கும், புடவைக்கும் மயங்கவில்லை என்பதற்காகப் புத்தியால் சிறைப்படுத்தினானாம் ராஸ்கல்!

அறிமுகமில்லாத எவனோ என்னை ஒருமையில் விளித்துப் பூச்செண்டு அனுப்பினதற்கே எப்படித் துடித்துப் போனேன்? புடைவை பார்சலைக் கையால் தொடக்கூட எவ்வளவு கூசினேன்? அப்படிப்பட்ட என்னை...

இதெல்லாம் நான்தான் செய்தேன். இக்கட்டில் இருந்து தப்பிக்க வேண்டுமென்றால் என்னோடு படுக்கையைப் பகிர்ந்து கொள்கிறாயா என்று கூசாமல் கேட்டுவிட்டுச் சென்றிருக்கிறான். சட்டையைப் பிடித்துக் கை வலிக்கும் வரை அறைய வேண்டிய நான் உட்கார்ந்து அழுது கொண்டிருக்கிறேன்.

எல்லாம் எதனால்?

தெரியாத்தனமாய் இவன் ஏற்பாடு செய்த சிக்கலில் மாட்டிக்கொண்டதால், இல்லை தெரியாத்தனம் இல்லை நான் இயல்பாகத்தான் நடந்துகொண்டேன். நீரில் நீந்துதல் மீனின் தெரியாத்தனமா? அது அதன் இயல்பு. தூண்டிலில் சிக்காத மீன் என்பதால் வலைவீசிப் பிடித்திருக்கிறான்.

புத்தி சாதுர்யத்தால் நெய்யப்பட்ட வலை!

புத்திசாலித்தனம் என்பது இவன் ஒருவனுக்கு மட்டுமே சொந்தமான விஷயமா? கத்தி பழமும் நறுக்கும், குரல் வளையையும் நறுக்கும். என்னாலும் மூளையை விசேஷமாகப் பயன்படுத்த முடியும். குறுக்கில் சிந்திக்க முடியும்.

சாமர்த்தியத்தால் என்னை மடக்கிவிடலாம் என்று இறுமாப்புடன் நேரம் கொடுத்துவிட்டுப் போயிருக்கிறாய். பதில் சாமர்த்தியம் காட்டத் தெரியும் என்று உனக்கு உணர்த்த வேண்டும்.

எப்படியும் இந்தச் சிக்கலில் இருந்து தப்பிக்க வேண்டும். ஷியாமின் அடாவடித்தனத்திற்குச் சரியான பதிலடி கொடுக்க வேண்டும் என்கிற அழுத்தமான தீர்க்கமான சிந்தனையே நிவிதாவிற்குள் புதிய பலத்தைச் சேர்த்தது.

சிந்தனையின் தீவிரம் யோசனைகளைக் காலடியில் கொண்டு வந்து கொட்ட ஆரம்பித்தது. ஒவ்வொன்றாக யோசித்தாள். முள்ளில் விழுந்த சேலையை எடுக்கிற காரியம் இது. ஆத்திரம், படபடப்பு எல்லாவற்றையும் தூக்கி வைத்து விட்டு நிதானமாகச் செய்ய வேண்டிய காரியம் இது.

யோசி!

யோசி!

யோசி!

அடுத்த பத்தே நிமிடங்களில் நிவிதா ஒரு யோசனையைத் தேர்ந்தெடுத்தாள். ஷியாம் வருவதற்குள் அதைச் செயலாக்க எழுந்தாள்.

தனது வீட்டிற்கு வந்த ஷியாம் டிரைவரை அனுப்பிவிட்டு உள்ளே வந்தான். கோட்டையும், டையையும் கழற்றி வீசினான். பாத்ரூம் சென்று முகம் கழுவினான். டைம் பார்த்துக்கொண்டான்.

இன்னும் அரை மணி நேரம் இருக்கிறது.

நிவிதா இந்நேரம் தவித்து, திணறி ஒரு தீர்மானத்திற்கு வந்திருப்பாள். என்னை எதிர்ப்பதாகத் தீர்மானித்திருக்க வாய்ப்பே இல்லை. அவமானம் விரும்பாதவள் அவள். அவளின் நெருக்கடியான சூழ்நிலை நன்றாகவே உறைத்திருக்கும். அவளுக்கு என்னை அணைப்பதைத் தவிர வேறு வழியே இல்லை.

தன் நோக்கத்தில் வெற்றிபெறப் போவதில் உற்சாகம் உச்சந்தலை வரை ஏறியிருந்தது. ஷியாம் அவசரமாகத் தலைசீவி, பவுடர் ஒற்றிக்கொண்டான். லூசான உடை அணிந்து, செண்ட் பீய்ச்சிக் கொண்டான்.

ரெஃப்ரிஜிரேட்டர் திறந்து ஒரு வெளிநாட்டு விஸ்கி பாட்டிலை எடுத்து, எதுவும் கலக்காமல் அப்படியே வாயில் வைத்து இரண்டு மடக்குக் குடித்துவிட்டு வைத்தான்.

புறப்படும் முன் போனெடுத்தான்.

"ஹலோ. தீபக் ஹியர்."

"தீபக், ஷியாம் பேசறேன். என்னை ஆசீர்வாதம் செய்டா."

"இன்னிக்குச் சோதனை நாள் இல்லே? எங்கேர்ந்து பேசறே?"

"வீட்லேர்ந்து. சோதனை நாள் இல்லை, வெற்றி நாள். நிவிதா எனக்காகத் தயாரா ஆபீஸ்ல காத்திருக்கா... நான் இதோ புறப்பட்டுக்கிட்டே இருக்கேன்."

"அட! சம்மதிச்சாச்சா?"

"சம்மதிச்சிடுவா வேறே வழி ஏது தீபக்? எல்லா சஸ்பென்சையும் உடைச்சிட்டு, நிபந்தனை போட்டுட்டு ஒரு மணி நேரம் யோசிக்க நேரம் கொடுத்துட்டு வந்தேன். அப்படியே திகைச்சுப் போய்ட்டா. பேச்சே வரலை."

"ஆல் தி பெஸ்ட் பிரச்னையாகிடாம பார்த்துக்கப்பா"

"வயலென்சே கிடையாது. பூ பறிக்கிற மாதிரி மென்மையாத்தான் அவளைத் தொடப் போறேன். ராத்திரி வெற்றிச் செய்தியைச் சொல்றேன்."

"ஓக்கே!"

ஷியாம் போனை வைத்துவிட்டு, வீட்டைப் பூட்டிக்கொண்டு, காரை ஓட்டினான். மாலை நேரப் போக்குவரத்து அதிகரித்திருக்க... அவசரத்தில் சில இடங்களில் விதிகளை மீறிச் செலுத்தினான். மனத்திற்குள் ஒரு பரவசப்பறவை டபடபவென்று இறக்கைகளை அடித்துக்கொண்டது.

நிவிதா! ஸ்வீட் லிட்டில் ஏன்ஜல்!

இன்னும் சில வினாடிகளில் என் அரவணைப்பில் என் மார்பில் சாய்வாள். அவள் நெற்றியில் வகிடுக் கோட்டில் துவங்கி இன்ச் இன்ச்சாகப் பாதம் வரை என் ஆளுகையில் இருக்கும்.

தன் அலுவலகக் கட்டடத்தின் போர்ட்டிகோவில் காரை நிறுத்திவிட்டு, லிஃப்டைச் சொந்தமாக இயக்கிக்கொண்டு தன் தளம் வந்தான். அலுவலக வாசலில் வாட்ச்மேன் சட்டென்று எழுந்து நின்றான்.

“நிவிதா இன்னும் ஓ.டி. முடிஞ்சி போகலையா?” என்றான்.

“இல்லை சார்.”

“எனக்கும் கொஞ்சம் வேலை இருக்கு” என்று கூறிவிட்டுக் கதவைத் தள்ளிக்கொண்டு உள்ளே வந்து, திரும்பி, வளைந்து அந்த அக்கவுண்ட்ஸ் செக்ஷன் வந்தபோது தன் நாற்காலியில் அமர்ந்திருந்த நிவிதா நிமிர்ந்து அவனைப் பார்த்தாள்.

அவள் அருகே வந்து, “என்ன நிவிதா, முடிவுக்கு வந்துட்டியா?” என்றான்.

“வந்துட்டேன், உங்களுக்காகத்தான் காத்திருக்கேன்” என்றாள் நிவிதா.

——

அத்தியாயம் 18

கீழுதட்டைப் பற்களால் கடித்துக்கொண்டு, பேண்ட் பாக்கெட்டுகளில் கைகளை நுழைத்துக்கொண்டு நிவிதாவைப் பார்த்தான் ஷியாம்.

“எனக்குத் தெரியும். என் இஷ்டப்படி நடந்துக்கிறதைத் தவிர உனக்கு வேறே வழி இல்லை. இதுதான் புத்திச்சாலித்தனம் கூட.”

“இல்லைடா... இதுக்குப் பேர் வேசித்தனம்.”

அக்னிச் சிதறலாய் நிவிதாவிடமிருந்து வந்த வார்த்தைகள் அவனைத் திடுக்கிட வைத்தன. ‘டா’ வா?

“என்ன சொன்னே? ‘டா’ வா?”

“பின்னே? உனக்கு என்னடா மரியாதை வேண்டியிருக்கு? உன் இஷ்டத்துக்குச் சம்மதிக்கிறதுக்கு நான் ஒண்ணும் நீ வாடகைக்கு எடுத்த விலைமகள் இல்லை. வந்ததும் போய்ட்டு வர்றேன்னு சொல்லிட்டுப் போகத்தான் காத்திருந்தேன். வர்றேன்.”

நிவிதா புறப்பட்டாள்.

“ஏய், நில்லு. சிக்கலோட தீவிரமே உனக்குப் புரியலையா? நீ எவ்வளவு பெரிய ஆபத்திலே மாட்டிக்கிட்டிருக்கேன்னு நினைச்சுப் பார்த்தியா?”

"என் மனசாட்சிப்படி நான் எந்தத் தப்பும் செய்யலை."

"கோர்ட்ல உன் மனசாட்சியைக் கேள்வி கேட்க மாட்டாங்க. சாட்சியைத்தான் கேப்பாங்க. நான் ரொம்ப சீரியஸான ஆசாமி. எதையும் விளையாட்டுக்காகச் சொல்றவன் இல்லை. நிச்சயமா போலீஸ் வரும். உன்னைக் கைது செய்யும். அப்படி இப்படி நீ நகர முடியாமல், அழுத்தமான ஆதாரங்களோட நீ சிக்கியிருக்கே."

"இதெல்லாம் உண்மை இல்லையே... நீ போலியா ஏற்படுத்தின தடயங்கள் தானே?"

"ஆமாம். ஆனா அது யாருக்குத் தெரியும்? சட்டப்படி நீ குற்றவாளியாத்தான் மதிக்கப்படுவே. ஜெயில் சர்வ நிச்சயம். வீம்பு பார்த்து உன் வாழ்க்கையையே கெடுத்துக்காதே."

நிவிதா திரும்பினாள். அவன் அருகில் வந்தாள்.

"மிஸ்டர் ஷியாம். என்னைப் பொறுத்தவரைக்கும் நான் இந்தக் கம்பெனிக்கு எந்தத் துரோகமும் செய்யலை. உண்மையா, நேர்மையா நடந்துக்கிட்டிருக்கேன். உனக்கு மனசாட்சி இருந்து, யோசிச்சுப் பார்த்து, ஓர் அப்பாவிப் பொண்ணுமேல் வக்ரத்தனமான ஆசைக்காக இப்படி அபாண்டமாப் பழி போடறோமேன்னு உணர்ந்தால் எனக்கு எந்தத் தொந்தரவும் தராதே. இப்படிக் கேவலமா நீ என்னைக் கேட்டதை நான் மறந்துடறேன். இல்லை, உன்னை மாட்டி வச்சித்தான் வேடிக்கை பார்ப்பேன்னு பிடிவாதமா நினைச்சியான்னா... தாராளமா காரியத்திலே இறங்கு. எனக்கு உண்மை மேலேயும், தர்மத்தின் மேலேயும் அசைக்க முடியாத நம்பிக்கை இருக்கு. அது என்னை எந்தப் பிரச்சனையிலேர்ந்தும் காப்பாத்தும்; நான் வர்றேன். எங்கேயும் ஓடிப் போகலை. அதுக்கு அவசியமும் இல்லை. நேரா என் ஹாஸ்டலுக்குத்தான் போறேன்."

பேசிவிட்டு விடுவிடுவென்று அவன் பதிலுக்குக் காத்திருக்காமல் நடந்தாள்.

ஷியாம், "நிவிதா, இதோ பாரு. நில்லு. நான் சொல்றதைக் கேளு. நான் இரக்கமெல்லாம் படமாட்டேன் நில்லு" என்று

சொல்லச் சொல்ல, அவள் திரும்பிப் பார்க்காமல் நடந்து அலுவலகத்தை விட்டு வெளியேறினாள்.

ஷியாமுக்குக் கோபம் ஜிவு ஜிவு என்று ஏறியது.

எத்தனை அலட்சியம்? இத்தனை இக்கட்டான சூழ்நிலையில் கொண்டுவந்து இவளை நிறுத்தியிருக்கிறேன். அப்படியும் திமிராகப் பேசிவிட்டுப் போகிறாளே...

'டா' போட்டுப் பேசுகிறாள். ஒருமையில் பேசுகிறாள். அலட்சியமாகப் பேசுகிறாள். 'வேண்டுமென்றால் போலீசில் சொல்லிக்கொள்' என்றுவிட்டுப் போகிறாள்.

எந்த தைரியத்தில் இப்படிப் பேசினாள்? நான் அந்த அளவுக்குத் தீவிரமாகப் போக மாட்டேன் என்று நம்புகிறாளா? இது தைரியமா, இல்லை, மடத்தனமா?

வேறு வழியில்லாமல் என் நிபந்தனைக்கு உடன்படப் போகிறாள் என்று உற்சாகமாக வந்தால் இப்படி உதறிவிட்டுப் போகிறாளே...

ஷியாம் சாதாரணமாகவே கோபக்காரன். 'ரா'வாகக் குடித்த விஸ்கி வேறு சுறுசுறுவென்று அவனை மேலும் உசுப்பிவிட்டுக் கொண்டிருக்க...

உடனே தீர்மானித்தான்.

என்னை நீ அலட்சியப்படுத்திய வரை... நிச்சயம் தண்டனையடைந்துதான் ஆகவேண்டும். உன் திமிருக்கான பரிசு!

ஷியாம் உடன் புறப்பட்டான். அலுவலகத்தை விட்டு வெளியேறித் தன் காரை எடுத்துக்கொண்டு அருகில் உள்ள போலீஸ் ஸ்டேஷனை நோக்கி விரைவாகச் செலுத்தினான்.

மனம் உஷ்ணமாய் ஆர்ப்பரித்துக் கொண்டிருந்தது.

நிவிதா என்னையா 'டா' என்றாய்? அனுபவிக்கப் போகிறாய் பார். ஊர் முழுக்க உன் மானத்தைச் சந்தி சிரிக்க வைக்கிறேன். பத்திரிகைகளில் உன் மோசடியைப் புகைப்படத்துடன் வெளியிட ஏற்பாடு செய்கிறேன்.

ஸ்டேஷன் வாசலில் நிறுத்திவிட்டு இறங்கி, உள்ளே வந்து. "இன்ஸ்பெக்டர் இராமநாதன் இருக்காரா?" என்றான்.

"அதோ" என்று ஓர் உள்ளறையைச் சுட்டிக்காட்ட, அங்கு வந்து யாரோ ஒரு நபரிடம் ஸ்டேட்மெண்ட் வாங்கிக் கொண்டிருந்தவரிடம், "குட் ஈவினிங் சார்" என்றான்.

"குட் ஈவினிங்" என்று அனிச்சையாய்ச் சொல்லிவிட்டு நிமிர்ந்து, "அடடே! நீங்களா? வாங்க சார். ஒரு நிமிஷம். இதை முடிச்சிடறேன்" என்று அந்த நபரிடம், "கையெழுத்துப் போடுவியா, கை நாட்டாய்யா?" என்றார்.

அவன் பின்னந்தலையைச் சொறிந்துகொண்டு, "அப்பாரு படிக்க வெச்சிருந்தா ஏங்க இந்தத் தொழிலுக்கு வர்றேன்" என்றான்.

"சரி, சரி, கையைக் கொண்டா" என்று ரேகை முத்திரை பதித்துக்கொண்டு, "போ. நான் கூப்புடறப்போ வரணும்" என்று அவனை அனுப்பின இன்ஸ்பெக்டர் இராமநாதன் நாற்பது வயதுகளில் இருந்தார். முகத்தில் அம்மைத் தழும்புகள், மீசை மூக்குக்குள்ளிருந்து ஆரம்பம் ஆகியிருந்தது.

"என்ன சார், சொல்லுங்க" என்றார் ஷியாம் பக்கம் திரும்பி.

"என் ஆபீஸ்ல ஒரு பெரிய பிரச்னை நடந்துபோச்சு. ஒரு டிஸ்டிரிப்யூட்டர் மேல மோசடி வழக்கு நடந்துக்கிட்டிருக்கு. இன்னும் விசாரணைக்கு வரலை. வழக்கில புரட்யூஸ் பண்ண வேண்டிய மோசடி சம்பந்தப்பட்ட முக்கியமான டாக்குமெண்ட்சை என் ரூமிலே என் மேஜை டிராயர்ல வச்சிருந்தேன். இன்னைக்கு ஆபீஸ் முடிஞ்சி வீட்டுக்குப் போனதும் டிராயரைப் பூட்டினேனா இல்லையான்னு சந்தேகம் வந்துடிச்சி. வந்து பார்த்தால் டிராயரைப் பூட்ட மறந்திருக்கேன். உள்ளே டாக்குமெண்ட்சைக் காணலை."

"ஐ... சீ... உங்க ஆபீஸ்லேயே யாரோ எடுத்துட்டாங்களா?"

"மிச்சத்தையும் கேளுங்க. இந்த டாக்குமெண்ட்ஸ் திருட்டுப் போகலாம்னு நான் ஓரளவு எதிர்பார்த்தேன்."

“எப்படி?” என்று தம் சிகரெட்டைப் பற்ற வைத்துக்கொண்டார் இராமநாதன்.

“அந்த டிஸ்ட்ரிப்யூட்டர் ஹரின்னு ஒரு ஆசாமி மூலமா எங்க கம்பெனி ஸ்டாஃப் ஒருத்தியை வளைச்சிப்போட முயற்சி செஞ்சது எனக்குத் தெரிய வந்திச்சி. திருச்சிலேர்ந்து இங்கே மாற்றலாகிப் புதுசா நிவிதான்னு ஒருத்தி வந்திருக்கா. அவளை அந்த ஹரி பேரம் பேசி மடக்கினது தெரிய வந்திச்சி. அவ அக்கவுண்ட்ஸ் செக்‌ஷன்ல வேலை பார்க்கிறா, நானும் அந்த செக்‌ஷன் ஹெட் அந்தோணியும் அவளைக் கண்காணிக்க ஆரம்பிச்சோம். ஹோட்டல் இம்பீரியல்ல நேரம் குறிப்பிட்டு மீட் பண்ணச் சொல்லி, அந்த ஹரிகிட்டேர்ந்து நிவிதாவுக்கு ஒரு லெட்டர் வந்திச்சி. அதை அவளுக்கே தெரியாமப் பார்த்து ஜெராக்ஸ் காப்பி எடுத்து வச்சோம். ரெக்கார்ட்ஸ் ரூமிலேயிருந்த டாக்குமெண்ட்சை என் ரூமுக்கு மாத்தினோம்; நிவிதாவைக் கூப்பிட்டு விசாரிச்சோம்; மறுத்தா கண்டிச்சோம். அதுக்கப்புறமும் கண்காணிச்சோம். இன்னைக்கு ரெஜிஸ்தர் தபால்ல அவளுக்கு ஹரிகிட்டேர்ந்து ஒரு தபால் வந்திச்சி. அதை அவளோட ஹேண்ட் பேக்ல வச்சிருந்தா. லன்ச் இன்ட்டெர்வெல்ல யாருக்கும் தெரியாம எடுத்துப் பார்த்தேன். நிவிதா பேருக்கு இருபத்தையாயிரத்துக்குக் கிராஸ் செய்யாம டிராஃப்ட் அனுப்பியிருக்கான் ஹரி. இன்னும் கேர்ஃபுல்லா இருக்கணும்னு தீர்மானிச்சேன். அப்படியும் கோட்டை விட்டுட்டேன். அவதான் எடுத்திருக்கணும். இப்போ நான் டாக்குமெண்ட்ஸ் தொலைஞ்சதைக் கண்டுபிடிச்சப்போ ஆபீஸ்ல அவ மட்டும் உட்கார்ந்து ஓவர் டைம் பார்த்துக்கிட்டிருந்தா. நான் நேரா போய் உன் ஹேண்ட் பேகை எடு, செக் பண்ணனும்னு கேட்டேன். மறுத்தா கடுமையாக் கேட்டு வாங்கித் திறந்து பார்த்தா... உள்ளே அந்த டாக்குமெண்ட்ஸ் இருக்கு. நான் உங்களுக்கு போன் பண்ணத் திரும்புறதுக்குள்ளே எனக்கு டிமிக்கிக் கொடுத்துப்பிட்டு வேகமாப் போயிட்டா. நான் கைப்பையை அப்படியே அவ மேஜைக்குள்ளே வச்சிப் பூட்டிச் சாவியை எடுத்துக்கிட்டு நேரா

இங்கே வந்துட்டேன் இந்தாங்க சாவி. அவளை விடக்கூடாது சார் நடவடிக்கை எடுத்தே ஆகணும். அப்பதான் ஆபீஸ்ல நாளைக்கு வேறே யாரும் தப்பு செய்ய மாட்டாங்க."

"கரெக்டுதான். நீங்க பார்த்தப்போ அந்த டிராஃப்டும் இருந்திச்சா?"

"இருந்திச்சி."

"நீங்கதான் எங்களை மாதிரியே துப்பறியற வேலை எல்லாம் செஞ்சி வச்சிருக்கீங்களே... போதும். இந்த ஆதாரங்களை வச்சே உள்ளே தள்ளிடலாம், அவளையும் வச்சிக்கிட்டு ரெண்டு சாட்சிகளோட அந்த டாக்குமெண்ட்சை ரெக்கவர் செய்யணும், லேடி சப்-இன்ஸ்பெக்டரைக் கூட்டிக்கலாம். அந்தப் பொண்ணு எங்கே தங்கியிருக்கா தெரியுமா?"

"சைதாப்பேட்டை மேம்பாலம்கிட்டே ஒரு லேடீஸ் ஹாஸ்டல்ல தங்கியிருக்கா, அங்கேதான் போயிருக்கணும், ரொம்ப அழுத்தமான பொண்ணு. சாமர்த்தியமா பேசற பொண்ணு."

"வாங்க, எவ்வளவு தூரம் சாமர்த்தியம்னு பார்த்துடலாம்" என்று எழுந்த இன்ஸ்பெக்டர் இராமநாதன், "கொஞ்சம் இருங்க" என்று சென்று கௌசல்யா என்கிற பெண் சப்-இன்ஸ்பெக்டருடன் வந்தார். ஜீப் வேணாம், லேடீஸ் ஹாஸ்டல்னு சொல்றீங்க பரபரப்பாய்டும். யாராச்சும் 'பெண்கள் விடுதியில் போலீஸ் ரெய்ட்'னு எழுதிடுவான். நீங்க கார்லதானே வந்தீங்க?"

"ஆமாம் சார், அதிலேயே போய்டலாம் சார்."

ஷியாம் காரை ஓட்ட, இராமநாதன் "கேஸ் என்னன்னா?" என்று சப் - இன்ஸ்பெக்டர் கௌசல்யாவுக்கு விளக்க ஆரம்பித்தார்.

அலுவலகத்தை விட்டு வெளியேறிய நிவிதா வேகமாக நடந்து மவுண்ட்ரோடு போஸ்ட் ஆபீஸ் வந்தாள். எஸ்.டி.டி. கவுண்டரில் ஃபாரம் வாங்கிக் கோயமுத்தூர் என்று எழுதி, ஓர் எண்ணையும் எழுதிக் கையெழுத்திட்டுப் பணம் டெபாசிட் செய்துவிட்டுப் பரபரப்பாகக் காத்திருந்தாள்.

பத்து நிமிடம் கழித்து அவள் அழைக்கப்பட்டதும், பூத்துக்குள் சென்று, "ஹலோ, ஹோட்டல் மூன்லைட்டா? அங்கே வினோத்குமார்ன்னு மெடிக்கல் ரெப் இன்னைக்கு வந்து ரூம் போட்டாரா?" என்று கேட்டாள்.

"ஆமாம். இப்பத்தான் கால் மணி நேரமாச்சி ரூம்லதான் இருக்கார். பேசணுமா? கனெக்ஷன் தரட்டுமா?"

"தேங்க் காட் ப்ளீஸ்..." என்றாள். சில வினாடிகளில், "ஹலோ, வினோத்குமார்" என்றான்.

"வினோத், நான் நிவிதா பேசறேன்."

"ஆச்சரியம்!"

"இல்லை. அவசரம், நான் ஒரு பெரிய கிரைசிஸ்ல மாட்டியிருக்கேன் ஏன்? எதுக்குன்னு கேட்காதீங்க, விவரமா நேர்ல சொல்றேன், உங்களோட செல்லப் பேரு ஹரி."

"என்ன உளர்றே?"

"அவசரப்படாமக் கேளுங்க. நான் உங்களை ஹரின்னுதான் கூப்பிடுவேன். யார் எப்ப விசாரிச்சாலும் உங்களுக்கு ஹரின்னு ஒரு செல்லப் பேர் இருக்கிறதாச் சொல்லணும். தவிர, ஹரிங்கற பேர்ல என் ஆபீசுக்கு லெட்டர் எழுதுவீங்க நீங்க. நேத்து என் பேருக்கு அடையாறு பிராஞ்ச்ல பேங்க் ஆஃப் இந்தியாவில் இருபத்தி ஐயாயிரம் எடுத்து ரெஜிஸ்தர் தபால்ல அனுப்பினீங்க. ஒரு சஸ்பென்சுக்காக அப்படிச் செஞ்சீங்க. எதுக்கு பணம்? நம்ம கல்யாணம் நிச்சயமானதுக்காக அந்தத் தொகைக்கு எனக்குப் பிடிச்ச டிசைன்ல ஒரு தங்கச் சங்கிலி வாங்கிக்க புரிஞ்சுதா?"

"மெட்ராஸ்ல வெயில் அதிகம்னு புரியுது."

"வினோத். விளையாடலை நான், ஐயாம் இன் ட்ரபிள். போலீஸ் என்னைத் துரத்தப்போகுது. அதை நான் சமாளிச்சாகணும். எங்க மானேஜர் கெட்ட நோக்கத்தோட என்னைச் சாமர்த்தியமா ஒரு பெரிய சிக்கலில் இழுத்து விட்டுட்டான். இப்ப நான் சொன்னபடி

எல்லாம் போலீஸ் உங்களை விசாரிச்சாச் சொல்லணும். சொல்வீங்களா வினோத்?"

"என்ன நிவிதா. இவ்வளவு சீரியஸாப் பேசறே? தாராளமாச் சொல்றேன். என் டூரைக் கேன்ஸல் செஞ்சிட்டுப் புறப்பட்டு வரட்டுமா?"

"முடியும்னா... ப்ளீஸ்; வாங்க... எனக்குத் தெம்பா இருக்கும்."

"எவ்வளவு சீக்கிரம் முடியுமோ அவ்வளவு சீக்கிரம் புறப்பட்டு வர்றேன் நீ எதுக்கும் கவலைப்படாதே. தைரியமா இரு. உனக்கு எந்த வகையிலே உதவி வேணும்னாலும் என் அப்பாவைப் போய்ப் பாரு."

"நான் தனியாவே சமாளிச்சுடுவேன் வினோத், நேர்ல எல்லாம் சொல்றேன்!"

நிவிதா பேசி வைத்துவிட்டு, பாக்கித் தொகையும் ரசீதும் பெற்றுக்கொண்டு பஸ்பிடித்துத் தனது ஹாஸ்டலுக்கு வந்தபோது,

ஹாஸ்டலின் வாசலில் ஷியாமின் கார் நின்றுகொண்டிருந்தது. உள்ளே வந்தாள். வார்டனின் அறையில் இன்ஸ்பெக்டரும், சப்-இன்ஸ்பெக்டரும், ஷியாமும் பேசிக்கொண்டிருக்க...

நிவிதா எவ்வளவுதான் தைரியமாக இருந்தாலும் லேசாக ஒரு பயம் முதுகுத்தண்டில் ஊர்ந்தது.

இவளைச் சுட்டிக்காட்டி, "அவதான்!" என்றான் ஷியாம்.

———

அத்தியாயம் 19

நிவிதா மிக இயல்பாக வார்டனின் அறைக்குள் வந்து, ஷியாமைப் பார்த்து ஆச்சர்யப்படுவதுபோல் பாவனை காட்டி, "குட் ஈவினிங் சார்... எங்கே ஹாஸ்டலுக்கு வந்திருக்கீங்க? என்னைப் பார்க்கவா?" என்றாள். இன்ஸ்பெக்டரையும், சப்-இன்ஸ்பெக்டரையும் பார்த்து, "இவங்க..." என்று கேட்டாள்.

ஷியாம் குமார் மௌனமாக இருந்தான். விஷமமாகப் பார்த்தான்.

"உன் பேரென்னம்மா" என்றார் இன்ஸ்பெக்டர்.

"நிவிதா"

"எங்களோட கொஞ்சம் வரணும்!"

"எங்கே?"

"உங்க ஆபீசுக்கு."

"எதுக்கு?"

"அதை அங்கே போனதும் சொல்றேன்."

"கொஞ்சமாச்சும் விவரம் சொன்னாப் பரவாயில்லை."

இராமநாதன் அவளை ஏற இறங்கப்பார்த்தார். சாமர்த்தியமாகத்தான் பேசுகிறாள். கொஞ்சம் அழுத்தமானவளாகத்தான் தெரிகிறாள். படபடப்பு இல்லை; குற்ற உணர்வு இல்லை; கண்கள் அலை

பாயவில்லை; முகத்தில் ஒரு குற்றம் செய்தவளின் தடுமாற்றம் சிறிதும் இல்லை. நேர்த்தியான நடிப்பாகக் கூட இருக்கலாம். தேர்ந்த குற்றவாளிகள் பதற்றப்படுவதில்லை.

“மிஸ் நிவிதா, உங்க ஆபீஸ்ல முக்கியமான டாகுமெண்ட் ஒண்ணு திருட்டுப் போயிடுச்சின்னு உங்க ரீஜனல் மேனேஜர் எங்களுக்குப் புகார் கொடுத்திருக்கார், அது சம்பந்தமா விசாரிக்கத்தான் உங்களைக் கூப்பிடறோம்.”

“என்னையா?”

“ஆமாம். உங்க மேல் சந்தேகப்படறதா இவர் சொல்றார்.”

“கடவுளே... நானா? திருட்டா? சார். என்ன இதெல்லாம்? ஏன் இப்படி அபாண்டமா என் மேல் பழி போட்டுப் புகார் கொடுத்தீங்க?” என்றாள் ஷியாமைப் பார்த்து...

ஷியாம் அமர்த்தலாக, “நிவிதா, ரொம்ப நடிக்காதே... ஒரு மணி நேரத்துக்கு முன்னாடி நம்ம ஆபீஸ்ல நடந்தது எல்லாத்தையும் நான் போலீஸ்ல சொல்லிட்டேன்” என்றான்.

“புரியலையே... அப்படி என்ன நடந்திச்சி?”

“புரியலையா? டாக்குமெண்ட்ஸை நீ திருடியிருக்கலாமோன்னு சந்தேகப்பட்டு நான் உன் மேஜைக்கு வந்து உன் கைப்பையைச் சோதனை போடக் கேட்டேன். நீ கொடுக்க மறுத்தே. நான் அதட்டிக் கேட்டதும் எடுத்துக் கொடுத்தே. அதிலே டாக்குமெண்ட் இருந்திச்சி. நான் போலீஸுக்குப் போன்பண்ண இருந்தப்ப, நீ விருட்டுன்னு புறப்பட்டு வந்துட்டே. நான் உன் ஹேண்ட் பேகை உன் மேஜை டிராயர்ல போட்டுப் பூட்டிட்டுச் சாவியோட நேரா போலீஸ் ஸ்டேஷன் போனேன். சொன்னேன் இப்போ புரியுதா?”

“இன்ஸ்பெக்டர், நம்பாதீங்க. இவர் சொல்றது அத்தனையும் பொய். என்னமோ காரணத்தால் என் மேல் பழி போடறார். ஆபீஸ்ல நான் எதையும் திருடலை. நான் கௌரவமான குடும்பத்தைச் சேர்ந்தவ.”

"மிஸ் நிவிதா! இவர் உங்க மேல் குற்றம் சுமத்தியிருக்கார் நீங்க மறுக்கறீங்க. இது ரெண்டுல எது உண்மைங்கிறதைக் கண்டுபிடிக்க வேண்டிய கடமை எங்களுக்கு இருக்கு, அதை செஞ்சி முடிக்க நீங்க ஒத்துழைப்புத் தந்துதான் ஆகணும்."

"நான் என்ன செய்யணும்?"

"எங்களோட வரணும்!"

"என்னோட துணைக்கு ரெண்டுபேரைக் கூட்டிக்கிட்டு வர்றதிலே உங்களுக்கு ஆட்சேபணை இல்லையே?"

இராமநாதன் சப்-இன்ஸ்பெக்டர் கௌசல்யாவைப் பார்க்க... அவர் "சரி, அழைச்சிக்கிட்டுப் புறப்படுங்க, சீக்கிரம்" என்றார்.

"ஒரு நிமிஷம்."

நிவிதா தன் அறைக்கு வந்து தமிழ்ச்செல்வியையும் பத்மாவையும் பார்த்து, "விளக்கமாச் சொல்ல நேரமில்லை. என்மேல் பொய்க்கேஸ் ஜோடிக்கப் பார்க்கிறாங்க. விசாரணைக்கு என்னைக் கூட்டிட்டுப் போக வந்திருக்கு போலீஸ். நீங்க ரெண்டுபேரும் என் கூட வரணும் வர்றீங்களா?" என்றாள் படபடப்பாக.

"பொய்க்கேசு! போலீசு! என்ன சொல்றீங்க நிவிதா? என் சித்தாப்பாவோட மச்சான் இங்கே லாயரா இருக்காரு அவரைக் கூப்பிடுவோமா? என்ன கேசு?"

"அதுக்கெல்லாம் இப்போ அவசியமும் இல்லை, அவகாசமும் இல்லை. தேவைப்பட்டாக் கூப்பிட்டுக்கலாம். இப்போ நீங்க ரெண்டுபேரும் சும்மா என் கூட வாங்க. எனக்குத் தெம்பா இருக்கும். நடக்கிற நிகழ்ச்சிக்குச் சாட்சியாவும் இருக்கும்."

ஐந்து நிமிஷத்தில் மூவரும் புறப்பட்டுக் கீழே வந்தார்கள்.

"போகலாமா சார்?" என்றாள் நிவிதா. "ஒண்ணுமில்லை மேடம் நான் தப்புச் செய்யலை. சும்மா சந்தேகப்பட்டு விசாரிக்கிறாங்க.

சீக்கிரம் வந்துடுவேன்” என்று வார்டனிடம் சொல்லிவிட்டுப் புறப்பட்டாள்.

காரின் முன் இருக்கையில் இராமநாதன் மட்டும் அமர்ந்துகொள்ள, பெண்கள் நால்வரும் பின் இருக்கையில் அமர்ந்து கொண்டார்கள். நிதானமாகக் காரைச் செலுத்தினான் ஷியாம்.

தான் எவ்வளவு சாமர்த்தியமாக மடக்கப்பட்டிருக்கிறோம் என்பது தெரிந்தும், இத்தனை சவடாலாக, அழுத்தமாகப் பேசுகிறாளே. இது திமிரா, இல்லை தெரியாத்தனமா? குழந்தைக்கு உடம்பு சரியில்லை என்றால் டாக்டரிடம் தூக்கிப்போவது இயல்பானது, புத்திசாலித்தமானது. என் குழந்தைக்கு எதுவும் ஆகாது. ஆக விடமாட்டான் இறைவன் என்று பேசாமல் இருப்பது விவேகமானதில்லையே...

அதைப்போல உண்மை வெல்லும், நியாயம் சொல்லும் என்று வறட்டுத்தனமாகப் பிடிவாதமாய் நம்பிக்கொண்டு இப்படிச் செயல்படுவதைப் பார்த்துச் சிரிக்கத்தான் செய்ய முடிகிறது. பாவம்!

நிவிதா, எனக்கு எதிரிகளைக் ‘காலம் பார்த்துக்கொள்ளும்’ என்று மன்னித்து விட்டுவிடும் பழக்கமே கிடையாது. அன்றே, அப்போதே கணக்குத் தீர்ந்தாக வேண்டும்.

என் இச்சைக்குச் சம்மதிக்கவில்லை. அவமானமாய்ப் பேசினாய். இதோ நீ படப்போகிற அவதிகளின் ஆரம்பம்.

அலுவலகம் வந்து கார் நின்றது. எல்லோரும் இறங்கி லிஃப்ட் வழியாக மேலே வந்தார்கள். வாட்ச்மேன் எழுந்துகொண்டான். கும்பலைப் பார்த்து விழித்தான். ஷியாம்குமார் சொன்னதும் கதவைத் திறந்துவிட்டான்.

உள்ளே வந்தார்கள். அக்கவுண்ட்ஸ் செக்ஷனில் நிவிதாவின் மேஜைக்கு வந்தார்கள்.

“மிஸ் நிவிதா. இந்த ஆபீஸ்ல திருட்டுப்போன டாக்குமெண்ட் உங்க கைப்பையிலே இருக்கிறதாகவும், அதுக்காக நீங்க

பார்ட்டிகிட்டே இருபத்தையாயிரம் லஞ்சம் வாங்கியிருக்கிறதாவும் சொல்றார். இது நிரூபணம் ஆகிடுச்சின்னா... நான் உங்களை அரெஸ்ட் செய்ய வேண்டியிருக்கும்!" என்றார் இராமநாதன்.

"பொய் என்னைக்காவது ஜெயிச்சதுண்டா இன்ஸ்பெக்டர்? எங்க மேனேஜர் ஏதோ தப்புச் செஞ்சிட்டுக் குற்றத்தை என் தலையில் சுமத்தப் பார்க்கிறார்ங்கிறது என் பதில். அதுதான் உண்மை. அந்த உண்மையைத்தான் நான் கடைசி வரைக்கும் சொல்வேன். இப்ப என்ன செய்யப் போறிங்க?"

"நான் எதுவும் செய்யலை. இந்தாங்க உங்க மேஜை டிராயர் சாவி. நீங்களே திறந்து உங்க கைப்பையை எடுத்துத்தாங்க."

"தர்றேன். அதுக்கு முன்னாடி இவர் சொன்னதை ஒரு தடவை செக்கப் செஞ்சிக்கங்க."

"எதை?"

"என்னைச் சந்தேகப்பட்டுக் கேட்டார். என் கைப்பையைக் காட்டச் சொன்னார். நான் மறுத்தேன், அப்புறம் கொடுத்தேன் உள்ளே டாக்குமெண்ட் இருந்திச்சி. கைப்பையை டிராயர்ல வச்சிப் பூட்டிட்டு உங்ககிட்டே வந்தார். இதானே இவர் ஸ்டேட்மெண்ட்."

"ஆமாம்."

"அதை வாட்ச்மேனைக் கூப்பிட்டு விசாரிச்சி உறுதி செஞ்சிக்கங்க. இந்த ஆபீஸைவிட்டு யார் முதல்ல போனது யார் அப்புறம் போனதுன்னு கேளுங்க."

"அவர் ஸ்டேட்மெண்ட்ல சந்தேகப்பட்டாதான் நான் விசாரிக்கணும்."

"நான் சந்தேகப்படறேன். ப்ளீஸ், விசாரிச்சுடுங்களேன்!"

ஷியாம் புருவத்தை நெரித்தான். என்ன குழப்புகிறாள்?

இராமநாதன் சற்று யோசித்துவிட்டு வாட்ச்மேனை அழைத்தார்.

"இங்கே வாப்பா, இன்னிக்குச் சாயங்காலம் இங்கே யார், யார் ஓவர்டைம் செஞ்சாங்க?"

“நிவிதாம்மா மட்டும்தான்.”

“மானேஜர் எப்போ வந்தார் மறுபடி?”

“ஆபிஸ் முடிஞ்சதும் கொஞ்ச நேரத்திலே புறப்பட்டுப் போய்ட்டு ஒரு மணி நேரம் கழிச்சி வந்தார்.”

“சரி. அப்புறம் எப்போ வெளியே போனார்?”

“பத்து நிமிஷத்திலே புறப்பட்டுட்டார்.”

“நிவிதாம்மா எப்போ போனாங்க?”

“மேனேஜர் கார் புறப்படறதுக்கு அஞ்சி நிமிஷம் முன்னாடியே புறப்பட்டுப் போய்ட்டாங்க.”

“சரி, நீ போகலாம்!” என்றவர் நிவிதாவைப் பார்த்து, “உங்க சந்தேகம் தீர்ந்துடுச்சா?” என்று கேட்டார்.

“தீர்ந்துடுச்சி சார்.”

“மேஜையைத் திறங்க.”

நிவிதா தரப்பட்ட தன் சாவியைப் போட்டுத் திறந்து, தயக்கமே இல்லாமல் கைப்பையை எடுத்து அவரிடம் தந்துவிட்டு, கைகளை மார்புக்குக் குறுக்கே கட்டிக்கொண்டு நின்றாள்.

இராமநாதன் கைப்பையின் ஜிப்பைத் திறந்து உள்ளே ஆராய்ந்தார். உள்ளே இருப்பவற்றை எல்லாம் ஒவ்வொன்றாக எடுத்து மேஜைமேல் வைத்தார்.

ஒரு கர்ச்சீப். ஒரு சிறிய டார்ச் லைட். மூன்று ஹேர்ப்பின்கள். இரண்டு ஸேஃப்டி பின்கள். ஒரு விக்ஸ் டப்பா. நான்கு பல்லவன் டிக்கெட்டுகள். எண்பத்தைந்து காசு சில்லறை. இருபத்தி ஆறு ரூபாய்க்குத் தாள்கள். ஒரு பால் பாய்ண்ட் பேனா. சோப்புக் காகிதத் துண்டுகள் அடங்கிய ஒரு புக். டெலிபோன் நம்பர்கள் எழுதும் சிறிய புத்தகம் ஒன்று.

நிமிர்ந்து ஷியாமைப் பார்த்தார்.

“நீங்க சொன்ன மாதிரி டாகுமெண்ட் எதையும் காணோமே?”

ஷியாம் அதிர்ந்தான். நானேதானே வைத்தேன். நானேதானே உள்ளே வைத்துப் பூட்டினேன். சாவியை எடுத்துக்கொண்டேன். இந்த மேஜைக்கு உள்ள மாற்றுச் சாவி எனது அறையில் உள்ள பீரோவுக்குள் அல்லவா உள்ளது? அந்தப் பீரோவின் சாவியும் என் பேண்ட் பாக்கெட்டில் இருக்கிறதே... அந்த மாற்றுச் சாவி எடுத்து, திறந்து நிவிதா டாக்குமெண்டை எடுத்து மறைத்துவிடச் சாத்தியமே இல்லை.

பிறகு... எங்கே அது?

"என்ன சார்?" என்றார் இராமநாதன்.

"இருந்திச்சி சார். நான் பார்த்தேன். பிரௌன் கலர் கவர். இதோ இவ்வளவு நீளம் இருந்திச்சி. இந்தக் கைப்பைக்குள்ளேதான் இருந்திச்சி. நானே டிராயர்ல வச்சிப் பூட்டினேன்."

"சரி. காணோமே... எங்கே?"

"இவ ஏதோ தில்லுமுல்லுப் பண்ணிட்டா சார்."

"எப்படி முடியும்? அவங்க முதல்ல போய்ட்டாங்க. அப்புறம்தான் நீங்க பூட்டிட்டுப் புறப்பட்டீங்க. அப்புறம் எப்படி அவங்க தில்லுமுல்லு செய்ய முடியும்?"

பதற்றமாகப் பார்த்த ஷியாமை, தலையை லேசாகச் சாய்த்துக் குறும்பாக, அலட்சியமாகப் பார்த்தாள் நிவிதா.

"இன்ஸ்பெக்டர் கேக்கறாரில்லே, பதில் சொல்லுங்க சார்" என்றாள்.

——

அத்தியாயம் 20

ஷியாம் தவித்தான். பதற்றப்பட்டான். இது எதிர்பாராத அதிர்ச்சி. சீட்டுக்கட்டின் கோபுரம் ஒரே ஊதலில் சாயும் ஏமாற்றம்!

எங்கே போயிற்று அந்த டாக்குமெண்ட்? இவள்தான் எடுத்து இடம் மாற்றி விட்டாளா? எப்படி சாத்தியம்? சாவி என்னிடம், மாற்றுச் சாவி என் அறை பீரோவில், அதன் சாவியும் என்னிடம். ஏற்படுத்தித் தந்த சூழ்நிலையோ முன்னறிவிப்பில்லாதது. எப்படிச் செயல்பட்டாள்? அந்த இருபத்தி ஐயாயிரம் ரூபாய்க்கான டிராஃப்ட்டையும் காணோமே...

“என்ன மிஸ்டர் ஷியாம் குழப்பம்?” எனக் கேட்ட இன்ஸ்பெக்டர் இராமநாதன், “நீங்க சொன்ன ஸ்டேட்மெண்ட் பொய்யா?” என்று இழுத்தார்.

“இல்லை சார் உண்மை!”

“நிவிதா வெளியேறினதும் நீங்க டிராயரைப் பூட்டிக்கிட்டு நேரா என்கிட்டே வந்தீங்க. அப்படித்தானே”

“ஆமாம்!”

“இந்தாப்பா வாட்ச்மேன்!”

“என்னங்க சார்?”

"நிவிதா ஓவர்டைம் முடிச்சிட்டு வெளியே போனதும் அதுக்கப்புறம் மேனேஜர் சார் போனாரில்லையா?"

"ஆமாம் சார்."

"மறுபடி நிவிதா ஆபீசுக்குள்ளே வந்தாங்களா?"

"இல்லை சார். இப்ப உங்களோட வர்றதுதான்."

"சரி, நீ போ. மிஸ்டர் ஷியாம், இவங்க ஏதோ தில்லுமுல்லு செஞ்சு டாக்குமெண்ட்சை மறைச்சிட்டதா நீங்க சொல்றது எந்த வகையிலயும் பொருத்தமா இல்லையே..."

ஷியாம் மௌனமாக நின்றான். தாடையின் நரம்புகள் அசைய நின்றான். குற்றம் சுமத்தி, அவள் கூசிக் குறுகுவதைக் கண்டுகளிக்க நினைத்திருந்த வேளையில் தன்னையே கூசி நிற்க வைத்துவிட்ட அவமானத்தில் ஆத்திரத் தகிப்பில் கண்கள் சிவக்க நின்றான்.

'ஒரு மணி நேரத்தில் வருகிறேன், யோசித்து முடிவு செய்து வை' - என்று சொல்லிவிட்டுச் சென்றபோதே இவள் குறுக்கு யோசனை செய்திருக்கிறாள். திரும்பி வருவதற்குள் தன் சாமர்த்தியத்தைக் காட்டிவிட்டாள்.

இதை எப்படி நான் சொல்ல முடியும்?

"என்ன சார். இப்படிப் பேசாமல் நின்னா என்ன அர்த்தம்?"

"திருடனுக்குத் தேள் கொட்டிடுச்சின்னு அர்த்தம் இன்ஸ்பெக்டர், அவர் என்மேல் சுமத்தின குற்றச்சாட்டு பொய்யானதுன்னு முடிவுக்கு வந்திருப்பீங்கன்னு நினைக்கிறேன்" என்றாள் நிவிதா.

"அஃப்கோர்ஸ்."

"ஏற்பட்ட குழப்பத்துக்கு உண்மையான காரணத்தை நான் சொல்லலாமா?"

"சொல்லுங்க."

"நம்பாதிங்க, பூராவும் பொய்" என்று அவசரமாகக் கத்தினான் ஷியாம்.

"அவங்க இன்னும் சொல்லவே இல்லையே, உங்க வார்த்தைகள் மேல் மரியாதை வச்சுப் புறப்பட்டது தப்பு. கொஞ்சம் அமைதியாக இருங்க. மேடம், நீங்க சொல்லுங்க."

நிவிதா சொல்லாமல் ஷியாமைப் பார்த்தாள். அவன் தவிப்பை, அவசர நகக் கடிப்பை ரசித்தாள்.

"சார். கொஞ்ச நாளா எனக்கும், எங்க மேனேஜரான இவருக்கும் நடுவிலே ஒரு சின்ன மோதல். நான் சகஜமா எடுத்துக்கிட்டேன். ஆனா, அதை இவர் வன்மமா எடுத்துக்கிட்டிருக்கார்ன்னு இப்பதான் தெரியுது. என்னை ஏதோ ஒரு விதத்திலே போலீஸ்ல மாட்டி வச்சு அவமானப்படுத்தறேன்னு இவர் இன்னொருத்தர்கிட்டே சொன்னது என் காதுக்கு வந்துச்சு. இன்னிக்கு அழகா ஒரு நாடகமாடி அதைச் செயல்படுத்த முயற்சி செஞ்சிருக்கார். இவர் என்னைச் சந்தேகப்பட்டு என் ஹேண்ட்பேகைக் கேட்டதாகவும், எடுத்துத் தந்ததாகவும், அதுக்குள்ளே டாகுமெண்ட்ஸ் கவர் இருந்ததாகவும் சொன்னதெல்லாம் கற்பனை. உங்களை வரவழைக்கிறதுக்காக செய்யப்பட்ட கற்பனை. ஹாஸ்டல்ல அத்தனை பேர் முன்னிலையிலே நீங்க விசாரிக்க என்னை இங்கே அழைச்சிட்டு வந்ததே ஒரு வகையிலே என்னை அவமானப்படுத்தின மாதிரிதானே... இப்போ ஹாஸ்டல்ல உள்ள எல்லாரும் என்னைப்பத்தி எப்படி எப்படி எல்லாம் கற்பனை கலந்து பேசுவாங்க... அதிலே இவருக்கு ஒரு திருப்தி."

இராமநாதன் கடுகடுப்பாக ஷியாமைப் பார்த்து, "இவங்க சொல்றதெல்லாம்..." என்றார்.

ஷியாம் மறுப்பதா இல்லை ஆமோதிப்பதா என்று புரியாமல், "இல்லை. வந்து..." என்று திணறினான்.

நிவிதா மார்புக்குக் குறுக்கே கைகளைக் கட்டிக்கொண்டு, "சார் எந்த டாகுமெண்ட்சை நான் திருடி வச்சிருக்கேன்னு சொல்றாரோ

அதை அவரே எடுத்துப் பழி போடறதுக்காகவே மறைச்சு வச்சிருக்கணுங்கிறது என் யூகம். அவர் ரூம்ல சோதனை போட அனுமதிக்கிறாரான்னு கேளுங்க" என்றாள்.

"வாட் நான்சென்ஸ், அந்த டாகுமெண்ட்டைத் திருடி இவ வச்சிருக்கான்னு சொல்றேன். என் ரூமிலே எப்படிக் கிடைக்கும்?" என்று பதறினான்.

"பார்த்துடலாமே" என்றார் இன்ஸ்பெக்டர்.

ஷியாம் கடுமையானான். மேலும் மேலும் என்னைத் தலைகுனிய வைக்க இந்த விஷமக்காரி என்னென்னவோ செய்து வைத்திருக்கிறாள். தன் மேஜை டிராயரில் இருந்து அப்புறப்படுத்தியிருக்கிறாள். அதையே என் அறைக்குள் எங்கேயோ வைத்திருக்க வேண்டும். இப்போது அதை எடுத்துக் கொடுப்பாள். நான் அவள் மீது அபாண்டமாகப் பழி சுமத்தியதாக ஊர்ஜிதம் செய்யப் பயன்படுத்திக்கொள்வாள்.

"தேவையில்லை இன்ஸ்பெக்டர். நிவிதாமேல் நான் சுமத்தின குற்றச்சாட்டை வாபஸ் வாங்கிக்கறேன். நீங்க போகலாம். எங்க விவகாரத்தை நாங்களே தீர்த்துக்கறோம்."

"மிஸ்டர். நீங்க வான்னா வரணும். போன்னா போகணுமா? உங்க வீட்டு வேலைக்காரன்னு நினைச்சீங்களா? கௌரவமான ஆள்னு மதிச்சுப் புறப்பட்டு வந்து பார்த்தா இவ்வளவு சீப்பா இருக்கீங்களே... உங்க பர்சனல் தகராறுக்காக ஒரு அப்பாவிப் பொண்ணு மேல திருட்டுப் பழி போடறீங்களே... படிச்சவர் தானே நீங்கள், இவ்வளவு பெரிய ஆஃபீஸோட மேனேஜர்! நாகரிகமா நடந்துக்கத் தெரியலையே..."

ஒவ்வொரு வார்த்தையும் சாட்டைச் சொடுக்கின மாதிரி அறைந்தது. அப்படியே அசையாமல் இருந்தான்.

"வாங்க மேடம், எது இவர் ரூம்?"

"வேணாம் சார். அவர்தான் என்மேல் பொய்யா குற்றம் சுமத்தினதா ஒப்புக்கிட்டாரே அது போதும், நீங்க புரிஞ்சுக்கிட்டா போதும்."

"ஸாரி மேடம், எந்தக் குற்றச்சாட்டா இருந்தாலும் விசாரிக்க வேண்டியது எங்க கடமை. அதனால்தான் இவர் சொன்ன குற்றச்சாட்டை நம்பி உங்களை இங்கே அழைச்சுக்கிட்டு வந்தோம்."

"பரவாயில்லை சார். எனக்கு ஒரு சட்ட விளக்கம் வேணும்."

"என்ன, சொல்லுங்க?"

"தேவையில்லாம என்னை அவமானப்படுத்தியிருக்கிற இவர்மேல் நான் மான நஷ்டஈடு வழக்குப் போட முடியுமில்லையா?"

"தாராளமா"

"அப்படிப் போடறதுன்னா சாட்சிகள் தேவைப்படும்னுதான் என் தோழிகள் இவங்களைக் கூட்டிட்டு வந்தேன். நீங்களும் சாட்சி சொல்வீங்களா இன்ஸ்பெக்டர்?"

"ஷ்யூர். அவசியப்பட்டா சொல்வேன்."

"தேங்ஸ். நாங்க போகலாமா?"

"போகலாம்."

நிவிதா புறப்படும் முன்பு ஷியாம் அருகில் வந்து, "ராத்திரி தூங்கி எந்திரிக்கிறப்போ புது மனுஷனா எந்திரிங்க" என்றாள். நடந்தாள்.

"என்னடா நடந்திச்சு?" என்றான் தீபக். அப்படியே அசையாமல் நாற்காலியில் அமர்ந்திருந்த ஷியாமைத் தோள் தொட்டு அசைத்தான். அசையவில்லை. வெறித்த பார்வையில் மாற்றமில்லை. இறுகின உதடுகள் பிரியவில்லை."

இரண்டு கைகளையும் தட்டினான் தீபக். "ஹலோ! உன்னைத்தானப்பா சென்று வா, வென்று வா - ன்னு வாழ்த்தி அனுப்பினேன். என்ன ஆச்சு? தெரிஞ்சுக்கலாம்னு வந்து பார்த்தால் விஸ்கி, ஒரு கையிலே சிகரெட்டுன்னு வச்சிக்கிட்டுப் பேயடிச்சவன் மாதிரி இருக்கியே... சொல்லேன்ப்பா."

பிரமையில் இருந்து விடுபட்ட ஷியாம், கிளாஸைக் காலி செய்துவிட்டு, சிகரெட் சாம்பலைத் தட்டி விட்டு, "என்ன கேட்டே?" என்றான்.

"ஆயிரம் ரூபாய் கடன் கேட்டேன்."

"என்னது?"

"பின்னே என்ன? ஆஃபீஸ்ல என்ன நடந்துச்சு? ஜெயிச்சியா இல்லையா?"

"இல்லைடா!"

"இல்லையா? பின்னே?"

"தோல்வி! படு படு தோல்வி என்னென்னமோ நடந்துபோச்சு தீபக்."

"விவரமாச் சொல்லேன்."

"என்னோட வலையிலேர்ந்து அவ மீளவே முடியாதுன்னு இறுமாப்பா போனேன். உன்னால் முடிஞ்சதைப் பார்த்துக்கோ, சம்மதிக்க முடியாதுன்னுட்டுப் போய்ட்டா."

"அப்புறம்?"

அப்புறம் நடந்ததை நான்கு சிகரெட்டுகள், மூன்று கிளாஸ் விஸ்கி மத்தியில் எதையும் விடாமல் விரிவாகச் சொல்லி முடித்தான் ஷியாம்.

"மை காட்! இவ்வளவு தூரம் அவமானமாப் போச்சா?"

"நான் எதிர்பார்க்கவே இல்லை தீபக். முக்கியமான ஆதாரமான அந்த டாகுமெண்ட் விஷயத்தை இப்படி உடைச்சதும் நான் வெலவெலத்துப் போய்ட்டேன். வார்த்தையே வரலை. டிராஃப்ட்டையும் காணோம். என் பேச்சு பூரா பொய்யின்னு ஆய்டுச்சி, அதுக்கு மேலே போலீஸ்கிட்டே நான் எதைச் சொல்றது? எப்படிச் சொல்றதுன்னே புரியலை."

"எப்படி செஞ்சா ஷியாம்?"

"அதான் எனக்கும் புரியலை."

"எனக்கே ஒரே கொதிப்பா இருக்கு. உனக்கு எப்படி இருக்கும்?"

"எக்கச்சக்கமா இருந்தது. இப்ப கொஞ்சம் அடங்கிடுச்சி தீபக், அவ உடம்பு மட்டும்தான் என் நோக்கம்னா பலாத்காரம்

அதை கிடைக்கச் செய்திருக்கும். ஆரம்பத்திலேர்ந்தே இது ஒரு மூளைப்போர்! என் புத்திசாலித்தனத்தை வச்சு மடக்கணும்னுதான் சிரமம் எடுத்துக்கிட்டேன்."

"அவ தன் புத்திசாலித்தனத்தைக் காட்டிட்டா. ஸோ பந்தயத்திலே தோல்வி. அதேசமயம் அவ புத்திசாலித்தனத்துக்கு நான் சல்யூட் அடிக்கணும் இல்லையா?"

அவனை ஆச்சர்யமாகப் பார்த்தான் தீபக்.

"நீதானா பேசறது ஷியாம்? பயங்கரமா ஆத்திரப்படுவேன்னு நினைச்சா, பாராட்டு விழா நடத்தறியே. நேருக்கு நேர் கூடப் பாராட்டுவே போலிருக்கே..."

"என்ன தப்பு? விளையாட்டிலே ஜெயிச்சவனைத் தோற்கிறவன் பாராட்டறதில்லையா? இதுவும் ஒரு மாதிரி விளையாட்டுத்தானே? நேருக்கு நேர் நிச்சயம் பாராட்டத்தான் போறேன். போனை எடு"

"என்ன செய்யப் போறே?"

போனை வாங்கி மடியில் வைத்துக்கொண்டு, எண்களை லேசான தடுமாற்றத்துடன் சுழற்றி, "ஹலோ, மிஸ் நிவிதாவைப் பேசச் சொல்லுங்க. நான் அவங்க ஆஃபீஸ் மேனேஜர் பேசறேன்னு சொல்லுங்க" என்றான்.

சில வினாடிகள் கழித்து, "ஹலோ, நிவிதா பேசறேன்" என்று குரல் ஒலித்தது.

"ஹேட்ஸ் ஆஃப் டு யு நிவிதா. நீங்க என்னை ஜெயிச்சிட்டிங்க. என் திமிரை, ஆணவத்தை பொம்பளைங்க மேல வச்சிருந்த இளக்காரத்தை ஈகோவை, எல்லாத்தையும் ஜெயிச்சிட்டிங்க. நம்புங்க. எனக்கு உங்க மேல இப்போ கோபமோ, ஆத்திரமோ எதுவும் இல்லை. சின்சியரா மன்னிப்பு கேட்டுக்கறேன். நான் நடந்துக்கிட்டது ரொம்ப கீழ்த்தரமான முறை, கேவலமான முறை. இன்ஸ்பெக்டர்கிட்டே அந்த அசிங்கம் எதையும் சொல்லாம விட்டதே உங்க பெருந்தன்மையைக் காட்டுது. இப்ப நான் தண்ணி போட்டுட்டுப் பேசறேன். சிந்தனை தெளிவா, நிர்மலமா

இருக்கு. தோல்வியை ஒப்புக்கிற, மன்னிப்பு கேக்கற பக்குவம் கிடைச்சிருக்கு. அவ்வளவு சுலபமா என்னை உங்களால் மன்னிக்க முடியாது. ஆனா, ப்ளீஸ் ட்ரை பண்ணுங்க. எனக்கு ஏதாச்சும் தண்டனை தரணும்னு நினைச்சாலும் யோசிச்சு வைங்க. ஐ டிசர்வ் இட்! நேர்ல இவ்வளவு பேச நாக்கு எழும்பாது. அதனாலதான் போன்ல பேசறேன். நீங்க சொன்ன மாதிரி காலைல நான் புது மனுஷன்தான். ஒவர் நைட் எனக்குப் பல சித்தாந்தங்களைப் புரிய வச்சிருக்கீங்க, தாங்க்ஸ் டு யூ தயவுசெஞ்சு என்னைக் கொஞ்சமாவது தண்டியுங்க அப்புறம் மன்னியுங்க! குட் நைட்!" என்று வைத்த ஷியாமைக் கண் கொட்டாமல் பார்த்தான் தீபக்.

———

அத்தியாயம் 21

நிவிதாவால் தன் காதுகளையே நம்ப முடியவில்லை. நான் கேட்டதெல்லாம் ஷியாம் பேசின வார்த்தைகள் தானா? இத்தனைப் பணிவாக, நாகரிகமாகக் கூடப் பேசத் தெரியுமா ஷியாமுக்கு?

'உனக்கு வேறே வழி இல்லை, என் நிபந்தனைக்குச் சம்மதிச்சுத்தான் ஆகணும்' என்று இளக்காரமாக அலட்சியமாக அமிலத்தில் நனைத்த வார்த்தைகளைப் பிரயோகித்த அதே உதடுகள்தானா இவ்வளவு டீசண்ட்டாக மன்னிப்புக் கேட்கின்றன?

எது அசல் குணம்?

படிப்படியாய்த் திட்டம் அமைத்து, என்னை மடக்கி தன் வக்ர ஆசைக்குக் கட்டுப்படுத்த நாக்கைத் தொங்கவிட்டுக் கொண்டு காத்திருந்த குள்ளநரித்தனம்தான் உண்மையான ஷியாமா? இல்லை, தவறு என்பதை உணர்ந்த வினாடி தடாலென்று கௌரவத்தைக் கழற்றி வைத்துவிட்டு எதிரியிடம் மனமார மன்னிப்பு கேட்கும் பக்குவம்தான் உண்மையான ஷியாமா?

ஷியாமை நம்ப முடியாது. போலீஸ் மற்றும் என் தோழிகள் முன்னிலையில் மிக பலத்த அவமானத்தை வாங்கியிருக்கிறான். தான் என்கிற திமிர் பிடித்த எந்த ஆணாலும் இப்படிப்பட்ட மகா

அவமானத்தைச் சுலபமாக ஜீரணித்துக் கொள்வதோ, சகஜமாக எடுத்துக் கொள்வதோ இயலவே இயலாது.

ஷியாமின் சுயரூபம்தான் நேற்று வெட்ட வெளிச்சமாகி விட்டதே. அழுக்கு படிந்த மனம். காரியம் சாதிக்கிற வெறி. கைகூடவில்லை எனில், பெண் என்றும் பார்க்காமல் பழிவாங்கும் ரௌத்ரம் இரக்கம் என்பது கடுகளவு கூடக் கிடையாது.

நான் மட்டும் சாமர்த்தியமாகச் செயல்படவில்லை என்றால்... என் நிலை என்னவாகியிருக்கும்? என் மேஜையில் என் கைப்பையில் இருந்து திருட்டுப் போனதாக அவன் சொன்ன டாகுமெண்ட்டும், டிராஃப்ட்டும் போலீஸ் கைப்பற்றியிருந்தால், அதுக்குப்பின் நான் என்ன போராடினாலும் குற்றத்திலிருந்து வெளிவரவே முடியாது.

அப்பேற்பட்ட மகத்தான, துல்லிய வலை விரித்த ஷியாமிடம், திடீர் என்று மாற்றம் ஏற்படுவதாவது... உடனே மன்னிப்புக் கேட்பதாவது... அதுவும் யாரால் அவமானப்பட்டோமோ அவரிடமே! வாய்ப்பே இல்லை.

இது வேஷம். முழுக்கப் பொய்

மற்றும் ஒரு விபரீத நாடகத்திற்கான அஸ்திவாரம் இந்தச் சண்டைக்காரன் காலில் விழுகிற யுக்தி.

மிக ஜாக்கிரதையாக இருக்க வேண்டும். அதேசமயம் ஷியாம் திருந்திவிட்டதை நம்பியது போலவும் காட்டிக்கொள்ள வேண்டும்.

வந்த பிரச்னையை அழகாகச் சமாளித்தாயிற்று. இனி வரப் போகிற பிரச்னை எதுவாய் இருந்தாலும் வருமுன் தவிர்க்கத் தயாராய் இருக்க வேண்டும்.

நிவிதாவிற்கு மனத்தில் பாரம், கலக்கம் எல்லாம் காணாமல் போய் ஷியாமுடன் ஏற்பட்டுள்ள இந்த மோதல் ஒரு சவால்விடும் சுவாரசியமான விளையாட்டாகவே தோன்றிற்று. எது வந்தாலும்

பார்த்துவிடுவோம், சமாளித்து விடுவோம் என்று ஒரு பலமான நம்பிக்கை விழுந்திருந்தது.

அதே சமயம் -

வேறு யாருமில்லை என்றாலும் தனிமையில், இக்கட்டான சூழ்நிலையில் படுக்கைக்கு அழைத்தது ஓர் அவமானமே. அந்த அவமானத்திற்கு ஷியாமுக்கு இந்தப் பதிலடி போறாது. இன்னும் தேவை என்று மனம் ஆர்ப்பரித்தது.

ஷியாமுக்கு இன்னும் உரைக்கும்படியாக, நினைத்து நினைத்து உருகும்படியாக, மன்னிப்பு, மன்னிப்பு என்று தவிக்கும்படியாக - எதையாவது செய்ய வேண்டும் என்று பரபரத்தாள்.

நிதானமாக யோசிக்க வேண்டும்.

காலை ஆறு மணிக்கு லேடீஸ் ஹாஸ்டலின் வாட்ச்மேன் 'இது பார்வையாளர் நேரமில்லை' என்று வினோத்குமாரை உள்ளே அனுமதிக்க மறுத்தான். மிக முக்கியமான செய்தி என்று எடுத்துச் சொல்லியும்... 'என்னிடம் சொல்லுங்கள், நான் சொல்லி விடுகிறேன்' என்று பிடிவாதம் பிடித்தான்.

வினோத்குமார் கையில் சூட்கேசுடன் அருகிருந்து விலகி, அருகாமை பெட்ரோல் பங்க் வந்து அனுமதி கேட்டு போன் செய்தான் ஹாஸ்டலுக்கு. நிவிதாவுடன் பேச வேண்டும் என்றான் சில விநாடிகளில் பேசினான்.

"ஹலோ நிவி, நான் ராத்திரி பூரா பயணம் செஞ்சி இப்பதான் மெட்ராஸ் வந்தேன். இன்னும் வீட்டுக்குக்கூடப் போகலை, நேரா உன்னைப் பார்க்க வந்தேன். வாட்ச்மேன் உள்ளே விடலை. அதனால் பக்கத்து பெட்ரோல் பங்க்லேர்ந்து பேசறேன். சொல்லு, நீ எப்படி இருக்கே?"

"நல்லா இருக்கேன். நான் போன்ல சொன்ன பிரச்னை ஸால்வ் ஆகிடுச்சி. பாவம், உங்க வேலையைக் கெடுத்துட்டேன். நிலைமையை நானே சமாளிச்சுட்டேன்."

"எனக்குத் தலை, வால் எதுவும் புரியலை. நேர்ல விவரமாப் பேசினாத்தான் புரியும். போலீஸ்ன்னு சொன்னே என்னை யாராச்சும் கேட்டா ஹரின்னு சொல்லச் சொன்னே. எனக்கு எதுவும் விளங்கலை, நீ இப்போ வெளில வரலாமில்லையா?"

"வரலாம்."

"போனை வச்சிட்டு வா. ரைட் சைடுல இருக்கிற பெட்ரோல் பங்க் வாசல்ல நிக்கிறேன். பேசலாம்."

"இதோ வர்றேன் வினோத்."

கொஞ்ச நேரத்தில் எடுத்துக்கொள்வதாகச் சொல்லி, சூட்கேசைப் பெட்ரோல் பங்கிலேயே வைத்துவிட்டு வெளியில் வந்து அருகில் இருந்த காப்பிக் கடையில் தண்ணீர் வாங்கி வாய் கொப்புளித்துவிட்டு, ஒரு காப்பி அருந்தி முடித்தபோது நிவிதா வந்தாள்.

வானம் பாதி வெளிச்சமும், மீதி இருட்டுமாய்க் கலங்கிப் போயிருந்தது. வெகு தூரத்திலிருந்து வரும் திருவள்ளுவர் விரைவுப் பேருந்துகள் விர்ர் விர்ர் என்று தடதடத்துக் கடந்துகொண்டிருந்தன. டீக்கடைகள் மட்டும் முன்னதாக விழித்துக்கொண்டிருக்க... பால் கேன் கட்டிய சைக்கிள்களும், பேப்பர் பண்டல் கேரியரில் செருகின சைக்கிள்களும் விரைந்தன.

"நடந்துகிட்டே பேசலாம் சொல்லு, விவரமாச் சொல்லு. என்ன நடந்துச்சு?"

"சொல்றேன் வினோத். ஆனா நீங்க உணர்ச்சிவசப்படக் கூடாது. ஆத்திரப்படக் கூடாது. அமைதியாக் கேட்டுக்கணும்."

"என்ன இது, முன்னுரை பலமா இருக்கே..."

"நடந்த சதியும் பலமானதுதான் வினோத். எனக்குப் 'பொக்கே' அனுப்பினதும், பார்சல்ல புடைவை அனுப்பினதும் யார் தெரியுமா? எங்க மேனேஜர் ஷியாம்!"

"ஈஸ் இட்?"

"ஆமாம். அவனே ஒத்துக்கிட்டான் என்ன அவன் இவன்னு சொல்றனேன்னு பார்க்கறீங்களா, அதைவிட மரியாதைக் குறைவான வார்த்தைகள் இருந்தா, அதைத்தான் பயன்படுத்தணும். ஸ்கவுண்ட்ரல்!"

நிவிதா வரிசையாக, நிதானமாகச் சொன்னாள். முகமில்லாத யாரோ ஹரி போனில் தொடர்புகொண்டது, வினோத்குமாரைப் பற்றிச் சொல்வதாகச் சொல்லி ஹோட்டலுக்கு வரவழைத்து சந்திக்காமல் போனது, மேனேஜர் அழைத்து எச்சரித்தது, நேற்று காலையில் டாகுமெண்டைப் படிக்கக் கொடுத்தது. மாலை அனைவரும் சென்றதும் வந்து வினோதமாக நடந்துகொண்டு நிபந்தனை விதித்தது, நியாயம் வெல்லும் என்றுவிட்டு இவள் புறப்பட்டு வந்தது, ஹாஸ்டலுக்குப் போலீஸ் வந்தது, அலுவலகத்தில் ஷியாம் அவமானப்பட்டு நின்றது, பிறகு போனில் உருக்கமாக மன்னிப்பு கேட்டது வரை சொல்லி முடித்தாள்.

"நிவிதா. என்னை உணர்ச்சிவசப்படாதேன்னு சொல்றே, எப்படி முடியும்? உன்னைக் கேவலமா ஒருத்தன் வலைவிரிச்சுப் படுக்கைக்குக் கூப்பிட்டிருக்கான். நான் சும்மா இருக்க முடியுமா? ஐ ஆம் பாய்லிங், இன்னைக்கு உன் ஆபீசுக்கு நான் வரப்போறேன். அவ்வளவு ஸ்டாஃப் முன்னிருக்கையிலே அவனை இழுத்துப் போட்டுப் புரட்டி எடுக்க போறேன்."

"ரவுடிப் பேச்சு வேணாம் வினோத். தனிமையிலே அப்படி என்னைக் கேட்டது இப்போ உங்களுக்கு மட்டும்தான் தெரியும். அதை ஆபீஸ் முழுக்கப் பரப்பியாகணுமா? அவனை அடிச்சுட்டா சரியாப் போச்சா? நமக்குத்தான் பிரச்சனை. பதிலுக்கு நான் நேத்து சரியா அவமானப்படுத்திட்டேன். ஆனாலும் என் ஆத்திரம் தணியலை, இன்னும் ஏதாச்சும் செய்யலாம்னு துடிப்பா இருக்கு."

"என்கிட்டே பொறுப்பை விடு நிவிதா. அதுக்கெல்லாம் ஆட்கள் இருக்காங்க. கையை வெட்டணுமா, காலை வெட்டணுமா?"

"அவன் மனசை வெட்டணும். இப்படி நடந்துக்கிட்டோமேன்னு நொந்து நொந்து தவிக்கணும்."

“அதுக்கு என்ன செய்யணும்னு சொல்றே?”

“ஒரு திட்டம் யோசிச்சுக்கிட்டிருக்கேன், நாளைக்குச் சொல்றேன்.”

“இல்லை நிவிதா, இந்த மாதிரி ஆளுங்களுக்குச் சாத்வீகமான முறையிலே பதிலடி தந்தா உரைக்காது. காயத்திலே உப்பு வச்ச மாதிரி சர்ர்ன்னு படணும். டை கட்டின இடியட்! படிச்ச பொறுக்கி! எவ்வளவு பெரிய பதவியில் இருந்துக்கிட்டு இப்படி வக்கிரபுத்தி? இல்லை நிவிதா, என் போக்குக்கு விட்டுடு. அவனை நான்...”

“வேணாம் வினோத். ஒரு விஷயத்தை நீங்க நினைச்சுப் பார்க்கணும். நேத்து சாயங்காலம் வாட்ச்மேன் ஆபீஸுக்கு வெளியில் இருந்தான். உள்ளே நானும் அவனும் மட்டும்தான் தனியா இருந்தோம். தன்னோட ரூமுக்கு என்னை ஏதாச்சும் காரணம் காட்டி வரவழைச்சுக் கதவைச் சாத்தியிருந்தா, உள்ளே என்ன நடந்தாலும் வெளியில கேட்காது. ஏ.சி. ரூம். என்னைப் பலாத்காரம் செய்ய முற்பட்டிருந்தா என்ன செஞ்சிருப்பேன்? மன வலிமை இருக்கிற அளவு ஒரு பெண்ணுக்கு உடல் வலிமை இருக்கா? போராடியிருப்பேன். ஆனாலும் அவனால் என்னை ஜெயிச்சிருக்க முடியும். என்னை அடையறதிலே அவன் பலாத்காரத்தை நம்பலை. தான் பெரிய புத்திசாலின்னு காட்டிக்கிட்டு, தன் மூளைத் திறமையாலேயே என்னை எதிர்ப்பே இல்லாம, இயல்பா வசப்படுத்தறதுதான் திட்டம். எத்தனை கொழுப்பு! இந்தத் திமிருக்கு, இந்த சூப்பர் ஈகோவுக்கு அவன் பாஷையிலேயே பாதி பதில் சொல்லிட்டேன். மீதியையும் அதே வழிலதான் சொல்லணும் வினோத்.”

“உன் இஷ்டம். இப்போ அவமானப்பட்ட ஆத்திரத்திலே இருக்கான் நிவிதா. அவனால் உனக்கு ஏதாச்சும் தொந்தரவுகள் ஏற்பட வாய்ப்பிருக்கு. ஜாக்கிரதையா இருக்கணும். ஒரு வாரம் லீவு போட்டுடேன்.”

“கோழைத்தனம். இனிமேல் அவனை என்னால் சுலபமா சமாளிச்சுட முடியும் வினோத்.”

“மன்னிப்புக் கேட்பதை நம்பாதே!”

"நம்ப மாட்டேனே...!"

"போகட்டும். அதெப்படி அவன் வச்ச டாகுமெண்டையும், டிராஃப்டையும் அப்புறப்படுத்தினே நிவிதா?"

"ஜீபூம்பா வேலை அது."

"அட! சொல்லேன்."

"முதல்லே தவிச்சுப் போனேன், துடிச்சிப் போனேன். உண்மையா அழுதேன். அப்புறம் இதை எதிர்க்கணும்னு மனசுல தீர்மானம் வந்ததும், ஐடியாவும் உடனே பிளாஷ் ஆச்சு. ரொம்ப சிம்ப்பிள். என் மேஜை டிராயருக்கான சாவி ஒரு நாள் நான் எடுத்துட்டுப் போக மறந்துட்டேன்; அப்போ ஸ்டோர் ரூம் ரெக்கார்ட்ஸ் ரூம் சாவிகள் அடங்கின கொத்தை பியூன் எடுத்துக் கொடுத்து இதிலே ஏதாவது சேருதான்னு பார்க்கச் சொன்னான். அதிலே ஒரு சாவி சேர்ந்திச்சி, திறந்துட்டேன். அந்தச் சாவிக்கொத்து எல்லாரும் எடுக்கிற மாதிரி ஓர் ஆணியில் எப்பவும் மாட்டியிருக்கும். அதை எடுத்துத் திறந்து, டாகுமெண்ட்டையும் டிராஃப்டையும் எடுத்துக்கிட்டேன். டாகுமெண்ட்டை மேனேஜர் ரூம்ல அவன் திறந்தே வெச்சிருந்த முதல் டிராயர்ல வெச்சுட்டு, டிராஃப்டை ஜாக்கெட்டுக்குள்ளே வெச்சிக்கிட்டு அவன் வந்ததும் அப்பாவி மாதிரி பேசிட்டுத் திரும்பி வந்துட்டேன்."

"நிவிதா, ஒண்ணு சொல்லட்டுமா?"

"என்ன வினோத்?"

"ரொம்ப சீக்கிரமா நாம் கல்யாணம் பண்ணிக்கலாம். நீ வேலையை விட்டுடு. இல்லை போய்த்தான் ஆகணும்னா வேறே கம்பெனியில் வேலை வாங்கித் தர்றேன்."

"ஏன் வினோத்? மேனேஜர் அயோக்கியனா இருந்தா அதுக்குக் கம்பெனி என்ன செய்யும்?"

"உனக்கு மேனேஜர் மேல ஆத்திரம். அவனுக்கு உன்மேல கோபம். ஒருத்தருக்கொருத்தர் பகைமை வச்சிக்கிட்டு ஒரே

ஆபீஸ்ல எப்படி? அவனுக்குக் கீழே நீ வேலை பார்க்க உனக்குச் சங்கடமா இருக்காதா?"

"இதைத் தவிர்க்க ரெண்டு வழிகள் இருக்கே வினோத். ஒண்ணு, நான் இந்த ஆபீஸ்லேர்ந்து விலகறது, இல்லை டிரான்ஸ்பர் வாங்கிக்கிறது. ரெண்டு, அவனை கம்பெனியை விட்டே விலக்கறது."

"நிவிதா?"

"எந்தப் பதவித் திமிர் அவனுக்கு இவ்வளவு மமதையைக் கொடுத்திருக்கோ, அந்தப் பதவியை விட்டு அவனைத் தூக்கறதுதான் நான் நாளைக்குச் சொல்றதாச் சொன்ன திட்டம் வினோத். நேரமாச்சு, நடந்தது போதும். வாங்க திரும்பலாம்" என்ற நிவிதாவை ஆச்சர்யமாகப் பார்த்தான் வினோத். திரும்பி நடந்தார்கள்.

தன்மானம் சீண்டப்படும்போது ஒரு பெண்ணுக்கு எவ்வளவு தைரியமும், பலமும் சேர்ந்துவிடுகிறது?

"ரைட், ஜமாய். இதிலே என் பங்கு ஏதாச்சும் இருந்தா கொடு. கச்சிதமா செஞ்சு முடிக்கிறேன்" என்றான் வினோத்.

நிவிதா அலுவலகத்திற்கு வந்து தன் சீட்டில் அமர்ந்த ஐந்தாவது நிமிடமே, பியூன் வந்து ரீஜனல் மேனேஜர் அழைப்பதாகச் சொன்னான்.

நிவிதா எழுந்து நடந்து, அறைக் கதவைத் தட்டிவிட்டு உள்ளே செல்ல, தன் நாற்காலியை விட்டு எழுந்து ஷியாம், "வாங்க நிவிதா" என்றான். கதவுக்கு நடந்து அதன் தாழைப் போட்டுவிட்டு அவளைப் பார்த்தான்.

"இது ஏ.சி. ரூம். இப்போ நாம தனியா இருக்கோம். அதனால"

புருவங்கள் நெளிய அவனைப் பார்த்தாள் நிவிதா.

——

அத்தியாயம் 22

அறையின் கதவைச் சாத்திவிட்டு, கைகளை மார்புக்குக் குறுக்கே கட்டிக்கொண்டு சில வினாடிகள் நிவிதாவையே சலனமில்லாமல் பார்த்தான் ஷியாம்.

நிவிதா பார்வையைத் தாழ்த்திக் கொண்டாள். அவனின் உணர்ச்சியைப் பிரதிபலிக்காத பார்வையின் பொருள் விளங்காமல் நின்றாள்.

அவளுக்கு மிக அருகில் வந்து நின்றான்.

"நேத்து நான் போன்ல உங்கக்கிட்டே பேசினதை யோசிச்சுப் பார்த்தீங்களா? என்னை மன்னிச்சீங்களா?"

நிவிதா மௌனமாக நின்றாள்.

"ரோஷமுள்ள எந்தப் பெண்ணாலையும் முடியாது. எனக்குத் தெரியும். நீங்க இன்னும் என் மேல ஆத்திரத்தோடதான் இருக்கீங்க. கழுத்தை நெரிச்சா என்னன்னு சிந்திக்க வைக்கிற கோபத்தோடதான் இருக்கீங்க. அப்படித்தானே?"

என்ன பதில் சொல்வது என்று புரியவில்லை. ஆமாம் என்று உண்மையைச் சொல்வதா? இல்லை என்று பொய் சொல்வதா? நேற்று நடந்த சம்பவங்களுக்குப் பிறகு... அடியோடு ஒரு மனிதன்

மாறிவிடச் சாத்தியம் இருக்கிறதா? என்னிடம் மன்னிப்புக் கேட்டு நல்லுறவை வளர்த்துக்கொள்ள ஏன் பிரயத்தனப்படுகிறான்?

“நிவிதா!”

“என்ன?”

சில வினாடிகள் அமைதியாக இருந்துவிட்டு, “என்னை மன்னிச்சிடுங்க. ப்ளீஸ் என்னை மன்னிச்சிடுங்க” என்று அவள் எதிர்பாராத விதமாகச் சட்டென்று அவள் கால்களில் விழுந்தான் ஷியாம்.

அவசரமாக விலகிக்கொண்டாள்.

“என்ன இது? எந்திரிங்க.”

“உங்க கால்ல விழறதை நான் கேவலமா நினைக்கவே இல்லைங்க. தப்பில்லைங்க. நேத்தோட என் ஈகோ செத்துப் போச்சுங்க. நீ ஒரு மனுஷனாடான்னு என் மனசாட்சியே என்னைக் கேள்வி கேட்க ஆரம்பிச்சிடுச்சுங்க...” என்று எழுந்துகொண்டான் ஷியாம்.

அமைதியாகத் தன் நாற்காலியில் அமர்ந்தான். பேப்பர் வெயிட்டை உருட்டிக்கொண்டே சொன்னான், “நடந்தது நமக்குள்ளேயே இருக்கணும்னு நான் விரும்பறேன். நேத்தோட அதை ரெண்டுபேரும் மறந்துடணும்னு ஆசைப்படறேன். நேத்து வாட்ச்மேனுக்குப் போலீஸ் வந்தது தெரியும். எதுக்காகன்னு விவரமாத் தெரியாது. அவனைக் கேக்க வேண்டிய கேள்விகளைக் கேட்டுட்டு ஹாலுக்கு வெளியில் அனுப்பிட்டார் இன்ஸ்பெக்டர். நான் அவனைக் கூப்பிட்டு, ‘ஆபீஸ் ரகசியம் இது, அதனால் போலீஸ் வந்தது பத்தி யார்கிட்டேயும் சொல்லக் கூடாது’ன்னு சொல்லிட்டேன். நடந்த கசப்பான சம்பவத்தை நீங்களும் வெளில யார்கிட்டேயும் சொல்ல மாட்டீங்கன்னு நம்புறேன்.”

“ஆபீஸ்ல நான் எல்லார்கிட்டேயும் சொல்லி உங்க மானத்தை வாங்கிடப் போறேனேங்கிற பயமா?”

“ஆமாம் சேலை அனுப்பினதுக்கே நோட்டீஸ் போர்டிலே நாக்கைப் பிடுங்கிக்கற மாதிரி லெட்டர் எழுதி வச்சீங்க. அதான்...”

“என் டைப் தெரிஞ்சுக்கிட்டிங்கள்ல. அதுக்கப்புறமும் எவ்வளவு நாடகம் நடத்தினீங்க?”

“ப்ளீஸ்... இன்னும் சூடா நீங்க என்னைத் திட்டலாம். நீங்க திட்டத்திட்ட என்மேல் உங்க கோபம் குறையும். அதான் எனக்கு வேணும்.”

“மிஸ்டர் ஷியாம். இது ஒரு வகையான வழிமுறை, அடிக்க வர்றவனை அடிச்சுடுவியான்னு கோபமாக் கேட்டா அவன் வெறி தூண்டப்படும். அதே சமயம் இப்ப என்ன, என்னை அடிக்கணும் அவ்வளவுதானே, அடிச்சுக்கன்னு சொன்னா அவன் வேகம் இறங்கும். ஆச்சர்யப்பட்டு நிப்பான். அது மாதிரி நரித்தனமா, நயவஞ்சகமா எல்லாம் நடத்திட்டு, அதிலே தோத்ததும்... இன்னும் பாதிப்புகள் உங்களுக்கு ஏற்பட்டுடாமத் தப்பிச்சிக்கறதுக்காக இப்படித் தடால்னு பல்டியடிச்சிட்டீங்க. மன்னிப்பு, மன்னிப்புன்னு உருகறது எல்லாம் ஹம்பக்! யார்கிட்டே நடிக்கிறீங்க?”

ஷியாம் அமைதியாகக் கேட்டான்.

“பேசி முடிச்சிட்டிங்களா? நான் தவறை உணர்ந்து நொந்து போய்ப் பேசறேன். அதை ஹம்பக்ன்னு சொல்றீங்க. எப்படி நிரூபிக்கணும்னு சொன்னீங்கன்னா அப்படி நிரூபிக்கத் தயாரா இருக்கேன்.”

“ஷ்யூர்?”

“ஷ்யூர்”

“நேத்து நீங்க என்கிட்டே நடந்துக்கிட்டதை உங்க கைப்பட எழுதிக் கையெழுத்துப் போட்டுத் தர்றீங்களா?”

“நிச்சயமா” என்று ஷியாம் மேஜை மேலிருந்த தனது கம்பெனி லெட்டர் ஹெட்டையும், பேனாவையும் தயார்ப்படுத்திக்கொண்டு, “வாக்கியத்தை நீங்க சொல்றீங்களா, இல்லை நானே எழுதிக்கட்டுமா?” என்று கேட்டான்.

கொஞ்சம் திணறித்தான் போனாள் நிவிதா. இவனைப் புரிந்துகொள்ளவே முடியவில்லையே. மறுப்பான், சமாளிப்பான் என்று நினைத்தால் எழுதித் தருகிறேன் என்கிறானே...

“சரி. நானே எழுதறேன்.”

ஷியாம் சரசரவென்று எழுதி, கையெழுத்துப் போட்டுவிட்டு, “படிக்கிறேன் சரியா இல்லைன்னா சொல்லுங்க வேறே எழுதித் தர்றேன். இந்த நிறுவனத்தின் ரீஜனல் மேனேஜராகிய நான் இந்த அலுவலகத்தில் கணக்குப் பிரிவில் வேலைபார்க்கும் செல்வி நிவிதாவின் மேல் ஆசைப்பட்டு அவளை நேர்மையற்ற முறையில் அடைய வேண்டும், அனுபவிக்க வேண்டும் என்கிற நோக்கத்துடன், அவளை அலுவலகத்தில் சில சிக்கல்களில் மாட்ட வைக்கத் தில்லுமுல்லு செய்ததோடு, அதையே காரணம் காட்டி என்னுடன் ஒரு தடவை படுக்கையைப் பகிர்ந்துகொள்ளச் சம்மதித்தால், இந்தச் சிக்கல்களில் இருந்து விடுவிக்கிறேன் என்று நிபந்தனை விதித்தேன். தன் புத்திசாலித்தனத்தால் அவள் தானாகச் சிக்கலில் இருந்து விடுபட்டு என் நிபந்தனைக்குச் சம்மதிக்கவில்லை. அவளிடம் நான் நாகரிமற்ற முறையில் பேசியது முறையற்ற செயலே. இப்படிக்கு, ஷியாம்.” படித்து முடித்து அவளிடம் நீட்டினான். “எதையும் விட்டுடலையே...”

சற்றுத் தயங்கிவிட்டு அந்தக் கடிதத்தை வாங்கிக்கொண்ட நிவிதா, “இதை வச்சிக்கிட்டு நான் என்ன வேணாலும் செய்யலாம். தெரியுமா?” என்றாள்.

“தெரியும், செய்யணும்னுதான் ஆசைப்படறேன். ப்ளீஸ்... நேத்தே சொன்னேனே, எனக்குத் தண்டனை வேணும் தயவுசெஞ்சு தண்டியுங்கன்னு இந்த லெட்டரை ஆபீஸ்ல அத்தனை ஸ்டாப்புக்கும் ஜெராக்ஸ் எடுத்துத் தரணும்னு ஆசைப்படறிங்களா? செய்ங்க. அதிலே உங்க மனசு சமாதானமாகும்னாச் செய்ங்க.”

“செய்ய மாட்டேன்ங்கிற நம்பிக்கையா?”

"நீங்க மனசில என்னால ரொம்ப பாதிக்கப்பட்டிருக்கீங்க. அதுக்காக நான் வெக்கப்படறேன். அதுக்கான தண்டனைக்குத் தயாரா இருக்கேன். இது வேஷமோ, நடிப்போ இல்லை. வேறே இன்னும் எப்படி நிரூபிக்கிறது நிவிதா?"

"ஒரு புகார் மாதிரி எழுதி, உங்க லெட்டரை இணைச்சி நம்ம கம்பெனி சேர்மனுக்கு அனுப்பி வச்சா என்ன ஆகும் தெரியுமா?"

"ஓ, அதுதான் உங்க நோக்கமா? அதுக்குத்தான் லெட்டர் கேட்டீங்களா? அப்படின்னா என் லெட்டருக்கும் அவசியமில்லை. நீங்க மெனக்கெட்டு அனுப்பணும்னே அவசியமில்லை. இதோ பார்த்தீங்களா போனோகிராம் கொடுக்கிறதுக்காகத் தயாரா செய்தி எழுதி வச்சிருக்கேன்."

குறிப்புப் பேடில் எழுதியிருந்ததைக் கிழித்து அவளிடம் காட்டிக்கொண்டே ரிஸீவர் எடுத்து போனோகிராம் சர்வீசுக்கான எண்களைச் சுழற்றினான். தனது எண்ணைச் சொன்னான். ரிஸீவரை வைத்தான்.

அதைப் படித்துவிட்டு மிகவும் திகைத்துப்போய் நின்று கொண்டிருந்தாள் நிவிதா. அந்த வாக்கியங்களை அவளால் நம்பவே முடியவில்லை.

டெலிபோன் ஒலித்தது. எடுத்தான்.

"யுவர் ஃபோனோகிராம் ப்ளீஸ்."

அவளிடமிருந்து அந்தச் சீட்டை வாங்கி முதலில் கம்பெனியின் சேர்மன் விலாசத்தைச் சொல்லிவிட்டு, "எனது சொந்தக் காரணங்களால் உடனடியாக நான் என் வேலையை ராஜினாமா செய்ய வேண்டிய சூழ்நிலையில் இருப்பதால் இதையே எனது ராஜினாமாக் கடிதமாக ஏற்றுக்கொள்ளவும். விரைவில் என்னை மாற்றிவிட, மாற்று நபரை அனுப்பக் கோருகிறேன். நன்றி, ஷியாம், ரீஜனல் மேனேஜர்" என்று ஆங்கிலத்தில் சொன்னான் வைத்தான்.

அதிர்ச்சி மாறாமல் நின்றாள் நிவிதா.

"ஒரு ஜென்டில்மேன் மாதிரி இப்ப நடந்துக்கிற நீங்க ஏன் இப்படி நேத்து..."

"ப்ளீஸ்... மறக்க விரும்புறேன் அதை. எனக்குள்ளே ஒரு திமிர் பிடிச்ச சாத்தான் நுழைஞ்சிருந்தது. எப்ப நான் தோத்தேனோ, அப்பவே அது ஓடிப்போய்ருச்சி. உங்களைக் கூப்பிட்டது மனப்பூர்வமா மன்னிப்புக் கேட்கத்தான். கேட்டுட்டேன் மன்னிக்கிறதும், மானத்தை வாங்கறதும் உங்க இஷ்டம். என்னைப் பொறுத்த வரைக்கும் எனக்கு நானே கொடுத்துக்கிற தண்டனைதான் இந்த ராஜினாமா. இன்னும் ஒரு வாரத்திலே எனக்கு ரிலீவர் வந்துடுவார். அதுவரைக்கும் நான் எப்பவும் போல கௌரவமா இங்கே வேலையைத் தொடர உதவினாப் போதும்" என்று ஷியாம் எழுந்து வாசல் கதவின் தாழ் நீக்கிவிட்டுத் தன் நாற்காலியில் அமர்ந்துகொண்டு அலுவலக சம்பந்தப்பட்ட ஃபைலை எடுத்துக்கொண்டான்.

வாக்குமூலமாக எழுதிக் கையெழுத்திட்டுத் தந்துள்ள அவனின் கடிதத்தைக் கையில் வைத்துக்கொண்டு ஒரு வினாடி யோசித்தாள் நிவிதா.

இதை என்ன செய்வது?

இதுவரை இவன் திருந்தியதாகச் சொன்னதை நம்புகிறோமோ, இல்லையோ... தன் வேலையை ராஜினாமாவே செய்திருப்பது என்பது... உண்மையில் பிரமிப்பு ஏற்படுத்தும் விஷயமாகத்தான் இருக்கிறது.

ஷியாம் என்னை அடைய நினைத்தது எல்லை மீறிய ஆசை. ஆனால் என்னை மடக்க அவன் கையாண்ட வழிகள் புத்திசாலித்தனமானவை. அந்த நடவடிக்கைகளில் என்னை அடையும் நோக்கத்தைவிட, தன் புத்திசாலித்தனம் வெல்ல வேண்டும் என்கிற தவிப்பே அதிகம்.

அவன் புத்திசாலித்தனம் தோற்றதும், மனத்தில் அழுக்கான எண்ணங்களின் மேல் விவேகமும், பக்குவமும் போர்

தொடுத்திருக்கலாம். அவமானப்பட்டு நின்ற நிலை சுய இரக்கத்தை அதிகப்படுத்தியிருக்கலாம். வெறிக்குப் பதிலாக விரக்தி! இல்லறம் பிடிக்காதவன் அதன் உச்சத்தில் இரண்டு வழிகளைக் கையாள்கிறான். ஒன்று தற்கொலை! மற்றது துறவற நிலை. அதேபோல் தன் தோல்வியின் விளைவாகப் பழிவாங்கும் உணர்வு அதிகமாவதற்குப் பதிலாக ச்சே! ஒரு பெண்ணிடம் தோற்றுவிட்டோமே என்கிற விரக்தி நிலை ஏற்பட்டிருக்க வேண்டும்.

“நீங்க போகலாம் நிவிதா!” என்றான் ஷியாம்.

“இந்த லெட்டர்...”

“நீங்க அதை எப்படி வேணும்னாலும் பயன்படுத்திக்கலாம். கேட்டீங்க, எழுதிக் கொடுத்துட்டேன். நோட்டீஸ் போர்டிலே வேணும்னாலும் பியூனை விட்டுப் பின் பண்ணச் சொல்றேன். அப்படி செஞ்சா உங்க மனசு திருப்தியாகும்னா”

“தேவையில்லை என்ற நிவிதா அந்தக் கடிதத்தை இரண்டாக, நான்காக, எட்டாகக் கிழித்து அவன் மேஜைக்கு அருகில் இருந்த குப்பைக் கூடையில் போட்டாள்.”

“மிஸ்டர் ஷியாம், உங்க மேல் எனக்கிருந்த கோபமும், ஆத்திரமும் பஞ்சாப் பறந்து போச்சின்னு என்னால் பொய் பேச முடியாது. இன்னும் ஒரு மூர்க்கமான வேகம் உள்ளே சுழண்டு கிட்டுத்தான் இருக்கு. மன்னிக்கவும், மறக்கவும் முயற்சி பண்றேன். உண்மையைச் சொல்லணும்னா, நீங்க ராஜினாமா பண்றது அதிர்ச்சியாவும் இருக்கு. அதேசமயம் நிம்மதியாவும் இருக்கு. உங்களுக்கு நீங்களே தண்டனை கொடுத்துக்கிறதாச் சொன்னீங்கள் அதிலே தலையிடவோ, வேணாம்னு மறுக்கவோ நான் தயாரா இல்லை. ஒரு ஜென்டில்மேனா என்னைக்கும் இருங்கள், நடந்ததை யார்கிட்டேயும் சொல்ல மாட்டேன்.”

நிவிதா அறையை விட்டு வெளியேறினாள்.

ஷியாம் அமைதியாக அப்படியே அமர்ந்திருந்தான். பல வினாடிகள், விடாமல் ஒலித்த போனை எடுத்தான். அலுவலக வேலைகளில் ஆழ்ந்தான்.

வீட்டின் உள்ளே வேகமாக வந்தான் தீபக்.

ஸோபாவில் படுத்துக்கொண்டு, புகைபிடித்துக் கொண்டு, விட்டத்தை வெறித்துக்கொண்டிருந்த ஷியாமின் தோளைத் தொட்டு உலுக்கினான்.

"உன் ஆபீஸ் போய்ட்டு வர்றேன், என்ன ஆச்சு உனக்கு? பைத்தியம் பிடிச்சுப்போச்சா? ராஜினாமா தந்தி அனுப்பியிருக்கியாமே... ஏன்? சொல்லு... ஏன் ஷியாம்?"

பதில் சொல்லாமல் அவனைப் பார்த்துப் புன்னகை செய்தான்.

———

அத்தியாயம் 23

"உன் சிரிப்பு எனக்குப் புரியலை" என்றான் தீபக்.

"என்ன புரியலை?" என்றான் ஷியாம். சிகரெட் புகையை அவன் முகத்தில் செல்லமாக ஊதி, "உன் நடவடிக்கை எல்லாம் விசித்திரமா இருக்கு. ஆத்திரமாக வேண்டிய நீ அடங்கிப் பேசறே. மன்னிப்புக் கேக்கறே. வேலையை ராஜினாமாச் செய்யறே. இதெல்லாம் என்ன?"

"ஏன் தீபக், ஒரு மனுஷன் ஏதாச்சும் ஒரு சந்தர்ப்பத்திலே திருந்தவே கூடாதா?"

"இந்த டயலாக் எல்லாம் இங்கே வேணாம் கண்ணா, எனக்கு உன்னைப்பத்தி முழுசாத் தெரியும்."

"என்ன தெரியும்?"

"பழி வாங்கறதில யானை நீ, சரியான சந்தர்ப்பத்துக்காக மறக்காம காத்திருக்கிறவன். ஏற்கெனவே எத்தனை விஷயங்களில் பார்த்திருக்கேன் உன்னை."

"அந்தக் குணம் எல்லாத்தையும் நிவிதா பஸ்பமாக்கிட்டா தீபக். நான் அவகிட்டே சந்தேகமில்லாம தோத்துட்டேன். இந்தத் தோல்வி எனக்குள்ளே சில நெளிவுகளை ஏற்படுத்தியிருக்கு. மிருக புத்தி கொஞ்சம் உள்ளே உலாவிக்கிட்டிருந்தது. இப்ப

காணோம். மனசு நிர்மலமா இருக்கு. நீ நம்பு, நம்பாம போ. நிவிதா என்னை மாத்திட்டா."

தீபக் அவனை மௌனமாகப் பார்த்தான். எழுந்து அவன் எதிரில் இரண்டு கைகளையும் இடுப்பில் வைத்துக்கொண்டு பார்த்தான்.

"ஸோ, நீ திருந்திட்டே?"

"டபுள் எஸ்."

"நிவிதா மேல் நீ எந்த நடவடிக்கையும் எடுக்கப் போறதில்லை?"

"நிச்சயமாக் கிடையாது."

"சரி, வேலையை எதுக்காக ராஜினாமாச் செஞ்சிருக்கே?"

"எனக்குள்ளே சாத்தானை அனுமதிச்சதுக்காக எனக்கு நானே கொடுத்துக்கற தண்டனை அது."

"பைத்தியக்காரத்தனமா இருக்கு."

"எப்படி வேணும்னாலும் எடுத்துக்கோ."

"என்ன செய்யப்போறே இனிமே?"

"ரிலீவர் வர்ற வரைக்கும் ஆபீஸ் போய் வருவேன்."

"அதுக்கப்புறம்?"

"அதுக்கப்புறம்... இன்னும் தீர்மானிக்கலை. என்ன செய்யலாம்? நீதான் சொல்லேன்."

தீபக் தன் தலையை உலுக்கிக்கொண்டு அமர்ந்தான், சிகரெட் எடுத்துப் பற்ற வைத்துக்கொண்டான்.

"ஷியாம், நான் சொன்னா எடுத்துப்பியா?"

"எடுத்துக்கிற மாதிரி நல்ல யோசனை இருந்தாச் சொல்லு, எடுத்துக்கறேன்."

"நிவிதா விஷயத்தை மற. இதோட விட்டுடு. உன் வேலையை ராஜினாமாச் செஞ்சதை வாபஸ் வாங்கிக்க. உன் வேலையைத் தொடர்ந்து செய். அதே ஆபீஸ்ல தினம் அவளைப் பார்க்கிறது

உன்னைச் சங்கடப்படுத்தும்னா, ஒண்ணு அவளுக்கு வேறே எங்கேயாவது டிரான்ஸ்ஃபர் ஏற்பாடு செய். இல்லைன்னா உனக்கு டிரான்ஸ்ஃபர் வாங்கிக்க. அதை விட்டுட்டு ராஜினாமாச் செய்றது ரொம்ப அதிகப்படியா இருக்கு. முட்டாள்தனமாகவும் இருக்கு."

ஷியாம் தீபக்கைத் தீர்க்கமாகப் பார்த்தான். திடீரென்று வாய்விட்டுச் சிரித்தான். கண்களில் நீர் துளிக்கும் வரை சிரித்தான்.

"ஏண்டா இப்பச் சிரிக்கிறே?"

"உன்னைப் பார்த்தாப் பரிதாபமா இருக்கு."

"இது நான் சொல்ல வேண்டிய வார்த்தை ஷியாம்."

"முட்டாள் தீபக்! எத்தனை வருஷமா நீ என்னோட பழகறே? என்னை நீ புரிஞ்சு வச்சிருக்கிறது இவ்வளவு தானா?"

"இப்பத்தான் ஷியாம் நீ முழுசுமா என்னைக் குழப்பறே."

"குழப்பாம தெளிவா சொல்லட்டுமா?"

"சொல்லு."

"நிவிதாவோட உடம்புமேல் எனக்கு இருக்கிற ஆசையை விட... இப்போ அவளைக் கதறக் கதற வஞ்சம் தீர்க்கணும்ங்கற வெறிதான் அதிகமா இருக்கு. தீபக் நான் அவமானம் பொறுக்க மாட்டேன்டா. ஒரு பொம்பளை, எனக்குக் கீழே வேலை பார்க்கிறவ போலீஸ்காரங்க முன்னாடி, அவளோட ஃபிரண்ட்ஸ் முன்னாடி என்னைத் தலைகுனிய வச்சது உடனடியா மறந்து போற விஷயமா? பதிலுக்கு அவ தலைகுனிய வேணாம்? வாழ்நாள் முழுக்கக் குனிய வேணாம்? அதை நடத்திக் காட்டாம ஓய்வேனா நான்?"

"இதான் ஒரிஜினல் ஷியாம் சொல்லு, பின்னே வேலை ராஜினாமா நாடகம் தானே?"

"இல்லை. நிஜமாவே ராஜினாமாச் செய்றேன். அது மட்டுமில்லை தீபக். இன்னிக்கு நிவிதாவை என் அறைக்குக் கூப்பிட்டு, அவ கால்ல விழுந்து மன்னிப்புக் கேட்டேன் தெரியுமா?"

“நிஜமாகவா? என்னப்பா இது...? பழிவாங்குவேன்னு சொல்றே, கால்ல விழுந்தேன்னு சொல்றே... ஒரே முரண்பாடா இருக்கே...”

“இது ஒரு வகைத் தந்திரம் தீபக், எந்தப் பொம்பளையாவது படுக்கைக்குக் கூப்பிட்டுப் பாரு, என்ன நடக்கும்? அதிலேயும் நம்ம நிவிதா மகா ரோஷப் பொம்பளை. திட்டம் போட்டுச் சதி பண்ணிக் கூப்பிட்டிருக்கேன். எவ்வளவு ரோஷம் வரும்? நடந்த சம்பவத்துக்கு இன்ஸ்பெக்டரே சாட்சி சொல்லத் தயாரா இருக்கார். நிவிதா என் மேல கேஸ் போடலாம். ஹெட் ஆபீஸுக்கு இன்ஸ்பெக்டரோட ரிப்போர்ட்டோட பெட்டிஷன் போடலாம். நிச்சயம் செய்யக் கூடியவ. செஞ்சா ஆபீஸ் முழுக்க விஷயம் தெரியும். என் மானமும் போகும். வேலையும் போகும். அந்த அவமானத்தை முதல்ல தடுத்துட்டு அப்புறம்தான் நிவிதாவை வஞ்சம் தீர்க்கிற சமாசாரத்துக்கு வரணும்னு தீர்மானிச்சேன். அவ மூலமா வேலை போறதுக்கு முன்னாடி நானாக ரிசைன் செய்யறது என் கௌரவத்தைக் காப்பாத்தும், நிவிதாவுக்கு என் மேல இரக்கம் ஏற்படுத்தும். அவ வேகத்தைக் கட்டுப்படுத்தும். கால்ல விழுந்ததோட, நடந்த சம்பவத்தை என் கைப்பட எழுதியும் கொடுத்தேன் துணிச்சலா.”

“அடப்பாவி! அது உனக்கு ஆபத்துப்பா.”

“நான் எதிர்பார்த்த மாதிரியே என் பேச்சு அவளை கரைச்சிடுச்சி. ஒரு ஆம்பளை தன் கால்ல விழறதை எந்தப் பொம்பளையும் சகிச்சுக்க மாட்டா. அதிலேயே பாதி ஆத்திரத்தைப் பிடுங்கியாச்சு. நான் பேசின விதத்திலே உன்னை மாதிரியே அவளும் நம்பிட்டா எழுதிக் கொடுக்கிற மாதிரி கொடுத்து அவ கையாலேயே அந்த வாக்குமூலம் லெட்டரைக் கிழிச்சிப் போடவும் வெச்சேன்.”

“கில்லாடிப்பா நீ. அப்புறம்?”

“அப்புறம் என்ன? இனிமே நேரா கிளைமாக்ஸ்தான். ஆனா அவசரமே இல்லாத திட்டம். இந்தத் தடவையும் போன தடவை மாதிரி, இந்தத் தடவை தோற்கவே மாட்டேன்.”

"என்ன செய்யப்போறே ஷியாம்?"

"தீபக், போன தடவை என் திட்டத்தோட ஒவ்வொரு வரியும் உனக்குத் தெரியும். நீயும் ஒத்துழைச்சே. இந்தத் தடவை ஒரு மாறுதல்."

"என்ன?"

"திட்டத்தைச் செயல்படுத்திட்டு அதுக்கப்புறம்தான் உன்கிட்டே சொல்றதுன்னு இருக்கேன்."

தீபக் அவசரமாகக் குறுக்கிட்டான்.

"ஷியாம், என்னடா இது திடீர்னு சேம் சைடு கோல் போடறேனேன்னு நினைக்காதே. நிவிதாவை நீ அவமானப்படுத்திட்டா, ரெண்டுமே ரகசியமா நடந்ததுதான். மேல் நடவடிக்கை எதுவும் அவ எடுத்துட முடியாதபடிக்கு அவகிட்டே மன்னிப்புக் கேட்டு வச்சிருக்கே. நவ் யூ ஆர் ஸேஃப். இந்த விவகாரத்தை இதோட விட்டுடேன். மறுபடியும் அவளை வஞ்சம் தீர்க்கறது. திட்டம் போடறது இதெல்லாம் வேணாமே..."

சற்றுநேரம் அமைதியாக இருந்த ஷியாம் நிதானமாகச் சொன்னான்.

"தீபக், என் மனசுல உள்ள தகிப்பு உனக்குப் புரியாது. எனக்கு இன்னும் ஒரு தடவை இதே மாதிரி நீ அட்வைஸ் செஞ்சேன்னா, 'ப்ளீஸ் கெட் அவுட்'ன்னு சொல்ல வேண்டி வரும். அவ்வளவு சூடா இருக்கேன் நான்."

"பிடிவாதம்ப்பா. நான் சொல்லியா கேக்கப்போறே? உன் இஷ்டம்ப்பா. உன் வஞ்சம் தீர்க்கிற முயற்சி எனக்குப் பிடிக்கலை."

"உனக்குப் பிடிக்கணும்னு அவசியமில்லை."

"என் ஒத்துழைப்பு எதுவும்..."

"எதிர்பார்க்கலை, தேவையும் இல்லை. அப்புறம்?"

"ஷியாம். இவ்வளவு முரட்டுப் பிடிவாதம் வேணாம். நிவிதா எந்தத் தப்பும் செய்யலை. பிரச்னையை ஆரம்பிச்சது... நீதான். யோசிச்சு விவேகமா நடந்துக்க அவ்வளவுதான் சொல்வேன்."

"முடிச்சிட்டேயில்லே? நன்றி."

"அப்போ வேலையை விட்டது... விட்டதுதான். அப்படித்தானே?"

"அப்படித்தான். ஆனா புத்திசாலித்தனமான மாற்று ஏற்பாடோடதான் அதைச் செஞ்சேன் தீபக். கொச்சின்ல இருக்கிற ஒரு பிரைவேட் கம்பெனியோட எம்.டி.யை எனக்குப் பர்சனலாத் தெரியும். இந்தக் கம்பெனியில் கொடுக்கிற சம்பளத்தைவிட மாசம் ஐந்நூறு ரூபா அதிகம் தர்றேன். எங்க கம்பெனிக்கு வந்துடுங்கன்னு அடிக்கடி சொல்லிக்கிட்டே இருந்தார். நேத்து அவருக்கு போன் போட்டு உறுதி செஞ்சிக்கிட்டேன், இங்கே ராஜினாமாச் செஞ்சிட்டு ஒரு மாசம் சும்மா சுத்திக்கிட்டிருந்துட்டு அப்புறம் உங்க கம்பெனியில் சேர்றேன்னு சொன்னேன், ஒத்துக்கிட்டார். அந்தத் தைரியத்திலேதான் வேலையை ராஜினாமா செய்றேன். எப்படி தீபக்?" என்று கண்ணடித்த ஷியாமை ஆச்சர்யமாகப் பார்த்தான் தீபக்.

அந்தப் பங்களாவின் முன்னால் பைக்கை நிறுத்தி விலாசத்தைச் சரிபார்த்துக் கொண்டான் வினோத்குமார்.

கீழே இறங்கினாள் நிவிதா.

"ஆத்மா டிஸ்ட்ரிபியூட்டர் முதலாளி வீடு இதுதான் நிவிதா. வா, போகலாம்."

இருவரும் முன்கேட்டில் கைவைக்க உடன் நாய் குரைத்தது. எட்டிப் பார்க்க, அந்த நாய் சங்கிலியால் கட்டிப் போடப்பட்டிருந்தது.

"வா, ஒண்ணும் செய்யாது அந்த டிராஃப்ட் எடுத்து என் கையில் கொடுத்துடு. பேச வேண்டியதைப் பூரா நானே பேசிக்கிறேன்" என்றான் வினோத்குமார்.

முன்வாசல் கதவுக்கருகில் இருந்த அழைப்பு மணியை ஒலிக்கச் செய்துவிட்டு இருவரும் காத்திருந்தார்கள்.

——

அத்தியாயம் 24

அந்த ஹோட்டலின் திறந்தவெளி மேஜையில் எதிரெதிரே அமர்ந்திருந்தனர் நிவிதாவும், வினோத்குமாரும். மேஜையின் மேல் விரிக்கப்பட்டிருந்த வெள்ளைத் துணி காற்றில் மெல்லச் சிணுங்கிக் கொண்டிருந்தது. தூரத்தில் ஒரு பள்ளியின் மைதானத்தில் கிரிக்கெட் விளையாடிக் கொண்டிருந்தார்கள். வாகனங்கள் வினாடிக்கொருமுறை ஹார்னடித்துவிட்டுக் கடந்தன. அடுத்த கட்டடத்தில் ஆறு ஆண்ட்டெனாக்கள் மேலேயும் கூட்டுறவு விரும்பும் கறுப்புப் பறவைகள்.

“வேடிக்கை பார்க்கத்தான் உன்னை இங்கே அழைச்சிட்டு வந்தேனா நிவிதா?”

“உங்களையே பார்க்கணுமா?”

“பாரேன், பார்க்கப்படறதிலே எவ்வளவு சுகம் இருக்கு தெரியுமா?”

“வினோத், இப்ப என் மனசு எவ்வளவு லேசா இருக்கு தெரியுமா?”

“தெரியாதே! சொல்லு, இப்ப உன் தலையாய பிரச்னை தீர்ந்துடிச்சில்லே?”

“அப்படித்தான் நினைக்கிறேன்.”

"நினைக்கிறியா? இன்னும் உறுதியாச் சொல்லக் கூடாதா? அந்த டிராஃப்ட் பிரச்னையை என்ன செய்றதுன்னு கேட்டே. அன்னைக்கே நேரா அந்த ஆத்மா டிஸ்ட்ரிபியூட்டர் முதலாளி வீட்டுக்கே உன்னை அழைச்சிக்கிட்டுப் போனேன். மனுஷன் எப்படி ஆச்சரியப்பட்டுப் போனான்? அப்போ என் கூடப் பேரம் பேசினது யாருங்கிற அவன் கேள்விக்கு நம்கிட்டே பதில் இல்லை. ஆனா இந்தாங்க உங்க டிராஃப்ட்டுன்னு ஒப்படைச்சாச்சு. ஆஃபீசைப் பொறுத்த வரைக்கும் ஷியாம் தடால்னு மனசு திருந்தி உன்கிட்டே மன்னிப்புக் கேட்டாச்சு, வேலையை விட்டும் விலகியாச்சி, வேற மேனேஜரும் வந்தாச்சு. இன்னும் உனக்குள்ளே கலக்கம் மட்டும் லேசா இருந்துக்கிட்டே இருக்கு. அது ஏன் நிவிதா?"

நிவிதா தன் நகங்களைப் பார்த்துக்கொண்டாள்.

"ஏன்னு சொல்லத் தெரியலை வினோத். ஆனா ஷியாமோட உடனடி மனமாற்றத்தை என்னால் ஜீரணிக்கவே முடியலை. வேலையை ராஜினாமா பண்றது பெரிய விஷயமில்லையா?"

"வாஸ்தவம் நிவிதா. ஆனா... என் கேள்விக்குப் பதில் சொல்லு. அவன் உன் கால்ல விழுந்து மன்னிப்புக் கேக்கலைன்னா, அவ்வளவு கெஞ்சு கெஞ்சலைன்னா நீ என்ன செய்றதா இருந்தே?"

"இன்ஸ்பெக்டர்கிட்டே ஒரு ஸ்டேட்மெண்ட் வாங்கி இணைச்சு, கம்பெனி ஹெட் ஆபீசுக்குப் புகார் எழுதி அவனை வேலையை விட்டு நீக்கறதுக்கு முயற்சி பண்றதா இருந்தேன்."

"இதை அவன் யூகிச்சிட்டான். நிர்வாகம் கழுத்தைப் பிடிச்சுத் தள்றதுக்கு முன்னாடி கௌரவமா விலகிடத் தீர்மானிச்சுட்டான். அவன் முழுக்க மனசு மாறி இருக்கலாம். இல்லைன்னா மாறாம கோபத்தோட இருக்கலாம். அவனுக்கு இதை விட்டா வேறே வழி கிடையவே கிடையாதும்மா."

"நேத்து கூட நாம ரெண்டுபேரும் பார்த்தமே பைக்ல போறப்போ ஷேவ் செய்யாத, தலை கலைஞ்சு, சரியா

ட்ரெஸ் பண்ணிக்காம... எனக்கே ஆச்சர்யமாய்ப் போய்டுச்சு, ஷியாம்தானா அதுன்னு... என் முகத்தைப் பார்க்கவே தயங்கிட்டுச் சட்டுன்னு ஒரு கடைக்குள்ளே நுழைஞ்சிட்டானில்லே?"

"ஆமாம். அவன் மனசாட்சி அவனைப் பிராண்டுது நிவிதா. சரி, விடு. எதுக்கு இப்ப அவன் பேச்சு?"

"இருங்க. ஒரு விஷயத்தைச் சொல்லிட்டு இந்த டாபிக்கை முடிச்சுடறேன். இன்னிக்கு அவன்கிட்டேர்ந்து எனக்கொரு தபால் வந்திருக்கு வினோத்."

நிவிதா தன் கைப்பையைத் திறந்து எடுத்துக் கொடுத்தாள். வினோத்குமார் பிரித்து காற்றில் பறந்துவிடாமல் அழுத்தமாகப் பிடித்துக்கொண்டு படித்தான்.

செல்வி நிவிதா அவர்களுக்கு...

நீங்கள் மறக்க விரும்பும், வாழ்நாள் முழுவதும் வெறுக்க விரும்பும் ஷியாம் எழுதியது. என் மனத்தின் ரணம் ஆறவே இல்லை, எனது மோசமான நடவடிக்கைகள் என்னைச் சுற்றி நின்று கைகொட்டுகின்றன. நீ ஒரு மனுஷனா என்று நானே என்மேல் காறித் துப்பிக் கொள்கிறேன். அமைதி இல்லாமல் அலை பாய்கிறது மனம். நானே எனக்குக் கொடுத்துக்கொண்ட தண்டனை போதாது என்று தோன்றுகிறது. சுய இரக்கம் வாட்டுகிறது. நீ எதற்குமே லாயக்கற்றவன் என்று ஓரம் கட்டுகிறது. நான்தானா அப்படி வினோதமாக, கீழ்த்தரமாக நடந்துகொண்டேன் என்று ஆச்சர்யம் மேலிடுகிறது. எதிலும் நாட்டமில்லை. பிடிப்பு இல்லை. ஒவ்வொரு சமயம் தற்கொலை சிந்தனைகூட எட்டிப் பார்க்கிறது. எனக்குத் தேவை மறுபடி உற்சாகமல்ல, கொஞ்சம் அமைதி. அது உங்களிடமிருந்து கிடைக்கும். உங்கள் பேனாவின் மூலம் கிடைக்கும். அது எனக்கு எழுதும் ஒரே ஒரு வரியின் மூலம் கிடைக்கும். 'மன்னித்து விட்டேன் ஷியாம்' என்ற வரியைத்தான் சொல்கிறேன்...

அந்த ஒரு வரி பதிலுக்காக என் கடிதப் போர் தொடரப் போகிறது. எந்த நோக்கமும் இல்லாமல், கடல் அலைகள் போராட்டத்தை நிறுத்தாமல் நடத்தும்போது, என் மன அலைகள் ஓய்வதற்காக இந்தக் காகிதப் போராட்டத்தை நான் விடாமல் நடத்தத்தான் போகிறேன். பயம் வேண்டாம். இந்தப் போராட்டம் சாத்வீகமானது

ஷியாம்.

படித்து முடித்து விட்டுச் சில வினாடிகள் மௌனமாக இருந்த வினோத்குமார், "இவன் என்ன டைப் ஆஃப் கேரக்டர்ன்னே புரிஞ்சுக்க முடியலையே... ரொம்ப ரொம்ப நொந்து போயிட்டான் நிவிதா. சைகலாஜிக்கலா அப்செட் ஆய்ட்டான்" என்றான்.

"அதான் எனக்கும் புரியவே இல்லை வினோத். ஒரு கம்பெனியோட மிகப்பெரிய பொறுப்பில் இருந்தவன். எக்கச்சக்கமான ஈகோவோட இருந்தவன். இப்படி அடியோட சப்ஜாடா தன் கேரக்டருக்குக் கொஞ்சம்கூட சம்பந்தமே இல்லாம..."

"நிவி, என்ன சொல்றே? எல்லாம் நடிப்புன்னு சொல்றியா?"

"அப்படியும் என்னால உறுதியாச் சொல்ல முடியலை வினோத்."

"என்னால கொஞ்சம் நம்ப முடியுது நிவிதா. அன்னைக்கு இவன் கையை, காலை வாங்க ஏற்பாடு செய்யட்டுமான்னு நானேதான் உன்னைக் கேட்டேன். அவன் அதற்குப் பிறபாடு நடந்துகிட்டதை வச்சு இப்ப நானேதான் சொல்றேன் இதை உண்மையா எடுத்துக்கலாம். இப்போ, அவனுக்கும், உனக்கும் எந்த சம்பந்தமும் இல்லை. இன்னும் அந்த அவமான உணர்ச்சியையே, நினைச்சிக்கிட்டிருக்க வேணாம், மறந்துடலாம். எல்லாம் கனவுன்னு ஒதுக்கித் தள்ளிடலாம். ஒரு மனித நேயத்தோட இவனுக்கு நீ ஒரு நாலு வரி எழுதிப் போட்டுடலாம்ங்கிறது என் அபிப்ராயம்."

சற்று அமைதியாய் இருந்துவிட்டு, "பாவமாத்தான் தெரியுது. அதே சமயம் எல்லாம் போலி வேஷமோங்கிற லேசான

சந்தேகமும் இருக்கு... எப்படியும் வந்திருக்கிற லெட்டரை உண்மையானதா நினைச்சு ரெண்டு வரி எழுதிப் போட்டுடறேன்" என்றாள் நிவிதா.

"வெரிகுட். இப்போ நம்ம பிரச்னைக்கு வரலாமா? எப்போ திருச்சி போறோம்?"

"போறோமா? நோ, நோ. நான் மட்டும்தான் போறேன். நாளைக்குப் புறப்படறதா ஒரு யோசனை. போய் அம்மாகிட்டே பேசணும் தயக்கமா இருக்கு. எப்படி ஆரம்பிக்கிறதுன்னுதான் தெரியலை."

"நிவிதா எங்க வீட்டுக்கு நான் உன்னை அழைச்சிட்டுப் போய் அறிமுகப்படுத்தி வைக்கலையா? அது மாதிரி... நாம ரெண்டுபேருமாத்தான் போறோம். என்னை வச்சிக்கிட்டேதான் நீ விஷயத்தை ஆரம்பிக்கிறே. நீ எப்படி முழிக்கிறேங்கிறதை நான் பக்கத்தில் இருந்து பார்த்தாகணும்."

"அய்யோ! வேணாங்க வினோத். எனக்கும் சங்கடமா இருக்கும். பேச்சே வராது."

"டயலாக் நான் சொல்லித் தர்றேன். மை டியர் மம்மி, இவர்தான் வினோத்குமார். நம்ம வீட்டுக்கு விளக்கேத்தி வைக்க ஒரு மருமகன் வேணும்னு சொல்லிக்கிட்டிருந்தியே, இவர் நல்லா விளக்கேத்துவார்."

நிவிதா நெடுநாளைக்குப் பிறகு அவனது பெண் குரல் வசனத்தை ரசித்து, வாய்விட்டுச் சிரித்தாள்.

மலைக்கோட்டை எக்ஸ்பிரஸ் அவர்களைச் சுமந்து வந்து சேர்ந்தது. வீட்டில் அம்மா கண்ணாடி போட்டுக்கொண்டு பேப்பர் படித்துக் கொண்டிருந்தார். இருவரையும் பார்த்ததும் முதலில் திடுக்கிடல். பிறகு பரவசம்.

முதலில் என் நண்பர் என்று அறிமுகப்படுத்தி, டிபன் எல்லாம் முடிந்த பிறகு, "அம்மா... வந்து... இவரு... இவரை" என்று நிவிதா வினோத்குமாரைப் பார்த்தாள்.

"சொல்லி முடிம்மா... இல்லைன்னா நான் முடிக்கட்டுமா?" என்றாள் அம்மா. "இவரை நான் மனப்பூர்வமா நேசிக்கிறேன். இவங்க வீட்ல இவங்க அப்பா, அம்மாவுக்கும் தெரியும். என்னை அவங்களுக்கு ரொம்ப பிடிச்சுப்போச்சு. எங்க கல்யாணத்துக்கு இப்போ தேவையானது உங்க சம்மதம்தான். அதுக்கப்புறம் இவங்க அப்பா, அம்மா முறைப்படி இங்கே நேர்ல வந்து வெத்தலை, பாக்கு மாத்திக்குவாங்க. அதானே?"

இரண்டுபேரும் பிரமித்து நின்றார்கள்.

அம்மா, எப்படி... உங்களுக்கு...

"கொச்சின்லேர்ந்து வித்யாசாகர் நாலு பக்கத்துக்கு விவரமா எல்லாத்தையும் எழுதியிருந்தான்ம்மா. அக்காவுக்கு இதைவிடப் பொருத்தமா சிறப்பா ஒரு வாழ்க்கை அமையாது. உங்களுக்கு விஷயம் தெரியறப்போ பிகு பண்ணாம, எதிர்க்காம சம்மதம்னு கண்ணை மூடிக்கிட்டுச் சொல்லிடுங்கன்னு எழுதியிருக்கானம்மா."

நிவிதா நெகிழ்ந்து போய், மகிழ்ச்சியில் திணறிப்போய் நின்றாள்.

"கடைசியா அந்தப் பய இன்னொண்ணும் எழுதியிருக்கான். என் லெட்டரையும் மீறி நீங்க எதிர்த்தீங்கன்னா, அவங்க ரெண்டுபேரையும் நானே எங்கேயாச்சும் கடத்திக் கொண்டுபோய்க் கல்யாணம் பண்ணி வைப்பேன்னு எழுதியிருக்கான். அந்தப் பிரச்னை எல்லாம் உங்களுக்கு வேணாம். நிவிதா, உனக்குத் தெரியாத விவரம் இல்லை. நீ சாதாரணமா யோசிக்காம எதையும் தீர்மானிக்கவும் மாட்டே. முடிவெடுக்கவும் மாட்டே. அதனால் உங்க மனசு போல சந்தோஷமா ரெண்டுபேரும் நல்லா இருங்க."

தடால் என்று இருவரும் காலில் விழுந்தார்கள்.

அதன் பிறகு, காரியங்களில் விரைவு கூறி வினோத்குமாரின் அப்பாவும், அம்மாவும் திருச்சி வந்து சந்தித்துப் பேசி... பேசியதிலிருந்து பதினைந்தாம் நாள் திருச்சியில் ஒரு கோவிலில் எளிமையாகத் திருமணம் என்றும், சென்னையில் ஓர் உயர்தர ஹோட்டலில் வரவேற்பு என்றும் தீர்மானமாகி, சென்னையில்

திருமண உறுதிக்குப் பிறகான சந்திப்புகளில் நிவிதாவிடம் வெட்கம் அதிகமாகி...

"ஸ்ட்ரேன்ஞ்?" என்றான் வினோத்குமார். "என்ன நிவிதா, ஏன் முந்தி மாதிரிப் பேச மாட்டேங்கறே. இந்த சந்தோஷத்துக்காகத்தானே காத்திருந்தோம். காதல்ல இருந்த த்ரில் கல்யாணம்னதும் குறைஞ்சுடுச்சா?"

"சேச்சே, அப்படி இல்லை. எனக்குச் சொல்லத் தெரியலை. என்னமோ ஒரு குறுகுறுப்பு ஏற்படுது இப்பல்லாம் உங்களைப் பார்க்கிறப்போ" என்று நிவிதா சொன்ன இடம், வினோத்குமார் வீட்டு மாடியின் தனியறையில்.

கட்டிலின் மேல் அச்சடித்து வந்த அழைப்பிதழ்கள் யாவும் பரவலாகக் கிடக்க... இன்னொரு புறம் ஜவுளிக் கடைப் பைகளாக அடுக்கப்பட்டிருக்க...

"இந்தத் துணியிலே சபாரிதானே தச்சுக்கப் போறீங்க?"

"ஏய், பேச்சை மாத்தாதே" என்று அவளின் இரண்டு தோள்களிலும் தன் கைகளைப் போட்டுக்கொண்ட வினோத், "காதலனா இருக்கிறப்போ கொஞ்சோ கொஞ்சுன்னு கொஞ்சற இவன், தாலி கட்டினதும் மாறிடுவானோன்னு சந்தேகமா இருக்கா?" என்று கேட்டான்.

"அதெல்லாம் ஒண்ணும் இல்லை. நான் எப்பவும் போலதான் இருக்கேன். ஒரு பிரமிப்பு என்னை ஆக்ரமிச்சிருக்கு. நடந்துடுமா, எந்த பிரச்னையும் வராதேன்னு ரொம்ப கவலையா எதிர்பார்த்திட்டிருந்த ஒரு விஷயம் கை கூடி வர்றப்போ ஏற்படற ஒரு ஆயாசம்... அதிகப்படியான திருப்தி, எக்கச்சக்கமான சந்தோஷம்... இன்னும் எப்படிச் சொல்றதுன்னு தெரியலை. ரெண்டு டிசைன்ஸ் இன்விடேஷன் போட்டிங்களா வினோத்?" என்று கையில் எடுத்துப் பார்த்தாள்.

"ஆமாம். கேக்க மறந்துட்டனே நிவி, ஷியாமுக்கு நான் ஒரு இன்விடேஷன் அனுப்பியிருக்கேன். உன் சொந்த இன்விடேஷன் அனுப்பி வச்சியா?"

"இல்லை. லெட்டருக்குப் பதில் போட்டதோட சரி"

"இல்லை நிவிதா, ஒண்ணு அனுப்பி வச்சிடு. அதான் மரியாதை."

"எனக்கு இஷ்டமில்லை வினோத்."

"நானே அனுப்பும்போது, நீ அனுப்புறதுக்கு என்ன...? பரவாயில்லை, ஒண்ணு அனுப்பிடு."

தயக்கமாய்ச் சம்மதித்தாள்.

இரண்டு திருமணப் பத்திரிகைகளையும் கைகளில் வைத்துக்கொண்டு எதிரே உட்கார்த்திருந்த தீபக்கைப் பார்த்துச் சிரித்தான் ஷியாம்.

"பார்த்தியா தீபக் வினோத், நிவிதா ரெண்டுபேருமே கல்யாணத்துக்குக் கூப்பிட்டிருக்காங்க. இதைத்தான் ஒரு மாசமா எதிர்பார்த்து நான் காத்திருந்தேன்டா. என்னைக்குக் கல்யாணம்? வர்ற பத்தாம் தேதி காலைல. என்னைக்கு வரவேற்பு? மறுநாள் பதினோராம் தேதி சாயங்காலம். கல்யாணம் திருச்சில. வரவேற்பு மெட்ராஸ்ல. சொல்லு தீபக், நான் திருச்சில வச்சிக்கட்டுமா, இல்லை மெட்ராஸ்ல வச்சிக்கட்டுமா?"

"எதைடா?"

"என் திட்டத்தை!" என்றான் ஷியாம், முகம் கடுமையாகி.

——

அத்தியாயம் 25

“அட! சொல்லேன் ஷியாம். என்னதான் உன் திட்டம்?” என்றான் தீபக். ஐஸ்வாட்டர் நிரம்பிய பாட்டிலை மூடி கழற்றிவிட்டுக் கவிழ்த்துக்கொண்டு கடைசிச் சொட்டுவரை குடித்தான்.

“தீபக், முதல்லயே சொல்லிட்டேன் இந்தத் தடவை செஞ்சிட்டு அப்புறம்தான் உன்கிட்டேச் சொல்லப் போறேன்” என்றான் ஷியாம் சிகரெட் சாம்பலைத் தட்டிவிட்டு.

“ஷியாம், வெளில அதிகமாத் தெரியாமதான் நீங்க ஒருத்தரை ஒருத்தர் அவமானப்படுத்திக்கிட்டீங்க. நீ எழுதின லெட்டருக்கு மதிப்பு தந்து நிவிதா பதில் எழுதினா, ஆறுதலா உன்னை மன்னிச்சு நண்பனா நினைச்சு ரெண்டுபேருமே தனித்தனியா பத்திரிகை அனுப்பியிருக்காங்க. என்ன அர்த்தம்? அவங்க நீ நடந்துகிட்டதை எல்லாம் மறந்துட்டாங்க. நீயும் மறந்துடேன்.”

“ஆரம்பிச்சிட்டியா? வேறப் பேசு தீபக், இது தீர்மானம் ஆயிடுச்சு.”

“சரி, என்னதான் செய்யப்போறே? அதையாச்சும் சொல்லு. கல்யாணத்தை நிறுத்தப் போறியா?”

“நோ! கல்யாணம் நடந்தாகணும். வேற யாராவது நிறுத்த நினைச்சாக்கூட உயிரைக் கொடுத்தாவது முறியடிப்பேன்.

நிவிதாவும், வினோத்குமாரும் கல்யாணம் பண்ணிக்கணும் தீபக். அதுக்கப்புறம்தான் செண்ட்டிமெண்ட் வேலை செய்யும். அவளை என் பக்கம் சாய்க்கும்."

"நான் என்ன சொன்னாலும் கேட்டுக்கப் போறதில்லை. ஒண்ணு மட்டும் சொல்றேன். நிவிதாவை நீ மறுபடி புத்திசாலித்தனத்தால் ஜெயிச்சி உன் ஈகோவை நிலைநாட்டிக்கிறதோட நிறுத்திக்கோ. கல்யாணத்துக்கப்புறமும் அவ உடம்புமேல ஆசை வேணாம், ப்ளீஸ்..."

"தீபக், வர வர நீ ரொம்ப அட்வைஸ் பண்றேப்பா. கொஞ்சம் போய்ட்டு அப்புறம் வாரியா? நான் என் திட்டத்தைப் பத்தி நிறைய யோசிக்க வேண்டியிருக்கு."

"வெளில போடான்னு சொல்றே, போறேன். இனிமே நான் உனக்கு அட்வைஸ் பண்ண மாட்டேன்."

தீபக் வேகமாக எழுந்து, செருப்பணிந்து வெளியேறினான்.

அவன் போனதும் கதவைச் சாத்திவிட்டு வந்து ஸோபாவில் அமர்ந்த ஷியாம் டீப்பாய் அடியில் இருந்த தனது டைரியை எடுத்து, எண் பார்த்துக்கொண்டு போன் செய்தான்.

"ஹலோ, மிஸ்டர் வினோத்குமார் இருக்காரா?"

"ஸ்பீக்கிங்."

"சார், நான் ஷியாம். ஒரு தடவை கூட நாம் சந்திச்சதில்லை, பேசினதில்லை. ஆனா மிஸ் நிவிதா மூலமா என்னைப்பத்தி கன்னா பின்னான்னு நிறையக் கேள்விப்பட்டிருப்பீங்க. ரொம்ப மோசமா நடந்துக்கிட்டவன். ஆனா இப்போ சுத்தமா மாறிட்டேன். என்னை மதிச்சு நீங்களும், மிஸ் நிவிதாவும் கல்யாணப் பத்திரிகை அனுப்பியிருக்கிறதே கூட என்னைச் செருப்பால அடிச்ச மாதிரி இருக்கு சார். குறள் சொல்வாங்களே, இன்னா செய்தாரைன்னு... அது மாதிரி... பெருந்தன்மையா மன்னிக்கிற பக்குவம் கொண்ட மிஸ் நிவிதாகிட்டே நான் கேவலமா..."

"ஹலோ மிஸ்டர் ஷியாம் எதுக்காக இப்போ அதெல்லாம்? விடுங்க. நீங்க உணர்ந்திட்டீங்கங்கிறதை நாங்க உணர்ந்துட்டோம் மறந்துடுங்க. கல்யாணத்துக்கு அவசியம் வாங்க."

"நிச்சயமா வர்றேன் சார். இங்கேர்ந்து திருச்சிக்கு காரெடுத்துக்கிட்டு வர்றேன் சார். ரிசப்ஷனுக்கும் வர்றேன் சார். நீங்க ரெண்டுபேரும் நல்லா இருக்கணும். பத்தாம் தேதி கல்யாணம் முடிச்சுக்கிட்டு மெட்ராஸுக்கு எப்போ புறப்படறீங்க?"

"அன்னைக்கு ராத்திரியே புறப்பட்டுருவோம். மறுநாள் சாயங்காலம் இங்கே ரிசப்ஷன் இருக்கே..."

"ஆமாம். எதிலே புறப்படறீங்க?"

"ராக்ஃபோர்ட் எக்ஸ்பிரஸ்ல."

"டிக்கெட்ஸ் ரிசர்வ் பண்ணிட்டீங்களா? இல்லைன்னா சொல்லுங்க. திருச்சில நம்ம ஃபிரெண்ட் மூலம் பண்ணித் தர்றேன்."

"ஏற்கெனவே பண்ணியாச்சுங்க. தாங்ஸ்."

"கல்யாணம் சம்பந்தமா நான் ஏதாச்சும் உதவி செய்யணும்னா சொல்லுங்க. கட்டாயம் செய்யறேன். என் மனசுக்கு ஆறுதலா இருக்கும்."

"பரவால்லைங்க, எதுவும் செய்ய வேணாம். வந்து வாழ்த்துங்க, போதும்"

"வாழ்த்தறதுக்குத் தகுதி இல்லை சார்."

"இந்த காம்ப்ளெக்சை முதல்ல ஒழிங்க. பி சியர்ஃபுல் நடந்ததையே நினைக்காதிங்க. உணர்ந்துட்டீங்க. மன்னிப்பு கேட்டுட்டீங்க. விட்டுடுங்க. பழையபடி ஆயிடுங்க."

"முயற்சி பண்ணிக்கிட்டுதான் இருக்கேன். முடியலை சார். ஓக்கே. கல்யாணத்திலே சந்திக்கலாம்" என்று போனை வைத்தான் ஷியாம்.

தேதி 10

இடம் - திருச்சி

அந்த அம்மன் கோவில் மிகச் சிறியதாக இருந்தது. அழைக்கப்பட்டிருந்த உறவினர்களும் மிகக் குறைவான எண்ணிக்கையில்தான் இருந்தார்கள்.

வித்யாசாகர் வேஷ்டி கட்டியிருந்தான். முகம் முழுக்க உற்சாகம் ஏந்தி பரபரப்பாக அலைந்தான். நாயனக்காரரும், மேளக்காரரும் நின்றுகொண்டே வாசித்தார்கள்.

வினோத்குமார் பட்டு வேஷ்டி பட்டுச்சட்டை அணிந்துகொண்டு தனது அம்மா, அப்பா, தம்பி இவர்களோடு நின்றுகொண்டு அம்மனுக்கு நடக்கும் அர்ச்சனையைப் பார்த்துக்கொண்டிருந்தான்.

அவனுக்கு எதிராகப் பட்டுச் சேலையில் நிவிதா. தன் அம்மா மற்றும் நெருங்கிய உறவினர்களோடு நின்று கொண்டிருந்தாள்.

கோவிலின் வாசலில் தனது அம்பாஸிடர் காரை நிறுத்திவிட்டு இறங்கினான் ஷியாம். பூக்காகிதம் சுற்றின பரிசுப் பார்சலைக் கையில் எடுத்துக்கொண்டு ஷூவை கழற்றிப் போட்டுவிட்டு அவசரமாக உள்ளே வந்தான்.

அவன் உள்ளே வருவதை முதலில் பார்த்தவள் நிவிதா தான். என்னதான் பத்திரிகை அனுப்பியிருந்தாலும், சென்னையிலேயே நடக்கும் ரிசப்ஷனுக்குத்தான் அவன் வருவான் என்று நினைத்திருந்தாள். இங்கே பார்த்ததில் ஒரு சின்ன அதிர்ச்சி.

அதை மறைத்துக்கொண்டு, "வாங்க சார்" என்றாள்.

வினோத் திரும்பிப் பார்த்து, "அடடே, வாங்க..." என்று கைகளைப் பிடித்துக் கொண்டான்.

"வர்ற வழியில் டயர் பங்க்சர் மாத்திக்கிட்டு வந்தேன். முகூர்த்தம் முடிஞ்சிடக் கூடாதேன்னு நினைச்சிக்கிட்டே வந்தேன்" என்றான் ஷியாம்.

வினோத்குமார் அவனைத் தன் பெற்றோர்களுக்கும், வித்யாசாகருக்கும் அறிமுகப்படுத்தி வைத்தான்.

ஷியாம் சுவாமியை வணங்கிவிட்டுப் பயபக்தியோடு விபூதி எடுத்து நெற்றியில் வைத்துக்கொண்டான், நிவிதாவைப் பார்ப்பதையே தவிர்த்தான்.

அர்ச்சகர் சுவாமிக்கு அர்ச்சனை முடித்து, தீபாராதனை காட்டி அனைவருக்கும் விபூதி, குங்குமம் வழங்கிவிட்டு, சுவாமியின் பாதத்தில் வைக்கப்பட்டிருந்த பித்தளைத் தட்டை எடுத்துக்கொண்டு வந்தார்.

"பெரியவங்க எல்லாம் மாங்கல்யத்தை ஆசீர்வாதம் பண்ணுங்கோ."

நிவிதா ஒருமுறை நிமிர்ந்து ஷ்யாமைப் பார்த்தபோது, அவன் பவ்யமாகக் கைகளைக் கட்டிக்கொண்டு நின்றிருந்தான்.

எதற்காக மெனெக்கெட்டு சென்னையில் இருந்து திருச்சிக்குத் திருமணத்திற்காகவே வந்திருக்கிறான்? முகத்தில் இந்தத் தாடி, இந்தச் சோகம் இதெல்லாம் உண்மைதானா? இல்லை எல்லாம் அழுத்தமான பாசாங்கா?

சரியாகத் தாலி கட்டப் போகும் தருணத்தில் ஏதாவது குளறுபடி செய்வது இவன் உத்தேசமாக இருக்குமா?

அர்ச்சகர் ஆசீர்வாதம் முடிந்து, திரும்பி, தட்டில் இருந்து மாங்கல்யத்தை எடுத்து வினோத்குமாரின் கைகளில் கொடுத்து, மந்திரங்களை ஆரம்பித்து, "கெட்டி மேளம்" என்று குரல் கொடுக்க...

லேசான குழப்பத்தோடுதான் கழுத்தை நீட்டினாள் நிவிதா. வினோத்குமார் தாலி கட்டினான், இதழ்களில் தங்கின நிரந்தரப் புன்னகையுடன். அவன் கட்டி முடித்தவுடன்தான் நிம்மதி ஏற்பட்டது அவளுக்கு. மாலைகள் மாற்றிக் கொண்டார்கள்.

அட்சதைகள் தூவப்பட்டன. பெரியவர்களின் கால்களில் விழுந்து ஆசீர்வாதம் வாங்கினார்கள்.

ஷியாம் இருவரையும் பொதுவாகப் பார்த்து, “கங்கிராஜுலேஷன்ஸ்” என்றான். வினோத்குமாரின் கைகளைப் பற்றிக் குலுக்கிவிட்டு, பரிசுப் பார்சலைத் தந்தான்.

வாங்கிக்கொண்ட வினோத்குமார், “வீட்ல சாப்பாடு ஏற்பாடு பண்ணிருக்காங்க. அவசரப்பட்டு ஓடிடாதிங்க” என்றான்.

“சேச்சே, நீங்களே போகலாம்னு சொல்றப்போ போறேன். சரிதானே?”

லோக்கல் புகைப்படக்காரரர் மாய்ந்து, மாய்ந்து பளிச் செய்து கொண்டிருந்தார். ஷியாம் ஓர் ஓரமாக விரிக்கப்பட்டிருந்த ஜமுக்காளத்தில் அமர்ந்தான்.

வினோத்குமாரும், நிவிதாவும் கைகோர்த்துக்கொண்டு கோயிலின் பிரகாரத்தைச் சுற்றிவர ஆரம்பித்தார்கள்.

வித்யாசாகர் ஒரு தட்டில் சாக்லேட்ஸ் நிரப்பி ஒவ்வொருவரிடமும் நீட்டிக் கொண்டிருந்தான். ஷ்யாமிடம் வந்தான், “எடுத்துக்கங்க சார்.”

வித்யாசாகர், வினோத்குமாரிடம் வந்து நீட்டினான்.

எடுத்துக்கொண்டு, “உங்கம்மா சம்மதிக்கலைன்னா எங்கயாச்சும் கடத்திக் கொண்டு போய் வச்சு கல்யாணம் பண்ணி வைப்பேன்னு லெட்டர் எழுதினீங்களாமே...” என்று சிரித்தான்.

“பின்னே, உங்க ரெண்டுபேருக்காக நான் செய்ய மாட்டேனா?” என்ற வித்யாசாகரின் தலையைச் செல்லமாகக் கலைத்தாள் நிவிதா.

“அக்கா, உங்க மேனேஜர் ரொம்ப நல்ல மூட்ல இருக்கார். இப்ப நீ என் வேலைக்காகப் பேசிப் பாரேன். நான் கொச்சின்லேர்ந்து வந்துடறேன்.”

“இரு, பறக்காதே. அவர் இப்ப மேனேஜர் இல்லை வேலையை ராஜினாமா செஞ்சிட்டார்.”

“ஏன்?”

"ஏதோ சொந்தக் காரணம்."

அரைமணி நேரத்தில் அவர்கள் நிவிதாவின் வீட்டிற்குப் புறப்பட்டார்கள். ஷியாம், வித்யாசாகரை அழைத்துக்கொண்டு முன்கூட்டியே தன் காரில் சென்று கைலி கட்டிக்கொண்டு இலை போட்டு, பரிமாறும் வேலைகளில் ஈடுபட்டான்.

பின்னர் வாடகைக் காரில் வந்து இறங்கின வினோத்குமார் வந்து, "என்ன சார் இது, இங்கே நிறைய பேர் இருக்காங்க. நீங்க உக்காருங்க" என்றான்.

"நோ, என்னைத் தடுக்காதீங்க. சந்தோஷமாச் செய்யறேன்" என்ற ஷ்யாமைப் பார்க்க நிவிதாவுக்குள் ஒரு பரிதாப உணர்ச்சி பிரதானமாக எழுந்தது.

எவ்வளவோ வற்புறுத்தியும் கேட்காமல் ஷியாம் எல்லோருக்கும் பரிமாறிவிட்டு, கடைசி பந்தியில்தான் சாப்பிட்டான்.

"ராத்திரி ஒம்போது மணிக்குத்தானே ரயில்."

"ஆமாம்!" என்றான் வினோத்குமார்.

"நான் தஞ்சாவூர் வரைக்கும் போக வேண்டியிருக்கு, போய்ட்டு வந்துடறேன். உங்களை எல்லாம் ரயில் ஏத்தி விட்டுட்டு அதுக்கப்புறம் நான் புறப்பட்டுப் போறேன்."

"எதுக்கு சிரமம்? அதெல்லாம் வேணாம் சார். நாங்க பார்த்துக்கறோம்."

"சிரமமா? சுகம் சார், வர்றேன். அவசியம் வர்றேன்."

காரை எடுத்துக்கொண்டு புறப்பட்டுப் போனான் ஷியாம். தஞ்சாவூர் வந்தான். சிவகெங்கை பூங்காவில் ஒரு புல்வெளியில் சும்மா படுத்துக்கிடந்தான். இரண்டு மணி நேரம் கழித்துப் புறப்பட்டு, ஆறு மணிக்கெல்லாம் திருச்சியில் நிவிதா வீட்டின் முன் நிறுத்தினான்.

உள்ளே வந்தான். கூடத்தில் மிகச் சொற்பமானவர்களே அமர்ந்து பேசிக் கொண்டிருந்தார்கள். வினோத்குமார், அவன் அப்பா, வித்யாசாகர், மேலும் சிலர்.

"நான் ஒரு யோசனை சொல்லட்டுமா மிஸ்டர் வினோத்."

"சொல்லுங்க."

"தஞ்சாவூர்ல வேலை சீக்கிரமே ஆய்டுச்சி. நான் மெட்ராசுக்குப் புறப்படறேன். அஞ்சே மணி நேரத்தில போய்டலாம். பன்னிரண்டுக்கெல்லாம் மெட்ராஸ்ல இருக்கலாம். கார்ல நான் மட்டும்தான் போறேன். நீங்களும், உங்க மனைவியும் மட்டும் என்னோட கார்ல வரலாமே... உங்களுக்கும் சௌகரியம், எனக்கும் கம்பெனி."

"நல்ல ஐடியாவாச்சே..." என்றான் வித்யாசாகர். "நாங்க எல்லாம் ட்ரெய்ன்ல வந்துடறோம். நீங்க ரெண்டுபேரும் போகலாம் மச்சான். உங்க டிக்கெட்டை கேன்சல் பண்ணிடறோம்."

"ஒரு நிமிஷம்" என்று எழுந்தான் வினோத்குமார். "நிவிதாவை ஒரு வார்த்தை கேட்டுடறேன்" என்றான்.

"அவங்களுக்குச் சங்கடமா இருந்தா வேணாம்." வினோத்குமார் உள் அறைக்கு வந்து பெண்கள் மத்தியில் பேசிக்கொண்டிருந்த நிவிதாவைத் தனியே அழைத்து விவரத்தைச் சொன்னான்.

"எதுக்குங்க? நாம எல்லோரோடவும் சேர்ந்தே போய்டலாமே...?"

"ட்ரெய்ன்ல பெர்த் கிடைக்கலை. சிட்டிங்தான் கார்ல சௌகரியமாப் போய்டலாம் கார் ஃப்ரீயாதான் போகுது. அஞ்சு மணி நேரம்தான். நீ எதையாச்சும் மனசுல வச்சிக்கிட்டு மறுக்காதே. அவன் மாறியாச்சு. கிடைக்கிற சந்தர்ப்பத்திலே எல்லாம் உதவணும்னு விரும்புறான். இதில ஒண்ணும் தப்பில்லை நிவிதா. போகலாம்."

"இல்லைங்க... வந்து"

"எதுவும் சொல்லாதே. புறப்படு. ஏற்கெனவே எல்லாம் பேச் செஞ்சாச்சு. நம்ம லக்கேஜை மட்டும் எடுத்துக்கோ" என்று கூறிவிட்டு, வினோத்குமார் முன் ஹாலுக்கு வந்து, "சரி, போகலாம் மிஸ்டர் ஷியாம்" என்றதும்,

வார்ரே வா - என்று மனத்திற்குள் சொல்லிக்கொண்ட ஷியாம் தனது ப்ரீஃப்கேசிற்குள், பேண்ட் மடிப்புக்குள் உறங்கிக்கொண்டிருக்கும் துப்பாக்கியை லோட் செய்ய வேண்டும் என்று நினைத்துக் கொண்டான்.

ஷியாம் வற்புறுத்தியும் கேட்காமல், நாகரிகம் கருதி வினோத்குமார் முன்சீட்டில் அமர்ந்துகொள்ள, நிவிதா பின்சீட்டில் அமர்ந்துகொள்ள... ப்ரீஃப்கேசைத் தன் அருகிலேயே வைத்திருந்த ஷியாம், காரைக் கிளப்பிய போது நேரம் 6-25.

———

அத்தியாயம் 26

திருச்சியை விட்டு ஷியாமின் கார் புறப்பட்ட அதே நேரம், சென்னையில் தீபக் தனது ஸ்கூட்டரை ஷியாமின் தனி வீட்டின் முன்னால் நிறுத்தினான்.

அவனிடம் எப்போதும் ஷியாம் வீட்டின் ஒரு சாவி உண்டு. ஷியாம் இல்லாத நேரத்திலும் திறந்துகொண்டு உள்ளே வந்து டேப் ரெக்கார்டர் போட்டுக் கேட்பான், டெலிவிஷன் பார்ப்பான். ரெஃப்ரிஜிரேட்டரில் இருந்து மது எடுத்துக் குடிப்பான். போன் செய்வான்.

இப்போது அந்த வீட்டுப் பக்கமாகக் கடந்தபோது, திடீரென்று திண்டுக்கல்லுக்கு ஒரு நண்பருக்கு போனில் சொல்ல வேண்டிய செய்தி நினைவுக்கு வந்தது.

ஆகவே, தீபக் ஸ்கூட்டரை நிறுத்திவிட்டு, சாவி போட்டுக் கதவைத் திறந்து உள்ளே வந்தான். நேராய் போனுக்குச் சென்று திண்டுக்கல் நண்பருடன் எஸ்.டி.டி. கால் போட்டுப் பேசினான்.

முடித்துவிட்டு எழுந்து மணி பார்த்தான். உடனடியாக வேலை எதுவுமில்லை. நிறைய நேரமிருந்தது. கதவைச் சாத்திவிட்டு ரெஃப்ரிஜிரேட்டரைத் திறந்தான். உள்ளே பாதி பாட்டில் வரை இருந்த பிராந்தி குலுங்கியது. குளிர்பானம் ஒன்றும் எடுத்துக்கொண்டான்.

ஸோபாவில் அமர்ந்து நிதானமாக இரண்டு பெக் குடித்து முடித்து, ஒரு சிகரெட்டையும் கொளுத்திக்கொண்டே பின்னர் ஷியாமைப் பற்றி யோசித்தான்.

திருச்சிக்கு நிவிதாவின் கல்யாணத்திற்குப் போயிருக்கிறான். கல்யாணத்தை நிறுத்தப் போவதில்லை என்றான். ஆனால் அதே சமயத்தில் ஏதோ ஒரு வகையில் பழிவாங்கப் போவதாகவும் சொன்னான்.

என்ன செய்தானோ? என்ன நடந்ததோ? வழக்கமாக எதையும் விலாவரியாக என்னிடம் சொல்வான். இந்தமுறை பிடிவாதமாகச் சொல்ல மறுத்துவிட்டான். மகா கோபக்காரன். பாவம் நிவிதா! எப்படி அவமானப்படுத்தினானோ? என்னால் இயன்றவரை அறிவுரை சொல்லிப் பார்த்து விட்டேன். ம்கூம். கேட்பதாக இல்லையே. முதலிலேயே அவன் திட்டத்திற்கு நான் ஒத்துழைப்பு தந்திருக்கக் கூடாது.

சிந்தித்துக்கொண்டே திரும்பியவன் டீப்பாயின் அடியில் ஷியாமின் அகலமான டைரியைப் பார்த்தான்.

ஷியாம் தினம் விடாமல் தன் எண்ணங்களை டைரியில் எழுதுபவன் என்பது தீபக்கிற்குத் தெரியும். ஆனால் ஒரு நாள் கூட நாகரிகம் முன்னிட்டு அதைத் தொட்டுக் கூடப் பார்த்ததில்லை.

இன்று திடீரென்று நிவிதா குறித்து, அவள் திருமணம் குறித்து என்ன எழுதி இருக்கிறான் என்பதை அறிந்துகொள்ளும் ஆவல் ஏற்பட்டது.

தீபக் சட்டென்று அந்த டைரியைக் கையில் எடுத்தான்.

காரை நிதானமாகச் செலுத்தினான் ஷியாம். காரின் டேப்பில் சினிமா பாடல் சன்னமாக ஒலித்துக்கொண்டிருக்க, வினோத்குமார் தனக்கும், நிவிதாவுக்கும் எப்படி காதல் ஏற்பட்டது என்பதை விவரமாகச் சொல்லிக் கொண்டிருந்தான்.

பின்சீட்டில் சாய்ந்திருந்த நிவிதா காலையில் மிக முன்னதாக விழித்துவிட்ட களைப்பிலும், கார் ஜன்னல் வழியாகச் சீராக வீசின இதமான காற்றின் தாலாட்டினாலும், கார் ஓட ஆரம்பித்த சிறிது நேரத்திலேயே உறங்க ஆரம்பித்திருந்தாள்.

ரியர் வ்யூ கண்ணாடியில் அவள் உறங்குவதைப் பார்த்த ஷியாம், தனது பாக்கெட்டில் இருந்து சிகரெட் எடுத்துப் பற்ற வைத்துக்கொண்டு அந்தச் சிறிய ஊரின் ஒரு டீக்கடை முன்பாகக் காரை நிறுத்தினான் அதிக ஓசையில்லாமல்.

"வாங்க வினோத். ஒரு டீ சாப்பிடலாம். அவங்களுக்கு எதுவும் வேணுமான்னு கேளுங்க" என்று இறங்கினான் ஷியாம்.

"நல்லாத் தூங்கறா, வேணாம். ரெண்டு சொல்லுங்க, போதும்."

ஷியாம் இரண்டு டீ சொல்ல... வினோத்குமார் பேப்பர் எடுத்துப் படித்துக் கொண்டிருக்க, ஒரு டீயில் யாரும் அறியாமல் அந்த மாத்திரையைப் போட்ட ஷியாம், "இந்தாங்க" என்று நீட்டினான்.

வினோத்குமார், "தாங்க்யூ" என்று சொல்லி மடக் மடக் என்று குடித்துவிட்டு வைத்து, "போகலாமா?" என்றான்.

மீண்டும் காரில் பயணம் ஆரம்பித்துப் பத்து நிமிடத்தில்...

"என்னமோ பண்ணுது ஷியாம்" என்றான் வினோத்குமார்.

"வாமிட்டிங்?"

"இல்லை நெஞ்சை அடைக்கிற மாதிரி... ஒரு மாதிரி மயக்கமா..." என்று குழறினான், வாயால் சுவாசித்தான்.

சில நிமிடங்களில் முழுமையாக மயக்கத்தில் ஆழ்ந்து அப்படியே அமர்ந்த நிலையில் சரிந்தான் வினோத்குமார். முன்சீட்டில் நடப்பது எதுவுமே உணராத ஆழ்ந்த உறக்கத்தில் இருந்தாள் நிவிதா.

பயணம் தொடர,

எங்கே, எப்போது வைத்துக் கொள்ளலாம் என்று யோசித்தான் ஷியாம்.

தீபக் டைரியைப் புரட்டி நேற்றைய தேதிக்கு வந்தான்.

நேற்றைய தேதியில் அந்தப் பக்கம் முழுவதும் எழுதப்பட்டிருந்தது. படிக்க ஆரம்பித்தான்.

"இன்று நிவிதாவின் திருமணத்திற்காகத் திருச்சி புறப்படுகிறேன். நாளைக்குத்தான் வஞ்சம் தீர்க்கும் நாள். ஒரு மாதத்திற்கும் மேல் நான் பொறுமையாகக் காத்திருந்தது நாளைய தினத்திற்காகத்தான். நடந்ததைச் சுத்தமாக மறந்தவன்போல், என்மேல் பரிதாபமும், அன்பும் ஏற்படும் விதத்தில் கல்யாண சமயத்தில் நடந்துகொள்ளப் போகிறேன். வினோத்குமாரையும், நிவிதாவையும் என்னோடு காரில் வர அழைப்பேன். ஒப்புக்கொண்டு வருவார்கள் என்று எதிர்பார்க்கிறேன். ஒப்புக்கவில்லை எனில் சென்னையில் வேறு ஒரு மாற்றுத் திட்டம் வைத்திருக்கிறேன். ஒப்புக்கொண்டால் பயண வழியில் வினோத்குமாரை அவனறியாமல் மாத்திரை மூலம் மயக்கத்தில் ஆழ்த்திவிட்டுத் துப்பாக்கி முனையில் பேரம் பேசப் போகிறேன். கற்பு வேண்டுமா, கணவன் வேண்டுமா? கணவன்தான் வேண்டும் எனத் தீர்மானித்தால், காரிலேயே அவளை நான் அவள் சம்மதத்துடன் அனுபவிப்பேன். கற்புதான் வேண்டும் என்றால், அவள் கண்ணெதிரிலேயே வினோத்குமாரைக் கொலை செய்வேன். நான் தண்டனை அடைவது பற்றி எனக்குக் கவலையே இல்லை. திருமணமாகி ஏராளக் கனவுகள் சுமந்து, இன்னும் புருஷ சுகம்கூட அறியாமல் விதவையாகிக் காலம் முழுவதும் கலங்கப் போகிறாளே நிவிதா, அதைவிடப் பெரிய தண்டனை எனக்குக் கிடைக்கப் போவதில்லை. எப்படிப் பார்த்தாலும் நிவிதா என்னிடம் தோற்கிறாள் தோற்கிறாள் தோற்கிறாள். நான் எப்போதும் போல ஜெயிக்கிறேன் ஜெயிக்கிறேன் ஜெயிக்கிறேன்."

படித்து முடித்ததும் தீபக்கிற்குப் போதை பறந்துவிட்டது. டைரியைப் பிடித்திருந்த கரங்கள் நடுங்கின. பதற்றம் தொற்றியது.

முட்டாள்! மெண்ட்டலி மிகவும் பாதிக்கப்பட்டுவிட்டவன். நிச்சயமாக இதில் எழுதியுள்ளபடி செய்தாலும் செய்வான். செய்தாலும் என்ன செய்வான்! இதற்காகவே வாரக் கணக்கில் காத்திருந்தவன்.

நிவிதா பாவம். திருமணத்திற்குப்பின் ஒரு பெண்ணைத் தவறாகப் பார்ப்பது மாபெரும் தப்பு. நிவிதா நிச்சயம் உயிரே போனாலும் இணங்க மாட்டாள். ஷியாம் படு பிடிவாதக்காரன். துப்பாக்கி எடுத்துப் போயிருக்கிறான். வினோத்குமாரைச் சுடத் தயங்கமாட்டான். தான் மாட்டிக்கொள்வதையோ, பின்விளைவுகளையோ யோசிக்கிற மனநிலையில் இல்லை அவன், எப்படியும் நிவிதாவை அடைய வேண்டும் அல்லது வாழ்நாள் முழுக்கத் துடிக்க வைக்க வேண்டும் என்கிற வெறியில் இருக்கிறான்.

தடுக்க வேண்டுமே.

விபரீதம் எதுவும் நிகழ்ந்துவிடாமல் தடுக்க வேண்டுமே.

என்ன செய்யலாம்?

இந்த நேரம் திருச்சியில் என்ன நடந்து கொண்டிருக்கிறதோ? காரில் இவனுடன் அவர்கள் புறப்பட்டார்களோ, இல்லையோ... கடவுளே இவனுடன் பயணம் செய்ய அவர்கள் சம்மதித்திருக்கக் கூடாது.

என்ன செய்வேன் நான்? டைரியில் புரட்டி நிவிதாவின் விடுதி போன் நம்பரை அவசரமாகத் தேடிக் கண்டுபிடித்துச் சுழற்றினான்.

"எக்ஸ்க்யூஸ் மி மேடம். நிவிதா இருக்காங்க இல்லையா, அவங்களோட திருச்சி அட்ரஸ்ல போன் நம்பர் எதுவும் கொடுத்திருக்காங்களா? எதுக்காவது? ஒரு முக்கியமான செய்தி சொல்லணும். ப்ளீஸ், பார்த்துச் சொல்லுங்க. ரொம்ப அர்ஜண்ட்."

தீபக் நகம் கடித்துத் துப்பிக்கொண்டு காத்திருந்தான்.

திருச்சியை விட்டு விலகிச் சரியாக முப்பத்தி ஆறாவது கிலோமீட்டரில் காரை முக்கிய சாலையில் இருந்து பிரிந்த ஒரு

மண் சாலையில் இறக்கி நிறுத்தினான் ஷியாம். வேண்டுமென்றே கொஞ்சம் சடன் பிரேக் போட்டுக் குலுக்கி நிறுத்தினான்.

குலுக்கலில் விழித்துக்கொண்ட நிவிதா, முன்சீட்டில் சரிந்திருக்கும் வினோத்குமாரை முதலில் தூங்குகிறான் என்றுதான் நினைத்தாள். பிறகு கார் முக்கிய சாலையில் இருந்து பிரிந்து நிற்பதையும், ஷியாம் காரை விட்டிறங்கி ஒவ்வொரு கதவாகத் திறந்து அதன் கண்ணாடிகளை ஏற்றி விடுவதையும் நிழல் வடிவமாகத்தான் பார்க்க முடிந்தது.

“என்ன இது? எங்கே நிக்கிது கார்? எதுக்காகக் கண்ணாடி எல்லாம் ஏத்தி விடறீங்க? வினோத் வினோத்” என்று கலவரமாக வினோத் தோளில் தட்ட...

டிரைவிங் சீட் கதவைத் தவிர மூன்று கதவுகளையும் சாத்திவிட்டு ஷியாம், “நிவிதா, அவரைத் தொந்தரவு செய்யாதே. மயக்கத்திலே இருக்கார்” என்று சைடில் திரும்பி உட்கார்ந்துகொண்டு, காரின் உள் விளக்கைப் போட்டான்.

“மயக்கமா?”

“ஆமாம். நான்தான் மாத்திரை கலந்து கொடுத்தேன். மூணு மணி நேரத்துக்கு அசையக்கூட மாட்டான். யானையை விட்டு மிதிக்கச் சொன்னாக்கூட கண் திறக்க மாட்டான். கொஞ்சம் ஸ்ட்ராங்கான டோஸ். ஏண்டி என்னை என்ன இளிச்சவாயென்னு நினைச்சியா? இதைப் பார்த்தியா? சினிமாவுலதான் நீ துப்பாக்கி பார்த்திருப்ப இதுதான். இப்ப, நான் என்ன செய்யப்போறேன் தெரியுமா? உன் புருஷனை உன் கண் எதிர்க்கவே சுடப் போறேன்.”

“ஷியாம்! வேணாம், அய்யோ! வேணாம்.”

“வேணாம்னா சில கண்டிஷன்ஸ் இருக்கும்மா நிவிதா. நம்பர் ஒன், இப்படிக் கத்திப் பேசாதே. நம்பர் டூ, காரோட கதவைத் திறந்துக்கிட்டுக் கீழே இறங்க முயற்சி செய்யாதே. நம்பர் த்ரீ, காப்பாத்துங்கன்னு கத்தி யாரையாச்சும் உதவிக்குக் கூப்பிடாதே. நம்பர் ஃபோர், என்கிட்டேர்ந்து எப்படி துப்பாக்கியைப்

பறிக்கலாம்னு குறுக்கு யோசனை செய்யாதே. நம்பர் ஃபைவ், நான் உனக்குக் கொடுக்கிற முப்பது நிமிஷத்துக்குள்ளே ஒரு முடிவுக்கு வந்துடு. அதே கோரிக்கைதான். நான் உன்னை அணைச்சுக்கணும். இப்பவும் நோ வயலன்ஸ். நீயா உன்னை எனக்குத் தரணும். பத்து நிமிஷம் நமக்குப் போதும். உன் புருஷன் மயக்கத்தில் இருக்கான். கார் பின்சீட்ல நிறைய இடம் இருக்கு. பதினோராவது நிமிஷம் நாம ரெண்டுபேருமே நடந்ததை மறந்துடலாம். வாழ்க்கை பூரா உன் புருஷனோட சந்தோஷமா இரு. அப்புறம் நான் குறுக்கே வரவே மாட்டேன் சத்தியமா என்ன சொல்றே?"

பிரமித்துப்போய் அமர்ந்திருந்தாள் நிவிதா.

"ஷியாம்! ப்ளீஸ்... உங்களை எவ்வளவு தூரம் நம்பி நாங்க வந்தோம்? வேணாம். இதெல்லாம் வேணாம் வாழ்க்கையோட விளையாடாதீங்க."

"நிவிதா, நோ ஆர்க்யுமெண்ட்ஸ் நவ். போதுமான அளவு ஏற்கெனவே நாம விவாதிச்சாச்சு. என் முடிவில் மாற்றம் இல்லை. ஒரு தடவை என்னோட சந்தோஷமா இரு. இல்லை உன் புருஷனை, உன் வாழ்க்கையை, உன் சந்தோஷத்தை, எல்லாத்தையும் என் ஒரு குண்டுக்குப் பலி கொடுத்துட்டுக் காலம் பூராக் கண்ணீர் விடு. இந்த இரண்டு சாய்ஸ்தான். இப்பக்கூட நான் உன்னைப் பலாத்காரம் செய்ய விரும்பலை. விரும்பி நீ வரணும். அதுக்கு உன் மனசைத் தயாராக்கிக்கத்தான் இந்த முப்பது நிமிஷம். யோசி கத்தினாலும், காரை விட்டு இறங்கினாலும் வினோத்குமாரைச் சுடுவேன். நினைவு வச்சிக்கோ."

ஷியாம் காரை விட்டு இறங்கினான். முன்பக்கம் பானெட்டில் குதித்து அமர்ந்துகொண்டான். காருக்குள்ளே பரிதவிக்கும் நிவிதாவை மமதையாகப் பார்த்தான், நிமிடங்கள் நகர அனுமதித்துக் காத்திருந்தான்.

தீபக் படபடப்பாக விடுதியில் பி.பி. எண் என்று கொடுத்த எண்ணை எஸ்.டி.டி.யில் தொடர்புகொண்டு "சார், உங்க பக்கத்து

வீட்லயோ, எதிர்த்த வீட்லயோ, இருக்கிற மிஸ் நிவிதாவை உடனே பேசச் சொல்லுங்க, லைன்ல இருக்கேன்" என்றான்.

சில வினாடிகளில், "ஹலோ, நான் நிவிதாவோட தம்பி வித்யாசாகர் பேசறேங்க. நீங்க யாருங்க?" என்று கேட்டான்.

"சார், நான் நிவிதாவோட பழைய ஆபீஸ் மேனேஜர் ஷ்யாமோட ஃபிரண்டு. ரொம்ப முக்கியமா நான் உங்க அக்காகிட்டே பேசணுங்க. அவங்களைப் பேசச் சொல்லுங்க."

"அவங்களும், அத்தானும் உங்க ஃப்ரெண்டு ஷியாம் சாரோட கார்ல புறப்பட்டு மெட்ராஸ் வந்துக்கிட்டிருக்காங்க சார். என்ன விஷயம்?"

"மைகாட்! புறப்பட்டுட்டாங்களா? எவ்வளவு நேரம் இருக்கும் புறப்பட்டு?"

"அரை மணி நேரமாச்சு சார்."

"அய்யோ! எப்படிச் சொல்றதுன்னு தெரியலையே... மிஸ்டர் வித்யாசாகர் உங்க அக்காவும், அத்தானும் பெரிய ஆபத்திலே இருக்காங்க. முழு விவரமும் சொல்ல இப்ப அவகாசம் இல்லை. ஷியாம் நல்ல நோக்கத்தோட அவங்களைக் கார்ல ஏத்திக்கிட்டுப் புறப்படலை. வினோத்குமாரைக் கொலை செய்ற அளவுக்கு வெறியோட புறப்பட்டுத் துப்பாக்கி எல்லாம் எடுத்துக்கிட்டு வந்திருக்கான். போலீசுக்கு இன்ஃபார்ம் பண்ணி அந்தக் காரைத் தடுக்கச் சொல்லுங்க. உங்க அக்காவையும், அத்தானையும் பத்திரப்படுத்துங்க. ஏதாச்சும் செய்ங்க. அவங்களைக் காப்பாத்துங்க. நான் பஸ்ஸோ, ரயிலோ பிடிச்சி காலைல திருச்சி வர்றேன். உடனே செயல்படுங்க."

இங்கே தீபக் ஓரளவு நிம்மதியோடு போனை வைக்க...

மிகவும் பதற்றமுற்ற வித்யாசாகர் வேகமாகத் தன் வீட்டிற்கு ஓடி வந்தான். பேசிக்கொண்டிருந்த நண்பனின் மோட்டார் பைக்கைக் கிட்டத்தட்டப் பிடுங்கிக்கொண்டு, "டேய் சேகர், உடனே போலீசுக்கு போன் செஞ்சி அக்காவையும்,

அத்தானையும் ஏத்திக்கிட்டுப் போன ஷியாமோட கார் நம்பரைச் சொல்லி அதைத் தடுத்து நிறுத்த ஏற்பாடு பண்ணச் சொல்லு, அத்தானைக் கொல்லப் போறானாம் அவன். மெட்ராஸ்லேர்ந்து போன் வந்துச்சி. விவரம் புரியலை. நான்... நான்... வர்றேன்" என்று அவசரமாகக் கத்திவிட்டுச் சாலையில் சீறினான் உச்ச வேகத்தில்.

முன்சீட்டில் வினோத்குமார் மயக்கத்திலேயே கிடக்க... பின்சீட்டில் நிவிதா வியர்த்து, விறுவிறுத்து பாதி மயக்கம், பாதி அழுகை, பாதி பயம், பாதி மிரட்சி என்று வெறித்த நிலையில் அப்படியே அமர்ந்திருக்க...

பானெட்டில் இருந்து தனது ரேடியம் கடிகாரத்தில் நேரம் பார்த்துக்கொண்டு கீழே குதித்தான் ஷியாம்.

"நிவிதா, உனக்குக் கொடுத்த முப்பது நிமிஷம் முடிஞ்சிபோச்சி" என்று துப்பாக்கியை வினோத்குமாரை நோக்கி நீட்டிக்கொண்டு, "சொல்லு சுடட்டுமா? பின்பக்கம் வரட்டுமா?" என்றான் அழுத்தமாக.

நிவிதா மௌனமாக இருந்தாள்.

"இந்த மௌனத்தை எந்தக் காரியத்துக்குச் சம்மதமா நான் எடுத்துக்கறது? ஓக்கே. நான் பாசிட்டிவாவே எடுத்துக்கறேன்" என்று நகர்ந்து பின்கதவின் பிடியில் கை வைத்தான்.

கண்மூடித்தனமான வேகத்தில், ஸ்பீடா மீட்டர் தொண்ணூறைத் தாண்டித் தாண்டித் தவ்வ பைக்கை விரட்டிக் கொண்டிருந்தான் வித்யாசாகர். எதிரே வந்த ஒவ்வொரு வாகனத்தின் டிரைவரும் பயந்துபோய், பிரேக் போட்டு நிறுத்தி அவனைத் திட்டிவிட்டுத்தான் தொடர்ந்தார்கள்.

மிக அபாயகரமாக ஓட்டிக்கொண்டிருக்கிறோம் என்று தெரிந்தாலும், ஷியாமின் காரைப் பிடித்துவிட வேண்டும் என்கிற வெறி பிரதானமாக அவனை இயக்கியது. ஆக்ஸிலேட்டரை அதன் கடைசி வரைக்கும் திருக வைத்தது.

நிவிதா இந்த கடைசிச் சந்தர்ப்பத்தை முயற்சி செய்து பார்க்கத் தீர்மானித்திருந்தாள். தான் இணங்கிவிட்டதாக மௌனமாக இருந்தால், பின் கதவைத் திறப்பான். திறக்கும் அந்த துல்லிய வினாடியில் கதவை பலம் கொண்ட மட்டும் வெளிப்புறம் திடீரென்று தள்ளினால் நிச்சயம் தடுமாறி விழ வாய்ப்பிருக்கிறது. அவனை விட்டு அந்தத் துப்பாக்கிச் சைத்தான் நழுவி விழ வாய்ப்பிருக்கிறது. பாதி இருட்டில் அதை அவன் தேடும் முன்பு கத்திக்கொண்டே, என் காலடியில் இருக்கும் இந்த கார் ஜாக்கியால் அவனைத் தற்காப்புக்காகத் தாக்கிவிடலாம்.

இந்த திட்டத்துடன், அவன் தந்திருந்த முப்பது நிமிடங்களில் தன் காலில் தடவிப் பார்த்து உணர்ந்த கார் ஜாக்கியை மெல்ல எடுத்து சீட் மேல் வைத்திருந்தாள். புடவையின் தலைப்பால் அதை மூடியிருந்தாள். இப்போது ஷியாம் கதவைத் திறக்கக் காத்திருந்தாள்.

ஷியாம் ஒரு கையில் துப்பாக்கியுடன், மறு கையில் கதவின் கைப்பிடியின் அழுத்தும் பகுதியை அழுத்தித்திறக்க முயன்றபோது,

திட்டமிட்டபடி கதவைப் படீரென்று அவன்மேல் திறந்தாள். இரண்டு கைகளாலும் பலம்கொண்ட மட்டும் தள்ளி,

நிச்சயமாக அதை எதிர்பார்க்காமல் ஷியாம் தடுமாறி விழுந்தபோதுதான்,

பைக்கில் வந்த வித்யாசாகர் கிளைச் சாலையில் நிற்கும் காரைக் கவனிக்காமல் அந்த இடத்தைக் கடக்க இருந்தபோது,

"காப்பாத்துங்க! காப்பாத்துங்க" என்று அலறிக்கொண்டே நிவிதா கார் ஜாக்கியை எடுத்துக்கொண்டு கீழே இறங்கி, தடுமாறி விழுந்த ஷியாமின் இடுப்பில் முதல் அடியை இறக்கினாள்.

தன் அக்காவின் குரலைக் கேட்டு, பைக்கின் டயரைத் தேய்த்துக்கொண்டு திருப்பி காரை நோக்கி வந்தான் வித்யாசாகர்.

"யு... பிட்ச்" என்று இடுப்பைப் பிடித்து முனகின ஷியாம், அவசரமாகத் தன் துப்பாக்கியைத் தேடி எடுத்துக்கொண்டு,

"உனக்கு இவ்வளவு திமிரா? உன்னைச் சுடறேண்டி முதல்ல" என்று அவசரத்தில் சுட்ட முதல் குண்டு காரில் பொத்தல் போட...

வந்த வேகம் மாறாமல் அப்படியே பைக்குடன் அவன்மேல் மோதினான் வித்யாசாகர். "அய்யோ" என்று அலறிப் புரண்டான் பின்மண்டையில் அடி வாங்கின ஷியாம்.

"வித்யா விட்டுடு, எதுவும் செஞ்சிடாதே" என்று நிவிதா அலற அலற... வித்யாசாகர் தனது பைக்கை விட்டு இறங்காமல், பைக்கின் முன் சக்கரத்தை அப்படியே தூக்கி, நகர முடியாமல் அலறின ஷியாமின் கழுத்தைப் பார்த்து 'நச்' என்று ஒரு தடவை, இரண்டு தடவை, மூன்று தடவை...

மிகப் பெரிய ஓலங்களுடன், ரத்தப் பீய்ச்சல்களுடன் ஷியாம் அடங்கும் வரை, அமைதியாகும் வரை வித்யாசாகர் நிறுத்தவேயில்லை.

முற்றும்

செண்ட்டிமெண்ட்டல் டச் விரும்புபவர்களுக்கு மாத்திரம் இன்னும் சில வரிகள்...

பிரகாசமான அந்த காலையில், வழக்கில் தீர்ப்பளிக்கப்பட்டது.

உணர்ச்சிபூர்வமான கொலை என்கிற வகையில் ஏழு ஆண்டுகள் கடுங்காவல் தண்டனை விதிக்கப்பட்ட வித்யாசாகர் நீதிமன்றத்திலிருந்து ஜீப்பில் ஏற்றிச் செல்வதற்குமுன் வெளியில் கலங்கின கண்களுடன் நிற்கும் நிவிதாவிடமும், வினோத்குமாரிடமும் வந்தான்.

"ஏன்க்கா அழறே? எனக்குக் கொஞ்சம்கூட வருத்தமே இல்லை. தூக்குத்தண்டனை கொடுத்திருந்தாக்கூடக் கவலைப்பட்டிருக்க மாட்டேன். நீ நல்லா இருக்கணும்க்கா. நம்ம

குடும்பத்துக்காக எவ்வளவு உழைச்சிருக்கே, எவ்வளவு தியாகம் செஞ்சிருக்கே. உனக்கு நான் எதுவுமே செய்ய முடியலையேன்னு ரொம்ப வருந்தியிருக்கேன். சரியான சந்தர்ப்பம் கிடைச்சது. நான் வரலைன்னா நான் செஞ்ச காரியத்தை வேற வழியில்லாம நீ செஞ்சிருப்பே. வாழ்க்கையே சோகமாயிருக்கும். எல்லாத்தையும் மற, ஜாலியா இரு. ஏழு வருஷம்தானே? ஜஸ்ட் லைக் ஓடிடும், ஒரு பொண்ணு பார்த்து வை, வந்து தாலி கட்றேன். வயசு இருக்குக்கா, வர்றேன்."

ஜீப்பில் அமர்ந்துகொண்டு விலங்குக் கையுடன் கொஞ்சம்கூட முகத்தில் வருத்தமில்லாமல் டாட்டா காட்டினான் வித்யாசாகர்.

மறுபடி முற்றும்

www.ingramcontent.com/pod-product-compliance
Lightning Source LLC
LaVergne TN
LVHW060251051026
849517LV00005B/1777
9789395166003